सकाळ
कायदा
सर्वसामान्यांसाठी

कोर्टाची पायरी

चढण्यापूर्वी

दैनंदिन व्यवहारातील २३ दिवाणी कायद्यांचा परिचय

ॲड. सौ. रेणू सुरेश देव

सकाळ प्रकाशन

सकाळ प्रकाशन

Sarvasamanyansathi Kayade
Courtachi Payari Chadhanyapurvi

सर्वसामान्यांसाठी कायदे
कोर्टाची पायरी चढण्यापूर्वी

प्रथम आवृत्ती : ऑगस्ट, २०१६
चौथी आवृत्ती : जून, २०२२
मुखपृष्ठ : मधुमिता शिंदे
अक्षरजुळणी व मांडणी : अश्विनी महाजन
प्रकाशक : सकाळ मीडिया प्रा. लि.
५९५, बुधवार पेठ,
पुणे ४११ ००२
मुद्रणस्थळ : विकास प्रिंटिंग ॲण्ड कॅरिअर्स प्रा. लि.
प्लॉट नं. ३२, एमआयडीसी, सातपूर, नाशिक
ISBN : 978-93-86204-86-8
संपर्क : ०२०-२४४० ५६७८ / ८८८८८ ४९०५०
sakalprakashan@esakal.com

माझे वडील कै. नारायण विनायक देव

आणि

आई कै. निर्मला ना. देव

यांच्या पवित्र स्मृतीस अर्पण

मनोगत

काही महिन्यांपूर्वी एक गृहस्थ आमच्या ऑफिसमध्ये आले होते. मला म्हणाले, ''काल तुमच्या भाषणात वडिलोपार्जित प्रॉपर्टीविषयी तुम्ही विचार मांडलेत, की अशा प्रॉपर्टीचे वाटप करण्यासाठी त्यातील सर्व हिस्सेदारांनी शक्यतो एकत्र बसून तडजोडीने हे वाटप करावे. त्यावर मनमोकळेपणाने चर्चा करावी. कारण एकदा प्रकरण कोर्टात गेले की पैसा आणि वेळ किती लागेल, हे सांगता येत नाही. हे दावे नात्यातील व्यक्तींमध्येच असतात. नात्यातील मानापानामुळे, गैरसमजांमुळे, दुरावे, राग, द्वेष, मत्सर यांनी मने कलुषित होतात. वाटप न होण्यामुळे चिंता निर्माण होतात.''

ते थोडा वेळ थांबले, मग परत माझ्याकडे पाहून म्हणाले, ''आज माझी अवस्था तशीच आहे. आमचे वडील २५ वर्षांपूर्वी वारले. आम्ही चार भाऊ. आमची गावाकडे भरपूर मिळकत (प्रॉपर्टी) आहे. आमच्यापैकी कोणीतरी एक भाऊ वाटपाविषयी नाव काढेल, असे वाटले; पण तीनही भाऊ श्रीमंत. त्यांनी वाटपाचा विषयच काढला नाही. आता मी विषय काढला आणि ते 'नाही' म्हणाले, तर काय करू? आज मी ७५ वर्षांचा आहे. या वयात दावा करणे मला जमणार नाही. गेली २५ वर्षे मी वाटप कधी होणार ही चिंता करत बसलो, आज मी काय करावे? आपण मला कमीत कमी वेळात या प्रश्नातून सुटण्याचा मार्ग सांगावा.''

दुसरी एक घटना अशी घडली. ४१-४२ वर्षांचे गृहस्थ आम्हांला सांगू लागले, ''माझ्या मित्राचे वडील खूप आजारी पडले. वडिलांच्या उपचाराकरिता त्याला एक लाख रुपयांची गरज होती. अगदी जवळचा मित्र म्हणून मी त्याला एक लाख रुपये दिले. वडील बरे झाले. वाटले, हळूहळू जमेल तसे करेल हा पैसे परत! तुम्हांला सांगतो, जवळजवळ रोज आम्ही भेटतो, बोलतो, घरी जाणे-येणे आहे; पण मित्र पैसे देण्याचा विषयच काढत नाही. या गोष्टीला आता चार वर्षे झाली. त्याची आर्थिक परिस्थिती आता खूप सुधारली आहे, मला त्याच्याकडून पैसे परत कसे घेता येतील? मला आपण सल्ला द्या.''

दोन-तीन महिन्यांपूर्वी शहरात राहणाऱ्या, सुशिक्षित, विवाहित पाच स्त्रिया, पाच वृद्ध व्यक्तींना घेऊन आल्या आणि आम्हांला सांगू लागल्या, "हे पाच जण एकमेकांचे सख्खे भाऊ आहेत. आम्ही पाच जणी त्यांच्या मुली आहोत व एकमेकींच्या सख्ख्या-चुलत बहिणी आहोत. गावाकडे आमची पन्नास एकर एकत्रित जमीन आहे. वृद्धापकाळाने शेती करणे अवघड झाले म्हणून या पाच जणांनी त्यातील दहा एकर जमीन आठ कोटी रुपयांना विकण्याचे साठेखत करून दिले. खरेदी करणाऱ्याने प्रत्येकाला दहा हजार रुपये दिले. वडिलांना लिहितावाचता येत नाही, याचा फायदा घेत त्याने 'दहा एकर जमिनीचा ताबा त्याला दिला आहे,' असाही दस्त करून घेतला व त्याने ताबाही घेतला. संपूर्ण जमिनीच्या खरेदीची किंमत किती, याचा साठेखतावर कोठेही उल्लेख नाही. आमच्या वडिलांनी सर्व दस्तावर अंगठे करून टाकले. या व्यवहाराची माहिती वडिलांनी आम्हांला होऊ दिली नाही. आज आम्हांला हे कळले आहे. अहो, यांनी दहा एकर जमीन ५० हजार रुपयाला विकली. 'काय केले हे सांगा! आम्हांला हे पसंत नाही आणि त्यासाठी तुम्ही दावा करा,' असे आम्ही म्हटले, तर म्हणतात, 'आम्ही अडाणी. आम्हांला काही समजत नाही, काही जमत नाही. आम्ही दावा नाही लावणार. झाले ते झाले.' आता तुम्ही सांगा यांच्यासाठी आम्ही कोर्टात जाऊन दावा करू शकतो का?"

हे असे गोंधळ, घोटाळे का होतात? कायद्याचे काहीही ज्ञान नसताना किंवा अर्धवट ज्ञान असताना अनेक व्यक्ती स्वतःच निर्णय घेत विविध प्रकारचे कोट्यवधी रुपयांचे व्यवहार बेधडकपणे करतात. त्यात फसले, खूप गोत्यात गेले की मग मात्र वकिलांकडे धावत येतात आणि म्हणतात, 'आजच्या आज काहीतरी करा, नाहीतर माझे कोट्यवधी रुपयांचे नुकसान होईल, परिस्थिती फार हाताबाहेर गेली आहे.'

अशा व्यक्तींना माझा कळकळीचा सल्ला असा आहे की, व्यवहार कोणताही असो, तो करण्यापूर्वी त्याबाबत वकिलांचा, कायदेतज्ज्ञांचा सल्ला घ्या. कायद्यातील तरतुदींचे पालन करून सरळपणे, यशस्वीपणे, निर्धोकपणे व्यवहार पूर्ण करा. पण स्वतःला कायदा माहीत नसताना स्वतःच व्यवहार केला, तर त्यातील छोटीशी चूक आयुष्याला भारी पडेल. ती चूक दुरुस्त करण्यासाठी, सुधारण्यासाठी तुम्हांला दावा दाखल करावा लागेल. त्या दाव्याची स्टँप फी, वकील फी, इतर खर्च करावा लागेल. शिवाय, न्यायालयात वर्षानुवर्षे हेलपाटे घालण्याने मानसिक त्रासही सहन करावा लागेल.

दाव्यांमुळे समाजातील अनेक व्यक्तींचा न्यायालयाशी संबंध आला; पण त्यांना कायद्याची माहिती झाली नाही. म्हणून माझ्या मनात आले, अशा नेहमी उपयोगी पडणाऱ्या दिवाणी कायद्याची; साध्या, सोप्या शब्दांत आपण माहिती करून द्यावी; ज्यामुळे वेगवेगळ्या प्रकारचे विविध कायद्यातील व्यवहार करताना या माहितीचा उपयोग त्या व्यक्तींना व्हावा. तसेच, हे पुस्तक वाचल्यानंतर आपला व्यवहार मोठा आहे, त्यातील कायदा समजल्याशिवाय आपण व्यवहार करू नये, म्हणून व्यवहार करण्यापूर्वी ती व्यक्ती सल्ला घ्यावयास वकिलांकडे गेली अथवा कायदेतज्ज्ञाकडे आणि त्यामुळे व्यवहार सुरळीतपणे पार पडला, तर हे पुस्तक लिहिण्यामागचा माझा हेतू काहीसा सफल झाला, असे मला वाटेल.

हे पुस्तक लिहिण्यामागे आणखी एक विचार मनात आला की, नुकतीच वकिलीची परीक्षा पास झालेल्या नवीन वकिलांना आणि वकिलीचा अभ्यास करणाऱ्या विद्यार्थ्यांना ढोबळमानाने विविध कायद्यांची रूपरेषा व त्यातील तरतुदी समजाव्यात, विशेषतः ग्रामीण भागातून आलेल्या विद्यार्थ्यांना साध्या, सोप्या मराठीतून

कायद्यातील महत्त्वाच्या गोष्टी लक्षात याव्यात व समजाव्यात.

कायद्याचे ज्ञान नसलेल्या सर्वसामान्य वाचकांपासून वकिलीचा अभ्यास करणारा विद्यार्थी व वकिलीची नुकतीच पदवी घेतलेला वकील, अशा विविध स्तरांतील वाचकांना डोळ्यांपुढे ठेवून या पुस्तकाचे लेखन मी केले आहे. कायदा, त्यातील महत्त्वाच्या तरतुदी, कायद्याची साध्या, सोप्या मराठी भाषेत केलेली व्याख्या, आणि काही ठिकाणी कायदा सांगून त्याला आनुषंगिक उदाहरणे दिली आहेत. सर्वसामान्य वाचकाला पुस्तक वाचताना अवघड व क्लिष्ट वाटू नये, म्हणून कायदा सांगताना त्यातील अतिशय सखोल तरतुदींचा विचार मी केलेला नाही. तसेच कायद्यातील काही इंग्लिश शब्दांना मराठीत प्रतिशब्द नसल्यामुळे ते जसेच्या तसेच लिखाणात घेतले आहेत. दिवसेंदिवस न्यायालयात दाखल होणाऱ्या दाव्यांची संख्या वाढतच चालली आहे. आपण साध्या वादाचे मोठे प्रकरण करतो, 'अरे'ला 'का रे..', म्हणण्याची आपली सवयच आहे. आता कोणाची काहीही सहन करण्याची तयारी नाही, तर समोरच्याला मी काय आहे, हे दाखवून देण्याची प्रवृत्ती वाढत आहे. अशा मानसिकतेमुळे दाव्यांच्या संख्येत वाढ होत आहे का? असा मनात विचार येऊ लागला आहे.

कनिष्ठ न्यायालयापासून ते सर्वोच्च न्यायालयापर्यंत सामंजस्याने न्यायालयीन प्रकरणे मिटावीत, असे सरकारचे व न्यायालयाचे प्रयत्न चालू आहेत. लोकन्यायालये, विधीसेवा व सल्ला केंद्र अशा स्तुत्य योजना तडजोडीने प्रकरणे मिटवण्यासाठी चालू आहेत. असा तडजोडीचा विचार दोन्ही पार्टीच्या मनात रुजला तर वाद लवकर संपुष्टात येतील आणि कोर्टाच्या वाद मिटवण्याच्या, तडजोडीच्या प्रयत्नाला पक्षकारांचीही मदत होईल.

आपल्या शेजारचे राज्य– गुजरातशी माझा बराच काळ संबंध आला. आपल्यापेक्षा तिथे खूप कमी संख्येने दावे दाखल होतात. कदाचित तिथे मोठ्या संख्येने व्यापारी-वर्ग असल्याने धंद्यापुढे कोर्टकचेरी करण्यास वेळच नसतो. त्यामुळे भांडून प्रश्न वाढवण्यापेक्षा शांतपणे त्याची उकल करून विषय संपवावा. न्यायालयीन कारवाईच्या त्रासाचे संकट ओढवून घेण्यापेक्षा त्या वेळेचा उपयोग कामासाठी केला, तर चार पैसे जादा मिळतील, असा ते विचार करतात. समजा, असा वादाचा प्रसंग आला, तर ते वाद जरूर करतील; पण उद्या विसरूनही जातील, अशी त्यांची मानसिकता असते. धंदा करताना हे लोक एकमेकांवर प्रचंड विश्वास ठेवतात. नाती जोडण्याची आणि ती सांभाळण्याची त्यांची वृत्ती असते. यातून ते सामाजिक बांधिलकी जपतात. पटेल नामक एक गृहस्थ अमेरिकेत व्यवसाय करण्यासाठी गेले. त्यांचा व्यवसाय चांगला चालला. त्यांनी अनेक पटेलांना तिकडे नेऊन, प्रोत्साहन देऊन मार्गदर्शन केले. आज अमेरिकेत 'पटेल कॉलनी' आहे. नात्यात कधी वितुष्ट आले, वितुष्ट आलेल्या व्यक्तीवर वाईट प्रसंग ओढवला, तर ते भांडण विसरून त्याच्या पाठीशी उभे राहतील. एकीकडे नाती व दुसरीकडे व्यवहारही ते जपतात.

आपण मात्र, 'मोडेन पण वाकणार नाही', असे अभिमानाने म्हणतो; यापेक्षा मोडण्याची वेळच येऊ देणार नाही, असा विचार आपण का करत नाही? अशा वादांसाठी आर्थिक, शारीरिक, मानसिक त्रास सहन करत आयुष्याचा बराच काळ घालवतो, त्या बदल्यात आपण नक्की काय कमावतो? जे कमावतो त्यापेक्षा आपण आयुष्यात काय-काय गमावले, याचा कधीतरी विचार करतो का? दावा करून दुसऱ्याला चांगला धडा शिकवू, असे म्हणणाऱ्याला स्वतःलाही त्यासाठी खूप त्रास सोसावा लागतो. म्हणून असे करायला नको, हे आपल्याला कधीतरी कळेल का?

उलट, सुरुवातीला वादाची ठिणगी पडली तर त्यावर दोन्ही बाजूंनी समजूतदारपणाची फुंकर घालून ती विझवू या, अशी मानसिकता निर्माण होण्याची गरज आहे. कोर्टकचेरीचा वेळ व पैसा आपल्या प्रगतीसाठी आपण उपयोगात आणू या. न मोडता आणि न वाकता, न्यायालयाच्या पहिल्याच पायरीवर वादाचा शेवट करू

या. हे नजीकच्या काळात शंभर टक्के जमणे अवघड आहे, पण अशक्य नाही.

मी या पुस्तकात नेहमी लागणाऱ्या दिवाणी कायद्यांची ओळख करून दिली आहे, तसेच त्या कायद्यांच्या संदर्भात असलेल्या, आम्ही चालवलेल्या प्रत्यक्ष खटल्यांची उदाहरणेसुद्धा सोप्या भाषेत लिहिली आहेत.

कायद्याची मूळ भाषा इंग्लिश! इंग्रजांनी सुसंगत न्यायपद्धती आपल्याकडे आणली. इंग्लिश भाषेतील कायदा, त्यातील संकल्पना, व्याख्या सोप्या मराठी भाषेत सांगणे, हे काम फार अवघड होते; या पुस्तकलेखनात माझे पती ॲड. सुरेश प्रल्हाद देव यांनी मला खूप मदत केली. ते माझे पती आहेत तसेच माझे गुरूसुद्धा आहेत. कायद्याचा अभ्यास करताना त्या तीन वर्षांत अभ्यासाचे इतके उत्तम मार्गदर्शन त्यांनी केले, ज्यामुळे प्रथम वर्गात सुवर्ण पदक मिळवून मी वकील झाले.

साध्या, सोप्या भाषेत दिवाणी कायदा सांगायचा आणि त्या आनुषंगिक केसेसचा समावेश असणारे पुस्तक लिहिण्याचे माझे स्वप्न होते. 'सकाळ प्रकाशन'चे प्रमुख श्री. आशुतोष रामगीर आणि संपादक दीपाली चौधरी यांनी हे स्वप्न या पुस्तकाच्या रूपाने सत्यात आणले. याबद्दल त्यांचे आभार कोणत्या शब्दात मानू, हे मला समजत नाही. त्यांचे आणि प्रकाशन विभागातील सर्व सहकाऱ्यांनाही मनःपूर्वक धन्यवाद! या पुस्तकाच्या कामी अमृता देसरडा आणि अश्विनी महाजन यांनी मोलाचे सहकार्य केले, त्याबद्दल त्यांचे मनःपूर्वक आभार.

यापूर्वी सकाळ प्रकाशनाने मी लिहिलेले *देवा शपथ खरं सांगेन,* हे आमच्या वकिली व्यवसायातील सत्य खटल्यांवर लिहिलेले पुस्तक प्रकाशित केले होते. त्या पुस्तकाला वाचकांनी उदंड प्रतिसाद दिला, त्या पुस्तकाची आता पाचवी आवृत्ती लवकरच प्रकाशित होईल.

देवा शपथ खरं सांगेन हे सत्य खटल्यांवरील पुस्तक वाचल्यानंतर आपण, सोप्या व सहजपणे समजणाऱ्या मराठी भाषेत विविध कायद्यांची ओळख करून द्यावी व त्यावरील सत्य केसेस लिहाव्यात; ते समाजातील अनेकांना मार्गदर्शक व उपयोगी होईल, असा आग्रह बऱ्याच वाचकांनी केला. त्या आग्रहास्तव आज हे पुस्तक मी वाचकांच्या हाती देत आहे. हे पुस्तक वाचकांना नक्की आवडेल व उपयोगी पडेल. वाचक माझ्या पहिल्या पुस्तकाप्रमाणे याही पुस्तकाचे मनःपूर्वक स्वागत करतील, ही अपेक्षा! आपल्या प्रतिक्रिया जाणून घेण्यास मी फार उत्सुक आहे.

ॲड. सौ. रेणू सुरेश देव
बंगला क्र. ५३, मित्रमंडळ कॉलनी,
पर्वती, पुणे - ४११००९
फोन : ०२०-२४४२१०७५, २४४२१३३२

अनुक्रमणिका

इच्छापत्र-मृत्युपत्र (Will)

स्वकष्टाने मिळवलेली संपत्ती (प्रॉपर्टी) स्वतःच्या मृत्यूनंतर कोणाला मिळावी, यासंबंधित व्यक्तीच्या इच्छेप्रमाणे तयार केलेला दस्त (Document) म्हणजे इच्छापत्र! यालाच मराठीत आणखी एक नाव आहे – मृत्युपत्र! पण, यात मृत्यूचा उल्लेख झाला की व्यक्ती भावूक व हळवी होते, म्हणून या दस्ताला इच्छापत्र असेही म्हटले जाते. यालाच इंग्लिशमध्ये वुईल (Will) हे नाव आहे.

इच्छापत्र करण्यासाठी सर्वांत महत्त्वाची गोष्ट म्हणजे, इच्छापत्रात दिली जाणारी सर्व मिळकत त्याच व्यक्तीची एकट्याची, स्वतंत्र (separate) असली पहिजे. जेव्हा इच्छापत्र करण्यासाठी पक्षकार आमच्याकडे येतो, तेव्हा पहिला प्रश्न 'ही प्रॉपर्टी तुमची एकट्याची कशी आहे, ते सांगा' हाच असतो.

बऱ्याच वर्षांपूर्वीची ही घटना आहे. एकदा एक ८४-८५ वर्षांचे आजोबा आमच्याकडे आले आणि म्हणाले, "माझा सेन्सर बनवण्याचा व्यवसाय आहे. सुरुवातीला १० x १०च्या रुममध्ये हा व्यवसाय सुरू केला. आज माझी स्वतःच्या मालकीची टोलेजंग इमारत असून त्यात ७०० ते ८०० कामगार काम करत आहेत. वर्षाला कोट्यवधी रुपयांची उलाढाल होते. हे माझ्या एकट्याच्या मेहनतीचं फळ आहे. आता माझं वय झालं. आता जे-जे माझं आहे, ते माझ्या चार मुलांना मला देऊन टाकायचं आहे. त्यासाठीचं इच्छापत्र आपण तयार करून द्यावं."

त्यांच्या इच्छेप्रमाणे ज्या मुलाला जे द्यायचे आहे, त्याची यादी केली आणि त्यांच्या समक्ष त्यांचे इच्छापत्र बनवले. ते बनवत असताना आजोबा अत्यंत उत्साही व आनंदी असल्यामुळे हसत-खेळत, प्रसन्न वृत्तीने बोलत होते. म्हणाले, "गेली कित्येक वर्षं अनेक जबाबदाऱ्या पार पाडल्या. आज हे सर्व मुलांवर सोपवून मी मुक्त झालो. मघाशी इच्छापत्र लिहिताना मी सांगितलं ना, की मला चार मुलं आहेत– दोन मुलगे आणि दोन मुली! मुलं लहान असताना माझी पत्नी निधन पावली. तिच्या निधनानंतर मी पूर्णपणे खचून गेलो होतो. पण, मुलांचं संगोपन, शिक्षण आपल्यालाच करायला हवं, आता वडील आणि आई या दोन्ही भूमिका आपणच करायच्या. मी सावरलो

आणि जिद्दीने काम करू लागलो. आज मला सांगताना अभिमान वाटतो की, माझी चारही मुलं उच्चशिक्षित, सुसंस्कारित, बुद्धिवान, कर्तृत्ववान, समजूतदार आणि ऐश्वर्यसंपन्न आहेत. इच्छापत्र दाखवण्यासाठी उद्या त्यांना घेऊन येतो. त्यांना जे-जे मी देऊ केलेलं आहे, त्यामुळे त्यांना झालेला आनंद मला 'याची देही, याची डोळा' पाहावयाचा आहे.''

त्यांचे वाक्य संपण्यापूर्वीच मी, 'असं करू नका!' म्हणून आग्रहाने म्हटले. माझे यजमान श्री. देवांनीही त्यांना समजावले. तरीही, आमचे न ऐकता ते सर्वांना दुसऱ्या दिवशी घेऊन आलेच! मी त्यांना इच्छापत्र वाचून दाखवत असताना सर्वांच्या चेहऱ्यावरचे भाव मला जाणवले. त्यांचे चेहरे राग, निराशा, अपेक्षाभंग झाल्याचे दर्शवत होते. इच्छापत्र वाचून पूर्ण होते, तोच धाकटी मुलगी म्हणाली, ''बाबा, शेंडेफळ म्हणून तुमचं खरंच माझ्यावर प्रेम आहे, असं मला वाटायचं. पण आता मला ते सर्व खोटंच होतं, असं वाटत आहे.''

मोठा मुलगा म्हणाला, ''आई गेली, तेव्हा तुम्ही सगळे लहान होतात. त्यातल्या त्यात मीच मोठा होतो. बाबांबरोबर मी खूप कष्ट केले आहेत. तुमची जबाबदारी सांभाळत समजूतदारपणे वागत आलो. मात्र, त्याचं बक्षीस मला द्यायला बाबा विसरलेत.''

मधला मुलगा म्हणाला, ''आम्ही ना धड मोठे, ना लहान, आमचा विचार करावा, असं कधीच कोणाला वाटलं नाही.''

हे बोलणे चालू असताना आजोबा खाली मान घालून बसले होते. मग तर सर्व जण आजोबांवर मागच्या गोष्टी काढून आरोप करू लागले. त्यांना जाब विचारू लागले. मग मात्र श्री. देव म्हणाले, ''आपण सर्वांनी जरा थांबावं. मला आजोबांशी बोलायचं आहे.''

सर्व जण मुकाट्याने कन्सल्टेशन रूमच्या बाहेर गेले. त्या क्षणी आजोबांनी मनात दाबून धरलेले दुःख अश्रूंवाटे बाहेर पडले. ते म्हणाले, ''काल तुम्ही मला इच्छापत्र मुलांना वाचून दाखवू नका, म्हणून सांगत होतात. समजावत होतात. मला वाटलं, माझी मुलं गुणी आहेत, समजूतदार आहेत, हे तुम्हांला माहीत नाही. पण वकिली व्यवसायातील तुमचा अनुभव माझ्यापेक्षा जास्त आहे, हे मी समजू शकलो नाही. काल मी समाधानी होतो, आयुष्यात जे-जे करायचं ठरवलं होतं, ते यशस्वीपणे पार पाडलं, मुलांना उत्तम माणूस घडवण्याचा प्रयत्न केला, अशी माझी समजूत होती. आज मी आनंदी, समाधानी तर नाहीच; उलट, मुलांच्या लेखी मी कसा आहे, याचं खरं रूप पाहताना मी कर्तृत्वहीन, दीन, दुबळा झालो आहे. मी आयुष्यात पराभूत झालो आहे.''

आम्ही त्यांना खूप समजावले. ''तुम्ही हे सर्व एकट्याने मिळवलं आहे, त्यामुळे कोणाला काय द्यायचं हे ठरवण्याचा अधिकार फक्त तुम्हा एकट्याला आहे. आपण हे इच्छापत्र रजिस्टर करू. त्यात बदल करण्याची काही गरज नाही. प्रत्येक बदलात कोणी ना कोणी निराश होणारच!''

मात्र, त्यांनी हा प्रसंग फारच मनाला लावून घेतला. ते पुन्हा आमच्याकडे इच्छापत्राचे काम करण्यासाठी आलेच नाहीत. तीन-चार महिन्यांतच त्यांच्या निधनाची वार्ता समजली.

याच्या अगदी उलट अनुभव आम्हांला आला. एक वृद्ध गृहस्थ दोन मुलांना घेऊन आमच्याकडे आले. म्हणाले, ''मी मिलिटरीत नोकरी करत होतो. कर्नल पदावरून निवृत्त झालो, मग पुण्यात बंगला बांधला, शेतीही घेतली. ही माझी दोन मुलं आहेत. थोरला आय.टी.मध्ये मोठ्या पोस्टवर

ऑफिसर आहे आणि धाकटा डॉक्टर आहे. या दोघांना मला मृत्युपत्राने माझी प्रापर्टी द्यायची आहे.''

मी आणि देव कर्नलांशी एकट्याने बोललो की, ''मुलं वाद करणारी असतील तर त्यांच्या समक्ष इच्छापत्र नको करायला.''

यावर ते म्हणाले, ''अहो, वाटणीची चर्चा करूनच आम्ही तिघं तुमच्याकडे आलो आहोत.''

मी त्या सर्वांचे इच्छापत्र तयार केले, अतिशय खेळीमेळीत आमची मीटिंग संपली.

मी त्यांना म्हटले, ''इच्छापत्रावर सह्या करायला साक्षीदारांना इथेच आणा.''

ते म्हणाले, ''हे पाहा, या पत्राला सरळ मृत्युपत्र म्हणा. मृत्यूशी टक्कर देत जगत आलोय. त्याचं भय मला वाटत नाही.'' यानंतर इच्छापत्रावर सर्व सोपस्कार करून ते रजिस्टर करून त्यांच्या हातात दिले.

एखाद्या वाचकाच्या मनात असा विचार येईल, मग वाटणीपत्र का केले नाही? तर, खरे पाहता ही वाटणीच होती; पण याचा मालकीहक्क वडिलांच्या मृत्यूनंतर मुलांना मिळणार होता. तो हक्क लगेच मिळवण्याची गरज दोन्ही मुलांना नव्हती. शिवाय, वाटणीपत्र करण्यासाठी प्रॉपर्टीच्या चालू भावाप्रमाणे त्यावर स्टँप लावावा लागला असता, इच्छापत्राला स्टँप लागत नाही. या इच्छापत्राने समजूतदारपणाचा दुर्मीळ असा सुखद अनुभव आला. असेही क्वचित घडते.

मुलांना किंवा वारसांना इच्छापत्राने प्रॉपर्टी देऊ करणे म्हणजे वाटप नाही. कायद्याने, वाटप हे सरस-निरस मानाने व समान भागातच होणे अपेक्षित आहे; तसे इच्छापत्रात नाही. इच्छापत्राने आपली एकट्याची पात्रता आणि इच्छा पाहून, एखादी व्यक्ती मिळकत विभागून देते. यात प्रॉपर्टी स्वतःची, निर्णयही स्वतःचाच! इच्छापत्राने ज्यांना प्रॉपर्टी देणे आहे, त्यांच्यात एखादा अपंग, कमी बुद्धीचा असेल आणि इतर सगळे मात्र आर्थिक परिस्थितीने चांगले असतील, तर अशा अपंग, बुद्धीने कमी असणाऱ्याला जास्त प्रॉपर्टी द्यावी, असे वाटेल; एखाद्या मुलीला त्रास असेल, तर तिच्या भविष्याचा विचार करून वडील इतरांपेक्षा काही जास्त देतील; तर हे नैसर्गिक आहे. ज्यांनी कमावले, त्यांनी त्यांना वाटेल त्या स्वरूपात विचार करून, पटेल तशी विभागणी करून इतरांना द्यावे. या बाबतीत इतरांनी खरेतर भांडणे करू नयेत.

इच्छापत्र रजिस्टर करायलाच पाहिजे, असे कायदा सांगत नाही. तरीही, ते रजिस्टर करण्यामुळे त्याच्या खरेपणाला काही परिस्थितीत भक्कम आधार मिळतो. एखाद्या इच्छापत्रासाठी, ते खोटे आहे, असा आक्षेप घेतात व त्याचे कारण मृत्युपूर्वी ती व्यक्ती अंथरुणाला खिळून होती, इतकी आजारी होती, की तिची इच्छापत्र करण्याची शारीरिक परिस्थिती किंवा मानसिक स्थिती नव्हती, असे म्हटले तर यावर पुरावा करणे अवघड होते. इच्छापत्र रजिस्टर केलेले असेल, तर ती व्यक्ती सब-रजिस्ट्रारच्या ऑफिसमध्ये गेली होती, हे सिद्ध होते. कारण, तिचा फोटो रजिस्ट्रेशनच्या वेळी इच्छापत्रावर घेतला जातो. रजिस्टर बुकवर इच्छापत्र करणाऱ्या व्यक्तीची सही / अंगठा घेतला जातो. त्यामुळे त्याविषयी शंका घेऊन तो त्या व्यक्तीचा नाहीच, असाही आक्षेप कोणी घेऊ शकत नाही. पण याचा अर्थ इच्छापत्र रजिस्टर केले की ते खरे ठरतेच, असेही नाही.

एक इच्छापत्र रजिस्टर्ड असूनही ते खोटे ठरले, यासंबंधीची पुढील केस आहे.

एक अतिशय वृद्ध बाई, तिच्या दोन मुलांपैकी धाकट्या मुलाकडे कायम राहायची. लहानपणापासूनच मोठ्या मुलाचे त्याच्या आईवडिलांशी व भावाशी पटत नव्हते. त्यामुळे त्याच्या विवाहानंतर तो कायमचाच वेगळा राहू लागला. पण या कुटुंबाची प्रॉपर्टी आपल्यालाच मिळावी, हा विचार त्याच्या मनात कायम होता. आणि हे त्याच्या वडिलांना माहीत होते. म्हणून, आपल्या मृत्यूनंतर आपण मिळवलेली प्रॉपर्टी पत्नीला व धाकट्या मुलाला देण्यासाठी त्यांनी बक्षीसपत्र तयार केले. धाकट्या मुलाने 'माझ्या नावावर करू नका, फक्त आईला द्या' असे म्हटले. म्हणून बक्षीसपत्राचा सर्व खर्च करून प्रॉपर्टी पत्नीच्या नावावर केली. त्यानंतर आईने धाकट्या मुलाच्या नावे इच्छापत्र केले होते.

वडिलांनी त्यांची सर्व प्रॉपर्टी बक्षीसपत्राने आईच्या नावावर केलेली आहे, हे मोठ्या मुलाला माहीत होते. आईचे वय झाले होते, म्हणून तिच्या मृत्यूपूर्वी तिचे इच्छापत्र करून घेण्याच्या प्रयत्नात मोठा मुलगा होता. एकदा धाकटा भाऊ व त्याची बायको गावाला गेले असताना भावाच्या मुलांची नजर चुकवून मोठ्या मुलाने आईला गाडीतून सरळ सब-रजिस्ट्रारच्या ऑफिसमध्ये नेले आणि त्याच्या नावावर प्रॉपर्टी दिल्याचे इच्छापत्र रजिस्टर करून घेतले आणि आईला पुन्हा धाकट्या भावाच्या घरी आणून सोडले.

यानंतर जेव्हा आई निधन पावली, तेव्हा मोठ्या मुलाने इच्छापत्रावरून जमिनीला स्वतःचे नाव लावण्याचा प्रयत्न केला. त्या वेळी प्रथमच धाकट्याला हे समजले की, भावाने आईला नेऊन त्याच्या नावाचे इच्छापत्र केले. 'आईचे इच्छापत्र शेवटचे आहे. म्हणून, त्यात दिल्याप्रमाणे सर्व प्रॉपर्टी त्याच्या नावावर करावी,' असा अर्ज मोठ्या भावाने कोर्टात केला.

धाकट्या भावाच्या वतीने वकील म्हणून आम्ही हे प्रकरण कोर्टात चालवले. कोर्टात प्रत्यक्ष पुरावा सुरू झाला, तेव्हा अर्जदार असलेल्या मोठ्या भावाची साक्ष झाली. त्याच्या उलटतपासणीत त्याने आईने आपण होऊन मला इच्छापत्र करून दिले, असे सांगितले. यातील काही प्रश्नोत्तरे पुढीलप्रमाणे झाली :

प्रश्न : तुम्ही आणि तुमचे धाकटे भाऊ व तुमचे आईवडील गेली १९-२० वर्षे तुमच्या लग्नापासूनच वेगवेगळे राहता?

उत्तर : हो.

प्रश्न : याचे कारण तुमच्या आईवडिलांशी तुमचे कधीच पटले नाही?

उत्तर : पटत होते.

प्रश्न : तुमच्या वडिलांनी त्यांची सर्व प्रॉपर्टी बक्षीसपत्राने आईच्या नावावर केली आहे, हे तुम्हांला माहीत होते?

उत्तर : मला माहीत नाही.

प्रश्न : हे वडिलांचे बक्षीसपत्र आहे, ते वाचा.

'आम्हा पती-पत्नीचे मोठ्या मुलाबरोबर कधीच पटले नाही. धाकट्याने मात्र प्रथमपासून आम्हांला सांभाळले. माझी पत्नी व धाकटा मुलगा यांच्या नावाने मला बक्षीसपत्र करायचे होते. धाकट्याने 'फक्त आईच्या नावाने करा' म्हटले. पण मला पत्नीच्या मृत्यूनंतर सर्व प्रॉपर्टी त्याला एकट्याला द्यायची आहे. माझ्या मोठ्या मुलाने आईवर दावा लावू नये, म्हणून हे बक्षीसपत्र मी केले व माझ्या डोळ्यांदेखत पत्नीच्या नावे प्रॉपर्टी केली आहे.' हे सगळे तुम्हांला माहीत होते. म्हणून घरात कोणी

नसताना म्हाताऱ्या आईला तुम्ही सब-रजिस्ट्रारच्या ऑफिसमध्ये नेले आणि रजिस्ट्रेशन करून घरी आणून पोहोचवले.

उत्तर : मी आईला 'येतेस का माझ्याबरोबर' असे विचारल्यावर ती आली. म्हणाली, 'मी तुला इच्छापत्र करून देते.'

प्रश्न : इच्छापत्र बनवणारे वकील तुमचे मेव्हणे म्हणजेच तुमच्या बायकोचा भाऊ आहे आणि इच्छापत्रावर साक्षीदार म्हणून तुमच्या पत्नीची आणि मुलाची सही आहे.

उत्तर : हो.

प्रश्न : इच्छापत्रावर सह्या केलेली तारीख, ते रजिस्टर करण्यापूर्वी १५ दिवसांपूर्वीची आहे. आईच्या अंगठ्याशिवाय हे इच्छापत्र तुम्ही संगनमताने तयार करून ठेवले होते. आई एकटी आहे, हे पाहून तिला नेऊन लगेच रजिस्टर करून टाकले, असेच घडले ना?

उत्तर : सांगता येणार नाही.

अशा प्रकारची साक्ष झाली. याशिवाय यापूर्वी वडिलांनी एका दाव्यात 'मी मोठ्या मुलाशी बोलत नाही. त्याच्याकडे जात नाही.' या स्वरूपाची जबानी दिली होती. या जबानीची सही-शिक्क्याची नक्कल, तसेच वडिलांनी आईच्या नावे केलेल्या बक्षीसपत्रातील मजकूर, मोठ्या मुलाशी पटत नाही, याचा लेखी पुरावा होता. इच्छापत्र करण्याच्या दिवशी भाऊ-भावजय घरी नव्हते आणि इच्छापत्र बनवणारे, त्यावर साक्ष म्हणून सही करणारे जवळच्या नात्यातील होते. इच्छापत्रातील प्रॉपर्टी मोठ्या भावाने पुढाकार घेऊन स्वतःसाठी घेतली आहे. यामुळे आईवर दबाव आणून हे इच्छापत्र केले गेले. म्हणून ते रजिस्टर केलेले असूनही खोटे ठरले आणि पूर्वी आईने धाकट्या मुलाच्या नावाने केलेले इच्छापत्र खरे ठरले.

इच्छापत्राच्या खरेपणासाठी साक्षीदार महत्त्वाचे

इच्छापत्रावर दोन साक्षीदारांच्या सह्या असणे कायद्याने बंधनकारक आहे. इच्छापत्र अमलात येण्याच्या वेळी ते बनवणाऱ्या व्यक्तीचे निधन झालेले असते. त्यामुळे इच्छापत्राच्या खरेपणाची शहानिशा करण्याची जबाबदारी साक्षीदारांवर येते. इच्छापत्र करताना, ते करणाऱ्या व्यक्तीची शारीरिक, मानसिक परिस्थिती कशी होती? 'इच्छापत्रावर सह्या करायला या' असे त्यातील लाभार्थीने त्यांना सांगितले, की ज्या व्यक्तीला त्यातून काहीच लाभ मिळणार नव्हता, त्या व्यक्तीने सांगितले? इच्छापत्र करणारी व्यक्ती जर अतिशय वृद्ध असेल किंवा निरक्षर असेल, तर त्या व्यक्तीने इच्छापत्रावर सही / अंगठा करण्यापूर्वी त्या व्यक्तीला दोन साक्षीदारांच्या समक्ष इच्छापत्र वाचून दाखवले का? तसे वाचून दाखवल्यावर इच्छापत्र करणाऱ्याने 'लिहिले ते सर्व बरोबर आहे,' असे साक्षीदारांच्या समोर सांगितले का? यानंतर इच्छापत्र करणाऱ्या व्यक्तीने प्रथम 'इच्छापत्र करणार' म्हणून इच्छापत्रावर सही / अंगठा केला का? इच्छापत्रावर ते करणाऱ्या व्यक्तीचीच सही / अंगठा आहे, या साक्षीसाठी साक्षीदारांनी सही केली का? या सर्व बाबी काटेकोरपणे पाळल्या गेल्या आणि त्याची प्रत्यक्ष माहिती साक्षीदारांना असली, तर इच्छापत्र खरे ठरण्यासाठी त्याचा उपयोग होतो.

या सर्व गोष्टी साक्षीदारांसमोर घडलेल्या असल्यामुळे त्यांना उलटतपासणीत कसाही उलटसुलट प्रश्न विचारला, तरी साक्षीदार खरे तेच उत्तर देतात.

इच्छापत्र करणारी व्यक्ती स्वतःच्याच हस्ताक्षरात इच्छापत्र लिहू शकते. त्यावर दोन साक्षीदारांच्या सह्या मात्र आवश्यकच आहेत. अन्यथा 'ते कायद्याप्रमाणे बनवलेले नाही' म्हणून अस्तित्वात येऊ शकत नाही. प्रत्येक इच्छापत्र रजिस्टर करायला हवे, असे कायद्याचे बंधन नाही.

एकदा एक बाई खूप चिंताक्रांत अवस्थेत आमच्याकडे आल्या. म्हणाल्या, ''गेले कित्येक दिवस मला झोप लागत नाही. काय करावं मला सुचत नाही. मी फार काळजीत पडले आहे हो!''

मी म्हटले ''याच्या मागचं नेमकं कारण मला आधी सांगता का?''

''हो सांगते. काय झालंय, माझ्या नावावर बँकेत फिक्स डिपॉझिट आहे. त्यावर पहिलं नाव माझं आहे व दुसरं नाव पतीचं आहे. माझी मैत्रीण म्हणते की, लवकरात लवकर तू त्याचं इच्छापत्र बनवून टाक. आता यात गोष्ट अशी आहे की, पतीचं व माझं पटत नाही. आम्हांला एक मुलगी आहे. तिचं लग्न झालं आहे. मला ते सर्व मुलीला द्यावं असं वाटतं; पण पतीला हे समजलं तर तो मला खूप त्रास देईल. पण आई म्हणून ते मला मुलीलाच द्यावं, असं वाटतं. मी नक्की काय करावें?''

''मला आधी एक महत्त्वाची गोष्ट सांगा की, तुम्ही काही नोकरीधंदा करता का? किंवा तुमचं स्वतःचं काही उत्पन्न आहे का?''

''नाही.'' त्या उत्तरल्या.

''मग हे फिक्स डिपॉझिटचे पैसे कोणाचे आहेत?''

''मी व माझे पती डॉक्टर आहोत; पण लग्नानंतर पतीने मला डॉक्टर असूनही प्रॅक्टिस करू दिली नाही. माझी स्वतःची काहीही मिळकत नाही.''

''मग हे पैसे इन्कम टॅक्सच्या सोयीसाठी पतीने तुमच्या नावावर गुंतवले आहेत. ते तुमचे नाहीत. ज्या व्यक्तीला स्वतःची कमावलेली प्रॉपर्टी नाही, त्याला इच्छापत्र करता येत नाही.''

माझे बोलणे पूर्ण होण्याच्या आतच त्या म्हणाल्या, ''चला, म्हणजे मला इच्छापत्र करता येणार नाही. एका दृष्टीनं बरं झालं. मला मुलीलाच द्यायचं असून, देता येत नव्हतं, याचंच दुःख फार वाटत होतं. आणि तिला दिल्यावर, ही गोष्ट पतीला कळल्यावर तो बदला घेईल, ही भीती वाटत होती. जेव्हा आपल्या हातात काही गोष्ट नसते, तेव्हा ती नशिबावर सोडून दिलेली बरी. बरोबर ना?''

तिचा चिंताक्रांत, केविलवाणा चेहरा मला शांत झाल्यासारखा वाटला. ती गोष्ट त्रासदायक होती, तर त्या लगेच एखाद्या वकिलाकडे का गेल्या नाहीत? कोणीही कायद्यात न बसणाऱ्या गोष्टीचा, गैरसमजाने किंवा कायद्याच्या अर्धवट ज्ञानाने, न येणाऱ्या संकटाचा त्रास करून घेऊ नये.

इच्छापत्र करण्यासाठी स्वकष्टार्जित, एकट्याच्या मालकीची मालमत्ता प्रॉपर्टी असावयास हवी. मग दागिने, फिक्स डिपॉझिट, स्थावर मालमत्ता वगैरे काही असावे. देण्यासाठी स्वकष्टार्जित प्रॉपर्टी नाही, तर नुसत्या अटींसाठी इच्छापत्र बंधनकारक होत नाही.

एकदा एक गृहस्थ आमच्याकडे आले. उंच, धिप्पाड, केशरी पेहराव केलेला, कपाळावर मोठे गंध, हातात सोन्याचे घड्याळ, बोटात विविध ग्रहांच्या अंगठ्या घातलेले असे भारदस्त व्यक्तिमत्त्व असलेले! म्हणाले, ''आम्हांला इच्छापत्र करायचं आहे.''

त्यांच्या बोलण्यात धाक वाटत होता. स्वतःला खूप शहाणे समजून, कुटुंबावर वर्चस्व गाजवणारे, गर्विष्ठ वाटत होते. मी त्यांना विचारले, ''आपल्या कुटुंबात किती माणसं आहेत? त्यातील प्रत्येक व्यक्तीला काय, काय द्यायचं, असं काही टीपण लिहून आणलं आहे का?''

''हो! आणलं आहे, आता इच्छापत्र तुम्ही लिहायचं आहे, आम्ही साक्षीदार आणू. रजिस्ट्रेशनचं काम तुम्ही पाहावं.''

टीपण पुढीलप्रमाणे होते : 'माझ्या मृत्यूनंतर तसेच १० ते १४ दिवसांचे विधी यथासांग करावेत. त्यात हयगय झालेली मला (माझ्या आत्म्याला) चालणार नाही. माझी रक्षा सरस्वती, यमुना, गोदावरी, नर्मदा, कावेरी, ... या सात नद्यांमध्ये विसर्जित करावी. माझे वर्षश्राद्ध सर्व नातेवाईक, माझा मित्र परिवार, ज्यांना मी माहीत आहे, अशा सर्वांना बोलावून विधिवत पार पाडावे. वर्षश्राद्धाचा प्रसाद प्रत्येकाला मिळावा, याकडे कटाक्षाने लक्ष द्यावे. माझ्या गुरूंचे व माझे जन्मदिवस मोठ्या जन्मोत्सव स्वरूपात धूमधडाक्यात साजरे करावेत.'

श्री. देवांनी त्यांना विचारले, ''आपली स्वकष्टार्जित प्रॉपर्टी काय आहे?''

उत्तर आले, ''मी सर्वसामान्यांसारखा पैशाच्या मागे लागून विवंचना करणारा माणूस नाही. मी मोह सोडून निरिच्छपणे आयुष्य घालवलेल्या संतपुरुषाचं आयुष्य जगलो आहे.''

''पण आपण तर सांगितले, आपणास पत्नी व दोन मुलगे आहेत. त्यांचा चरितार्थ कसा चालतो?'' मी विचारले.

''मी उच्चशिक्षित, उच्च पदावर नोकरी करणाऱ्या मुलीशी विवाह केला. संसारातील अर्थकारण सोप्पं झालं. तिनेच मग व्यावहारिक बाजू सांभाळल्या.''

एवढ्या 'सामान्य' व्यक्तीचे इच्छापत्र कायद्यात कसे बसणार? स्वकष्टार्जित प्रॉपर्टी स्वतःच्या इच्छेने ज्याला द्यावी वाटेल, त्याला द्यायची. इथे स्वकष्टच नाहीत, त्यामुळे स्वकष्टार्जित प्रॉपर्टीच नाही.

पुरवणी इच्छापत्र (Codicil)

काही वेळा इच्छापत्रात काही महत्त्वाच्या बाबी लिहावयाच्या राहून जातात. अशा वेळी नवीन इच्छापत्र बनवण्यापेक्षा मूळ इच्छापत्रासोबत पुरवणी इच्छापत्र (Codicil) करता येते. यामध्ये इच्छापत्रात घालायच्या राहिलेल्या प्रॉपर्टीबद्दल सर्व माहिती लिहून ते कोणाला द्यायचे आहे, ते त्याच व्यक्तीला का द्यायचे आहे, याचा सविस्तर उल्लेख करून लिहिता येते. याशिवाय काही मजकूर बदलायचा असेल, तर तोही लिहिता येतो. मात्र, या पुरवणी इच्छापत्रात मूळ इच्छापत्रातील लिहिलेल्या गोष्टीच्या विरुद्ध काही लिहिले गेल्यास मूळ इच्छापत्रातील बाबींचा अर्थ लावताना गोंधळ होईल, असे घडता कामा नये. जर मूळ इच्छापत्रातच बऱ्याच दुरुस्त्या, मोठ्या प्रमाणावर बदल करायचे असल्यास, सरळ पुन्हा नव्याने इच्छापत्र करावे. त्यामुळे इच्छापत्र नीटपणे कार्यान्वित होईल. व्यवहारात स्पष्टपणे समजून घेता येईल, ज्यामुळे कोणताच गोंधळ होणार नाही.

पुरवणी इच्छापत्र करताना मूळ इच्छापत्राप्रमाणेच सर्व नियम पाळावे लागतात. पुरवणी इच्छापत्रात मूळ

इच्छापत्राचा उल्लेख नीटपणे, स्पष्टपणे असावा. मूळ इच्छापत्र किती तारखेला केले आहे, रजिस्टर केले असल्यास त्याचा रजिस्टर नंबर इच्छापत्रात नमूद करावा. मूळ इच्छापत्रात प्रॉपर्टी द्यायची होती, ती राहून गेली; ज्या व्यक्तींना काही प्रॉपर्टी द्यायची होती, त्यांचा उल्लेख करायचे राहून गेले; याशिवाय, 'काही गोष्टी अपेक्षेपेक्षा वेगळ्या घडल्या, त्यामुळे ते पुरवणी इच्छापत्रात नमूद करावे, असे वाटले' याचा स्पष्ट उल्लेख असावा. मूळ इच्छापत्राचा संबंध पुरवणी इच्छापत्रात कुठे व कसा जोडावा, याचाही उल्लेख असावा. या दृष्टीने इच्छापत्र व पुरवणी इच्छापत्र यांना समान महत्त्व आहे.

इच्छापत्र हा एकच दस्त असा आहे, जो एकट्यानेच करावयाचा असतो, त्यात मिळकतीचे हस्तांतरण नसते. इच्छापत्र वारसा बदलते. तो करार नसतो. त्यात मिळकतीचे हस्तांतरणही नसते. त्यात केलेली प्रॉपर्टीची व्यवस्था इच्छापत्र करणाऱ्या व्यक्तीच्या मृत्यूनंतर अमलात येते.

पूर्वीच्या काळात एखादी व्यक्ती सर्वसाधारणपणे उतारवयात इच्छापत्र करण्याचा विचार करत असे. पण, आता परिस्थिती खूप बदलली आहे. वारंवार करावा लागणारा विमान प्रवास, अकाली येणारे मोठे आजारपण, अपघाती मृत्यू अशा विविध कारणांनी पूर्वीपेक्षा लवकरच्या वयात इच्छापत्र करणाऱ्यांची संख्या वाढली आहे.

याशिवाय एक महत्त्वाची बाब या कायद्यात अशी आहे, की इच्छापत्र कितीही वेळा केले तरी शेवटचेच इच्छापत्र (सिद्ध झाले तर) खरे मानले जाते. इच्छापत्राने नेहमीचा वारसाहक्क बदलू शकतो. वारसाहक्काने, नात्याप्रमाणे कोणाला किती हिस्सा मिळणार हे ठरलेले असते. इच्छापत्रात मात्र ते करणाऱ्याच्या इच्छेप्रमाणे तो हिस्सा ठरवला जातो.

वडिलांनी स्वतः मिळवलेली प्रॉपर्टी आहे. त्यांना पत्नी व तीन मुले आहेत. त्यांनी मृत्यूपूर्वी इच्छापत्र केलेले नाही. त्यांच्या मृत्यूनंतर त्यांची पत्नी व तीन मुले असे चौघे वारस आहेत. त्यांना समान हक्काने प्रॉपर्टी मिळणार. अशा वेळी वडिलांनी इच्छापत्र केले असेल, तर त्यात सांगितलेल्या हिश्शाप्रमाणे प्रॉपर्टी मिळणार.

एका कुटुंबात पती-पत्नी आणि त्यांचा एकुलता एक मुलगा होता. पत्नी मृत्यू पावली. मुलगा कायमच्या वास्तव्यासाठी अमेरिकेत राहत होता. तो तेथील श्रीमंत व्यक्तींपैकी एक होता. तो भारतात कधीच येणार नव्हता. म्हणून वडिलांनी त्यांची सर्व प्रॉपर्टी, घर, पैसा, सर्व काही अनाथ मुलांच्या आश्रमाला आणि वृद्धांच्या आश्रमाला इच्छापत्राने दिलेली होती.

इच्छापत्रातील मिळकत ते करणाऱ्याच्या हयातीत ज्यांना दिलेली असते, त्यांच्या मालकीची होत नाही. इच्छापत्र हस्तांतरणाचा दस्त नाही. त्यामुळे इच्छापत्राला स्टँप ड्युटीची आवश्यकता नाही. इच्छापत्र रजिस्टर करताना ते करणाऱ्याचा फोटो आणि सही / अंगठा घेतला जाणे ही बाब इच्छापत्र त्याच व्यक्तीने केले आहे, या खरेपणाला पाठबळ देते. याचा उपयोग इच्छापत्रासंबंधी वाद निर्माण होऊन ते कोर्टात गेल्यास होतो.

इच्छापत्राचा दस्त मृत्यूच्या घटनेशी निगडित असल्याने भावनाशील असतो. त्याची अंमलबजावणी ते करणाऱ्याच्या मृत्यूनंतर होते. त्याबाबत वाद निर्माण झाल्यास तो स्पष्टीकरण देण्यास हजर नसतो, म्हणून या

दस्ताच्या तांत्रिक बाबींची पूर्तता काटेकोरपणे करावी लागते. त्यामुळे त्याच्या खरेपणाबद्दल शंका निर्माण होत नाही. त्याची अंमलबजावणी होण्यास अडचण येत नाही.

इच्छापत्राची अंमलबजावणी ते करणाऱ्याच्या मृत्यूनंतर होते. त्यामुळे त्याबाबत काहीही सांगण्यास तो प्रत्यक्ष हजर नसतो. म्हणून या दस्तामध्ये कायद्याच्या तांत्रिक बाबींची पूर्तता काटेकोरपणे करावी लागते. जर त्या बाबींची पूर्तता केली नाही तर, इच्छापत्राच्या खरेपणाबद्दल काही शंका निर्माण होते. मग ते सिद्ध होण्यास, म्हणजेच त्याची अंमलबजावणी होण्यास अडचण निर्माण होऊ शकते.

इच्छापत्र ही संकल्पना आपल्या देशातील नाही. पूर्वी केवळ वारसाप्रमाणे प्रॉपर्टी मिळत असे. इच्छापत्राची संकल्पना ब्रिटिशांकडून आपल्याकडे आली आहे. भारतीय वारसा कायदा १९२५मधील (Indian Succession Act 1925) कलम ५८पासून पुढे, इच्छापत्र कसे करावे, याबाबत नियम दिलेले आहेत.

त्याचप्रमाणे हा व्यवसाय करताना अनुभवातून जे लक्षात आले आहे, त्याबद्दल महत्त्वाच्या बाबी पुढीलप्रमाणे आहेत :

१. इच्छापत्र लिखित असावे. अपवाद – सीमेवर लढणाऱ्या सैनिकाने लढाईत मरताना जवळच्या सहकाऱ्याला सांगितलेली तोंडी इच्छा ही एकच बाब तोंडी इच्छापत्र म्हणून कायद्याने मान्य केली आहे. प्रत्यक्ष ज्याला सांगितले, त्याने सर्व पुराव्यानिशी ती माहिती कोर्टात देणे आवश्यक आहे. (लढाईत कोणत्या ठिकाणी, कोणत्या वेळी ही इच्छा व्यक्त केली. याबरोबर त्या वेळी इच्छा व्यक्त करणारा व ऐकणारा दोघेही एकाच ठिकाणी होते, याचा पुरावा अपेक्षित आहे.)

२. इच्छापत्र पुढील व्यक्तीला करता येते :

   १. व्यक्तीने स्वकष्टातून एकट्याने प्रॉपर्टी कमावलेली असेल.

   २. व्यक्तीला वडिलोपार्जित प्रॉपर्टीतून वारसाहक्काने काही प्रॉपर्टी मिळालेली असेल, अशा प्रॉपर्टीमधील त्याच्या कुटुंबाला वारसाहक्काप्रमाणे प्रॉपर्टी देऊन जो हिस्सा त्या व्यक्तीला मिळाला असेल, तेवढ्याच हिश्शाचे इच्छापत्र करता येईल. तसेच हिस्सा मिळणार असेल, त्याचेही इच्छापत्र करता येते. म्हणजे वडिलोपार्जित प्रॉपर्टीतील अविभक्त हिश्शाचेही इच्छापत्र करता येते.

   ३. व्यक्तीला बक्षीसपत्राने प्रॉपर्टी मिळालेली असेल, तर ती प्रॉपर्टी त्याच्या एकट्याची होते, त्याचे इच्छापत्र ती व्यक्ती करू शकते.

   ४. व्यक्तीला इच्छापत्रानुसार प्रॉपर्टी मिळालेली असेल, त्या प्रॉपर्टीवर त्याचा एकट्याचा हक्क असतो. ही प्रॉपर्टी तो आपल्या मनाप्रमाणे इच्छापत्र करून कोणालाही देऊ शकतो.

   ५. स्त्रीला स्त्रीधन स्वरूपात मिळालेली प्रॉपर्टी, दागदागिने इत्यादी सर्व तिची एकटीची प्रॉपर्टी असते. स्त्रीने स्वकष्टाने मिळवलेली (नोकरी, धंदा करून) प्रॉपर्टी, वारसाहक्काने मिळालेली प्रॉपर्टी, याबरोबर स्त्रीला मिळालेले स्त्रीधन हे तिच्या एकटीच्या मालकीचे आहे. त्यामुळे यापैकी कोणत्याही स्वरूपात मिळालेल्या प्रॉपर्टीचे इच्छापत्र स्त्री करू शकते.

   ६. इच्छापत्र करताना त्यावर दोन साक्षीदारांच्या सह्या असणे कायद्याने बंधनकारक आहे.

इच्छापत्र करताना घ्यावयाची काळजी

१. इच्छापत्र करताना ज्या प्रॉपर्टीचे इच्छापत्र करायचे ती, त्या व्यक्तीची स्वतंत्र, एकट्याची कशी आहे, याबाबत कायदेशीर आवश्यक माहिती इच्छापत्रामध्ये असावी. ज्यामुळे, ज्यांना इच्छापत्र मान्य नसेल,

ते स्वतःच्या काल्पनिक शंका निर्माण करू शकणार नाहीत.

२. इच्छापत्रामध्ये कोणत्या व्यक्तीला कोणती प्रॉपर्टी द्यायची आहे, त्या प्रॉपर्टीचे वर्णन, ती पटकन ओळखता यावी, असे व्यवस्थितपणे केलेले असावे. जागेच्या, घरांच्या बाबतीत हे वर्णन तंतोतत होते; पण दागिन्यांबद्दल बिनचूक वर्णन असणे, दागिने ओळखण्यासाठी आवश्यक ठरते.

३. इच्छापत्रात प्रत्येक व्यक्तीला प्रॉपर्टी देताना ती, मी का देत आहे, याचे कारण दिल्यास त्यातील सहजभाव, नैसर्गिकता (naturality) समजू शकेल.

४. इच्छापत्रात दिलेली प्रॉपर्टी व्यवहार्य असावी. व्यवहारात ती विभागून देण्यासारखी असावी. म्हणजे एक खोली दोन-तीन जणात एकत्रितरीत्या दिली, तर ती व्यवहार्य होणार नाही. मग त्यात एक गोष्ट नमूद करणे शक्य होईल की, खोली विकून जी रक्कम येईल ती सम भागात तिघांनी वाटून घ्यावी किंवा ज्याला ती स्वतःसाठी हवी असेल, त्याने उरलेल्या दोघांना त्यांची रक्कम एक-तृतीयांशप्रमाणे द्यावी.

५. इच्छापत्रात काल्पनिक (hypothetical) अटी सहसा असू नयेत. उदाहरणार्थ, माझ्या मोठ्या मुलाला पहिला मुलगा झाला, तर अमुक प्रॉपर्टी त्याला द्यावी; पण माझ्या दुसऱ्या मुलाला जर पहिला मुलगा झाला, तर ती प्रॉपर्टी दोघांत वाटून घ्यावी. समजा, पहिल्या मुलाला पहिला मुलगा झाला आणि दुसऱ्या मुलाला पहिली मुलगी झाली, तर काय करावे? म्हणूनच, अटी पूर्ण झाल्या नाहीत, तर काय करावे, हेही पुढे लिहून ठेवावे.

६. इच्छापत्रात अनेक प्रॉपर्टी, वेगवेगळ्या व्यक्तींना द्यायच्या असतील, तर इच्छापत्र करणाऱ्याच्या मृत्यूनंतर इच्छापत्राप्रमाणे वाटणी किंवा व्यवस्था करण्यासाठी एक व्यवस्थापक (Administator / Executor) 'इच्छापत्र करणारा' नेमू शकतो. त्यामुळे इच्छापत्रामधील व्यवस्थेप्रमाणे सर्व घडून येते आहे ना, यावर व्यवस्थापक अधिकाराने लक्ष ठेवू शकतो आणि इच्छापत्राप्रमाणे नियोजनपूर्वक वाटप करू शकतो. इच्छापत्र तयार करताना अशी कामे करण्याची कुवत असलेली व्यक्ती इच्छापत्रकर्त्याने निवडावी व हे काम करणार असल्याबद्दलची संमती घ्यावी.

७. असा व्यवस्थापक नेमल्यानंतरही लाभार्थ्यांमध्ये इच्छापत्राच्या खरेपणाबद्दल किंवा मिळालेल्या हिश्शांबाबत वाद निर्माण झाल्यास ते इच्छापत्र कोर्टातून सिद्ध करून घ्यावे लागते. इच्छापत्रामधील योजनेप्रमाणे व्यवस्था करणासाठी ज्या व्यक्तीची (Executor) व्यवस्था केली असेल, त्याने कोर्टात प्रोबेट (इच्छापत्र खरे असण्याचा कोर्टाचा हुकूम) मिळण्यासाठी अर्ज करावा लागतो. प्रोबेट मिळाल्यास ते सर्वांवर बंधनकारक असते. इच्छापत्रामधील योजनेप्रमाणे त्याचा व्यवस्थापक नेमला नसल्यास, किंवा तो नेमला असूनही नंतर काम करण्यास ती व्यक्ती तयार नसेल, तर इच्छापत्राप्रमाणे व्यवस्था होण्याचा अधिकार मागण्यासाठी अर्ज (Letter of Administration) करता येतो.

वरील दोनही प्रकारांत न्यायालयाकडून जाहीर नोटीस वर्तमानपत्रात दिली जाते. ती प्रॉपर्टीवर लावली जाते व हरकती मागवल्या जातात. तसेच अर्जातील सर्व लाभार्थींना नोटीस बजावली जाते. यानंतर आवश्यक ती चौकशी करून हरकती असल्यास अर्जातील दोनही बाजूंकडून पुरावा घेऊन त्याचा मेरिटवर कोर्ट हुकूम करते व त्यावर प्रोबेट किंवा लेटर ऑफ ॲडमिनिस्ट्रेशन कोर्टातून मिळते.

८. इच्छापत्रावर सह्या करणारे दोन साक्षीदार असावेत. ते वृद्ध असू नयेत. कारण, इच्छापत्र करणाऱ्याच्याच वयाचे ते असतील, तर इच्छपत्राच्या खरेपणासंबंधी वाद झाला, आणि तेच हयात नसतील, तर न्यायालयातील वादात साथ देण्यासाठी त्यांच्याइतका महत्त्वाचा साक्षीदारच हजर नाही, असे घडते व

इच्छापत्र सिद्ध करणे अवघड ठरते.

९. इच्छापत्रावर सहसा दागिने, मौल्यवान वस्तूंची नावे न घालता, त्या ज्याला द्याव्याशा वाटतात, त्यांना स्वतःच देऊन टाकाव्यात. एक गोष्ट अशी की, एक तर त्या स्वतः देण्याचे समाधान लाभेल. त्या प्रत्येक गोष्टीचे वजन, डिझाईन वगैरे बारीक तपशील घालण्याचा त्रास वाचेल. शिवाय, जर हे इच्छापत्र वादाच्या भोवऱ्यात सापडले व कोर्टात प्रकरण दाखल झाले, तर त्याला कोर्टाचा हुकूम घेताना स्टँप फी लावावी लागेल. मात्र, प्रत्यक्ष देण्याने स्टँपचा खर्चही वाचेल.

१०. इच्छापत्र साध्या, सोप्या भाषेत असावे. बोजड शब्द, संदिग्धता, भाषेची क्लिष्टता नसावी. इच्छापत्र करणाऱ्याला नेमके काय सांगायचे आहे, ते त्याने स्पष्ट शब्दात मांडावे.

११. इच्छापत्र करणाऱ्याने ज्या व्यक्तीवर त्याचा पूर्ण विश्वास आहे, त्याच्याकडे ते ठेवायला द्यावे, म्हणजे ती व्यक्ती इच्छापत्र करणाऱ्याच्या मृत्यूनंतर त्याच्या कुटुंबीयांना ते इच्छापत्र दाखवू शकेल.

१२. एक व्यक्ती कितीही वेळा इच्छापत्र बनवू शकते. यातील शेवटचे इच्छापत्र कायद्याने ग्राह्य धरले आहे. व्यक्तीने इच्छापत्र बनवले, त्यानंतर काही वर्षांनी त्यात फेरबदल करावासा वाटला, परिस्थितीत झालेल्या बदलांचा अंतर्भाव करावासा वाटला, म्हणून नवीन इच्छापत्र बनवले, तर त्यात पूर्वी केलेल्या इच्छापत्राचा उल्लेख करावा व 'आधीचे इच्छापत्र रद्द समजावे' असे त्यात म्हणावे.

कोणत्याही व्यक्तीला इच्छापत्रानेच प्रॉपर्टी द्यायची आहे, असेच जर वाटत असेल, तर कोणत्याही वयात इच्छापत्र करावे. अशी व्यक्ती जर वृद्ध असेल तर तिने केव्हातरी पुढे करू, असा विचार करून कारण नसताना दिरंगाई करू नये. उलट फार काळ न थांबता लवकरात लवकर इच्छापत्र करावे. कारण आपल्या मनातील इच्छा पूर्णत्वाला नेण्यासाठी इच्छापत्र करण्याचा निर्णयही लवकर अमलात आणला पाहिजे, हे लक्षात ठेवावे.

हिंदू लॉ
Hindu Law

'हिंदू लॉ'चा मुख्य उगम अनेक प्राचीन ग्रंथ आणि पारंपरिक प्रथा, रूढी, रीतीरिवाज यातून झाला आहे. ग्रंथातील धर्मशास्त्र, चिकित्सा, विश्लेषण, टीका, अशा प्रकारचे ग्रंथ हेसुद्धा हिंदू कायद्याच्या मूळ संकल्पनांचा विस्तार करणारे आहेत. हिंदू कायद्यात सर्व हिंदू धर्मीयांना सर्वसमावेशक लागू होणारी एकसूत्र न्याय देणारी पद्धती नव्हती. पंचायती, जातपंचायती, पारंपरिक चालीरीती, रूढी, धर्मसभा यांच्यातर्फे न्यायनिवाडे होत असत. अशा पद्धती जाती, पोटजातीमध्ये वेगवेगळ्या असत. यापैकी बऱ्याच पद्धती क्रूर व अतार्किक होत्या. ('तू खोटं बोलतो आहेस. तुझं म्हणणं खरं असेल तर, तू तापलेल्या तेलातील पैसा काढून दाखव!' किंवा 'देवावर फूल ठेव ते उजवीकडे पडते की डावीकडे पडते' यावरही खऱ्या-खोट्याचा निर्णय अवलंबून असे.) या न्यायपद्धतीत भाबडेपणाला आव्हान दिले जात असे. याशिवाय महाराज, जादूटोणा करणारे, अंगात येणारे, बुवाबाजी करणारे स्वतःला न्यायाधीश असल्यासारखे समजत असत. हिंदू समाज काही तत्त्वांवर आधारित असला, तरी आचरणात केवळ तेवढीच तत्त्वे नसल्याने वर्तनात विविधता होती.

मुळात कायदा लागू करण्यासाठी कोणास हिंदू म्हणावे हा प्रश्न होता. जैन, बौद्ध, शीख हे हिंदू धर्मातूनच निर्माण झालेले पंथ होते. त्यांची संख्याही मोठी होती. याशिवाय, आर्य समाज, लिंगायत, ब्राह्मो समाज असेही पंथ हिंदू धर्मात होते व आहेत. हे सर्व मूळ हिंदू धर्मावर आधारित होते. पण धर्माचरण करताना रूढी, परंपरा, चालीरीतींना जास्त महत्त्व देत होते. अशा विविध आचरण करणाऱ्या समाजात कायद्याने एकसूत्रता आणणे हे मोठे अवघड काम होते.

इंग्रज भारतावर राज्य करताना सुरुवातीला त्यांची न्यायव्यवस्था कशी होती? सुरुवातीला न्याय करताना पंडित, काझी व इतर धर्मीयांचे जाणकार यांची मदत घेऊन न्याय होत असे. असे निर्णय उच्च न्यायालय व प्रिव्ही कौन्सिलपर्यंत कायम झाल्यानंतर, तो निर्णय कायद्याचा एक उत्तम असा नमुना (Case Law, Precedent) होऊन अमलात येत असे. असे दाखले हा हिंदू लॉचा एक मोठा भाग झाला.

विसाव्या शतकाच्या सुरुवातीला लॉर्ड मेकॉले यांनी सिव्हिल प्रोसिजर कोड म्हणजेच भारतीय दिवाणी संहिता अमलात आणून न्यायदानाच्या प्रक्रियेत सुसूत्रता आणली. हिंदू व्यक्तींच्या वेगवेगळ्या नात्यातून निर्माण

झालेल्या विविध प्रवाहासाठी स्वतंत्र कायदे करणे स्वातंत्र्यानंतर आवश्यक वाटू लागले. राज्यघटना मंजूर झाल्यानंतर हिंदू समाजातील कायद्याच्या व त्याच्या अंमलबजावणीत सुसूत्रता यावी म्हणून हिंदू धर्मीयांसाठी स्वतंत्र कायदे करण्याची आवश्यकता होती.

इंग्रजांच्या राज्यात शिक्षणाचा प्रसार झाल्यामुळे हिंदू समाज प्रगल्भ होऊ लागला. सुशिक्षितांना धर्मातील काही रूढी, चालीरीती क्रूर वाटू लागल्या. शिक्षितांच्या कलाने घेऊन इंग्रजांनी सावधानता बाळगून सतीबंदी, बालविवाह बंदी कायदा केला. तसेच एखाद्या व्यक्तीस वेडी, अपंग किंवा आजारी व्यक्ती या कारणांमुळे वारसा न मिळणे हा आधीचा कायदा रद्द करून सर्व वारसांना कायद्याप्रमाणे हिस्सा मिळणारा कायदा केला. विधवा पुनर्विवाह कायदा (Hindu Widow's Remarriage Act 1956) केला.

एकत्र कुटुंबाच्या पैशाने किंवा कुटुंबातील एखाद्या व्यक्तीच्या पैशाने शिक्षण घेतलेल्या त्याच कुटुंबातील व्यक्तीने स्वतःच्या कौशल्याने मिळवलेली प्रॉपर्टी त्याची एकट्याची असते हे १९३०च्या कायद्यात नमूद केले (The Hindu Gains of Learning Act 1930). यानंतर एकत्र कुटुंबातील मिळकतीविषयक स्त्रीच्या हक्काचा कायदा (The Hindu Women's Right To Property Act 1937) केला. या कायद्यामुळे पतीच्या निधनानंतर तिलाही त्याच्या मिळकतीत मुलाप्रमाणे हक्क मिळायला लागला. अशा प्रकारे प्रॉपर्टीत प्रथमच पत्नीला (विधवा स्त्रीला) फक्त तिच्या हयातीपर्यंतच हक्क मिळाला.

स्वातंत्र्य मिळाल्यानंतर राज्यकर्त्यांना, समाजसुधारकांना सर्वसामान्य व्यक्तीच्या जीवनासंबंधी कायदे करण्याची आवश्यकता भासू लागली. या प्रक्रियेला राज्यघटना अस्तित्वात आल्यानंतर आणखी वेग आला. त्या वेळी कायदेतज्ज्ञ असलेल्या व तळागाळातल्या समाजाची जाण असलेल्या डॉ. बाबासाहेब आंबेडकर यांच्या मार्गदर्शनाखाली 'हिंदू कोड बिल' अस्तित्वात आले.

डॉ. आंबेडकरांच्या अध्यक्षतेखाली बौद्ध, शीख, जैन व हिंदू या सर्वांना समावेशक कायदा म्हणजे 'हिंदू कोड बिल' तयार झाले. या धर्मांमधील विविधता सांभाळण्यासाठी व कायद्यात एकसूत्रता आणण्यासाठी या कायद्याची निर्मिती झाली. या सर्व समावेशकतेच्या धोरणास या चारही धर्मीयांनी हरकत घेतली नाही. भारतीय राज्यघटना व हिंदू कोड बिल आपल्या देशाला डॉ. आंबेडकरांनी दिलेली अनमोल देणगी आहे. या हिंदू कोड बिलाचे कायद्यात रूपांतर झाले. ते कायदे म्हणजे –

१. हिंदू विवाह कायदा १९५५ (The Hindu Marriage Act 1955)
२. हिंदू वारसा कायदा १९५६ (The Hindu Succession Act 1956)
३. हिंदू पाल्य व पालकत्वाचा कायदा १९५६ (The Hindu Minority and Guardianship Act 1956)
४. हिंदू दत्तक व पोटगीचा कायदा १९५६ (The Hindu Adoptions and Maintenance Act 1956)

या सर्व कायद्यांची माहिती स्वतंत्रपणे पुढील प्रकरणात दिली आहे.

हिंदू वारसा कायदा, १९५६
The Hindu Succession Act, 1956

सरकारने हिंदू वारसा कायद्यात काळाप्रमाणे सुसंगती आणण्यासाठी एका खास समितीची नेमणूक केली होती. त्या समितीचे अध्यक्ष श्री. राव यांनी १९४८मध्ये समितीचे बिल सादर केले. यामध्ये अनेक प्रस्तावांचा विचार करून हिंदू कोड बिलातील वारसा कायदा तयार झाला. तो पार्लमेंटमध्ये १९५६मध्ये जैन, शीख, बुद्ध, हिंदू या सर्वांना हिंदू संबोधून मंजूर झाला.

हा कायदा मृत्युपत्र न केलेल्या व्यक्तीच्या वारसांसाठीच आहे. मृत्युपत्र केलेले असल्यास ती मिळकत मृत्युपत्राच्या कायद्याप्रमाणे त्यातील लाभार्थींना मिळते.

हिंदू वारसा कायदा १९५६नुसार मुलींना फारच मर्यादित हक्क होता. तथापि, २००५च्या हिंदू वारसा कायद्यातील दुरुस्तीमुळे वारसा कायद्यात आमूलाग्र बदल झाला.

२००५च्या कायद्याने मात्र स्त्रियांना प्रॉपर्टीत पुरुषांइतका हक्क निर्माण झाला.

स्त्रियांना दोन प्रकारच्या प्रॉपर्टीत हक्क मिळतो. एक कुलकन्या म्हणून ज्या घरात ती जन्म घेते त्या पित्याकडून, आणि ज्या घरात विवाह करून जाते तेथे विवाहामुळे कुलवधू म्हणून. तिला एकत्र कुटुंबाच्या मिळकतीत, पतीच्या निधनानंतर वारसाने किंवा पती हयात असताना, वाटप केल्यास तिच्या वारस मुलांइतका हक्क मिळतो.

पिता किंवा पती यांच्या स्वकष्टार्जित प्रॉपर्टीतून वारसांना वारसाहक्क त्यांच्या मृत्यूनंतरच मिळतो. त्यास प्रतिबंध वारसा (Obstructed Heritage) असे म्हणतात.

वारसाहक्क ठरवण्यापूर्वी मिळकत एकत्र कुटुंबाची आहे, की एकट्याची आहे, स्वकष्टार्जित आहे किंवा स्वतंत्र आहे, याचा विचार करावा लागतो.

एकत्र कुटुंबाची मिळकत जी वाटपास पात्र असते, अशी एकत्र कुटुंबाची मिळकत म्हणजे –

१. तीन पिढ्यांतील वाडवडिलार्जित मिळकत,

२. एकत्र कुटुंबातील घटकांच्या कष्टातून मिळवलेली मिळकत,

३. एकत्र कुटुंबाच्या उत्पन्नाच्या साहाय्याने घेतलेली मिळकत,

४. कोणाही एका घटकाने स्वतः मिळवलेली मिळकत, एकत्र कुटुंबाच्या मिळकतीत समाविष्ट केली आहे, अशी मिळकत,

५. एकत्र कुटुंबाच्या धंद्याच्या उत्पन्नातून घेतलेली मिळकत,

ही एकत्र कुटुंबाची मिळकत असते. याचे वाटप वारसाहक्काप्रमाणे होते.

स्वकष्टार्जित मिळकत ही एकट्याने, स्वकष्टाने एकत्र कुटुंबाच्या मदतीशिवाय कमावलेली मिळकत असते.

पितृद्रव्य विरोधेन यत् अर्जितम् तत स्वयम् अर्जितम्।।

(वडिलांच्या मिळकतीची मदत न घेता स्वतःच्या हिमतीवर मिळवलेली मिळकत स्वकष्टार्जित असते.)

स्वतंत्र मिळकत

स्वतः कष्ट न करता एखाद्यास बक्षीसपत्राने, मृत्युपत्राने किंवा अन्य प्रकारे स्वतंत्रपणे मिळालेली मिळकत, या तीन प्रकाराने मिळालेली मिळकत 'स्वतंत्र मिळकत' समजली जाते.

स्वकष्टार्जित मिळकत व स्वतंत्र मिळकत यांचा वारसा, वारसाहक्काच्या कलम ८ प्रमाणे म्हणजेच प्रथमतः आई, पत्नी व मुले यांना सारख्या प्रमाणात व एकाच वेळी (equally and simultaneously) मिळतो. यांना Class One Heir म्हणतात. समजा, यामधील कोणी व्यक्ती मृत्यू पावली असल्यास त्याचा हक्क त्याच्या इतर वारसदारांस मिळतो. परंतु, असे Class One Heirs कोणीही नसल्यास मयताच्या वडिलांना वारसा मिळतो.

स्त्रियांच्या वारसाहक्काबद्दल काही तरतुदी

स्त्रियांच्या वारसाबद्दल स्वतंत्र तरतूद आहे. स्त्रीला माहेरून आणि सासरहून प्रॉपर्टी मिळू शकते. १९५६च्या कायद्यापासून स्त्रीला कोठूनही मिळालेली प्रॉपर्टी पूर्णपणे तिच्या मालकीची (Absolute Property) असते.

१९५६च्या वारसा कायद्यात प्रॉपर्टीतील स्त्रीचा मर्यादित हक्क तिच्या पूर्ण मालकीचा झाला.

स्त्रीच्या निधनानंतर तिच्या स्वकष्टार्जित मिळकतीचा वारसा प्रथमतः तिची मुले आणि पती यांच्याकडे जातो. असे कोणी नसल्यास तो पतीच्या वारसांकडे जातो. असेही कोणी वारस नसले तर तो पतीच्या आईवडिलांकडे जातो.

वारसाप्रमाणे नियम असले तरीही स्त्रीच्या आईवडिलांकडून मिळालेली मिळकत वारसाहक्काने प्रथम तिच्या मुलांना, मुले नसल्यास ती प्रॉपर्टी स्त्रीच्या आईवडिलांना मिळते.

थोडक्यात, स्त्रीला पतीकडून मिळालेली प्रॉपर्टी कोणी वारस मुले नसतील तर पतीच्या आईवडिलांना मिळते. म्हणजे ज्या घरातून मिळाली त्याच घरात परत जाते. त्याचप्रमाणे पित्याकडून स्त्रीला मिळालेली प्रॉपर्टी तिच्या मुलांना वारसाहक्काने मिळते. तिला वारस नसल्यास तिच्या आईवडिलांना म्हणजे माहेरच्याच घरात परत जाते.

हिंदू वारसा हक्क, कायदा, धर्म, रूढी, परंपरा, चालीरीती, रिवाजावर आधारित आहे आईच्या पोटात मूल असल्यापासून त्याचे अस्तित्व व हक्क, हिंदू कायदा मान्य करतो. जर पित्याच्या मृत्यूनंतर त्याचा जन्म झाला (posthumous child) तरीही तो वारसाहक्क मागू शकतो. दोन व्यक्ती एकाच वेळी अकस्मात मृत्यू पावल्या, तर वयाने मोठी व्यक्ती आधी मृत्यू पावली, असे कायद्यात समजले जाते. म्हणजे समजा, वडील आणि आई अपघातामध्ये एकाच वेळी मृत्यू पावले. तर, वडील आधी मृत्यू पावले आहेत असे समजले जाते

व त्याप्रमाणे वारसांना हक्क मिळतो. त्या अनुषंगाने पुढील वारसांना हक्क प्राप्त होतो.

पूर्वीच्या कायद्याप्रमाणे विवाह झालेल्या स्त्रीला माहेरच्या एकत्र मिळकतीतील हिस्सा मागण्याचा हक्क नव्हता. पण २००५पासून तो हक्क स्त्रीला मिळाला आहे.

एखाद्या व्यक्तीने धर्म बदलला व त्यानंतर त्याला अपत्य झाल्यास त्या व्यक्तीला अथवा त्याच्या वारसाला त्याच्या आजोबांच्या प्रॉपर्टीतील हिस्सा मिळत नाही. वडिलांच्या प्रॉपर्टीचे वाटप करताना जणू तो मुलगा हयात नाही, असे समजून प्रॉपर्टीचे वाटप केले जाते.

एखाद्या व्यक्तीस मृत्यू आल्यावर त्याला कोणीही वारस नसल्यास त्याची सर्व मिळकत सरकारजमा होते.

हिंदू वारसा हक्कासंबंधी आणखी एक महत्त्वाची गोष्ट माहीत करून घेणे आवश्यक आहे : हिंदू वारसा कायद्याचे हक्क रक्ताच्या नात्यानेच येतात. असे रक्ताचे नाते असलेले वारस (coparcener) हिंदू एकत्र कुटुंबातील प्रॉपर्टीमध्ये वाटपाचा दावा करू शकतात. यामुळे पत्नीला वाटपाचा स्वतंत्र हक्क नाही. परंतु सर्वच व्यवहारात पत्नी ही अर्धांगिनी असल्यामुळे वाटप झाल्यावर मात्र तिला पतीच्या अथवा मुलांच्या हक्काइतकाच हिस्सा मिळतो. परंतु, तो वारसा नसतो. रक्ताच्या नात्याने मुले दावा करू शकतात व वाटप मागू शकतात. परंतु पत्नीचे असे रक्ताचे नाते पतीशी नसते, त्यामुळे ती स्वतंत्ररीत्या वाटप मागण्यासाठी दावा करू शकत नाही.

वाटपाचे दावे
Suit for Partition

दिवाणी कायद्याखाली येणाऱ्या इतर केसेसपेक्षा वडिलोपार्जित प्रॉपर्टीच्या वाटपाच्या केसेस कोर्टात जास्त संख्येने दाखल होतात. कारण प्रत्येक पिढीत प्रॉपर्टीचे वाटप होण्याचे प्रसंग येतात. त्यात वाद निर्माण होत राहतात. वास्तविक हिंदू वारसा कायद्यात प्रत्येक वारसाचे त्याच्या नात्याप्रमाणे हिस्से ठरवले गेले आहेत. असे असूनही वडिलोपार्जित प्रॉपर्टीच्या वाटपाबद्दल लोकांच्या मनात अनेक गैरसमज आहेत.

'मी मोठा भाऊ. मला जास्त हिस्सा मिळावा', 'लहान असूनही आईवडिलांचा शेवटपर्यंत मीच सांभाळ केला, मग मला जास्त हिस्सा का मिळू नये?', 'मी गावी राहून एकट्याने जमीनजुमला इतर प्रॉपर्टी सांभाळली, म्हणून मला जास्त हिस्सा मिळावा', 'मी धाकट्या भावाला शिकवले म्हणून त्याने मिळवलेल्या प्रॉपर्टीत मला हिस्सा मिळावा', इत्यादी विविध प्रकारचे गैरसमज असतात. याशिवाय, हिंदू वारसा कायद्यात अनेक सुधारणा झाल्यामुळे कुटुंबातील घटकांचे हिस्से बदलत गेले, त्या बाबतीतही अनेक गैरसमज निर्माण झाले.

कारण काहीही असो, वाटपाच्या वादातील भांडणे अटीतटीची असतात. या भांडणात दोन-तीन पिढ्या गेल्या, खर्चही खूप झाला, या सर्वांचा आयुष्यावर वाईट परिणाम झाला, तरी माघार घेतली जात नाही. वास्तविक कितीही लबाडी करून वाटणीपेक्षा जास्त प्रॉपर्टी हडप करण्याचा एखाद्याने घाट घातला तरी प्रत्येकाचे हिस्से कायद्याने ठरतात, त्यामुळे त्याची लबाडी उघडकीला येते. तसेच वाटणीपेक्षा जास्त प्रॉपर्टीचा ताबा असलेली पार्टी दावा चालवण्यास जमेल तेवढी दिरंगाई करून जास्त उत्पन्न मिळवू पाहते. मात्र, याही ठिकाणी जी पार्टी प्रॉपर्टी ताब्यात मिळेपर्यंत त्यातील उत्पन्नास वंचित राहते, त्या पार्टीला दरम्यानचे उत्पन्न मागण्याचा आणि वसूल करण्याचा कायद्याने हक्क आहे. असे असेल तर आपल्याच नातेवाइकांशी भांडून, कायमचा दुरावा पतकरून पैसा, वेळ खर्च करून दावे लावावेत का?

येथे एकच नमूद करावेसे वाटते, वाटपातील एकाच घटकाला वगळून इतरांनी भरपूर संपत्ती वाटून घेतली तर असा अन्याय त्याने सहन करू नये. त्याने दावा लावून आपला हक्क मागावा. तरीही, वडिलोपार्जित प्रॉपर्टीच्या वाटपाच्या दाव्यांबाबतचे अनेक गैरसमज दूर झाल्यास अनेक वाद केवळ चर्चेने मिटवता येतील, हा दृष्टिकोण प्रत्येकाने ठेवावा, असे वाटते. त्यासाठीच वाटपाचे दावे, हे स्वतंत्र प्रकरण लिहिले आहे.

''काही वेळापूर्वी माधव फोनवर बोलत असताना त्याला हृदयविकाराचा तीव्र झटका आला आणि त्यातच तो गेला. खूपच अचानक हे घडलं. आपण त्याचे वकील आहात. आपणास ही गोष्ट कळली पाहिजे म्हणून मी फोन केला आहे.''

''माधव सकाळीच ऑफिसमध्ये येऊन गेले होते. बातमी ऐकून खरोखर धक्का बसला. त्यांच्या दाव्यातील काही महत्त्वाचे कागद घेऊन ते उद्या ऑफिसमध्ये येणार होते. खूपच वाईट घडलं, असं घडायला नको होतं.'' फोनवर बोलणारी व्यक्ती ओळखीची नव्हती, म्हणून मी इतकेच बोलले.

माधवची वाटपाची केस गेली चार-पाच वर्षे आमच्याकडे होती. माझे पती व मी, आम्ही दोघेही ती केस हाताळत होतो. माधवचे पणजोबा फार मोठे नावाजलेले डॉक्टर होते. धन्वंतरी म्हणून त्यांचा फार मोठा नावलौकिक होता. त्यांनी प्रामाणिकपणे व्यवसाय करून खूप पैसा मिळवला. त्यातून बरीच प्रॉपर्टी म्हणजे खूप जमिनी खरेदी केल्या. पणजोबांना दोन मुलगे होते. त्या दोघांचे एकमेकांशी कधीच पटले नाही. वडिलांच्या मृत्यूनंतर प्रॉपर्टीवरून त्यांच्यामध्ये खूपच वादविवाद झाले. माधवच्या आजोबांनी त्यांच्या उतारवयात या प्रॉपर्टीच्या वाटपासाठी सख्ख्या भावावर दावा दाखल केला. पण त्यांच्या हयातीत हा दावा संपला नाही. त्यांच्यानंतर माधवच्या वडिलांवर या दाव्याची वारसाहक्काने जबाबदारी येऊन पडली. कारण आजोबांना माधवचे वडील हाच एक मुलगा होता. तारखेच्या दोन-तीन दिवस आधी माधवचे वडील त्यांच्या जवळील कागदपत्रांची उलटापालट करत, नोट्स काढत असत.

कोर्टाच्या तारखेच्या दिवशी त्यांचे घरातल्या गोष्टीत लक्ष नसे. सर्व कामकाज लवकर आटोपून ते सकाळी साडेदहा वाजता कोर्टात जात. तेथून घरी आल्यावर त्यांचा होणारा संताप, त्यानंतर घरातील चर्चा, यामुळे घरातील बिनसलेले वातावरण अनुभवत माधव मोठा होत होता. माधवच्या आयुष्यात या दाव्याचा विषय त्याला सतत टोचत राही.

त्याच्या पणजोबांनी बांधलेले घर म्हणजे सुंदर भव्य, वास्तुशिल्प होते. आता या भांडणाने घराचे दोन भाग पडले होते. भिंतीला लागून विरुद्ध पार्टीच्या भिंती होत्या. 'आपले बोलणे शेजारी ऐकू जाईल म्हणून हळू बोला', 'आपले दुःख शेजारच्या शत्रूला कळले तर, ते आनंद साजरा करतील, म्हणून मोठ्यांदा दुःख व्यक्त करू नका', 'आपण मोठ्यांदा हसायला नको, त्यांची दृष्ट लागेल', अशा तणावातच माधवच्या वडिलांचा संसार पुढे चालला होता. माधवच्या बहिणीचे लग्न ठरले, तेव्हा सारी तयारी त्याच्या आईच्या मैत्रिणीकडे केली. कारण, ही गोष्ट शेजारी समजली तर नवरदेवाच्या घरी जाऊन ते आपल्याबद्दल वाईट सांगून लग्न मोडतील; अशा आपल्या जवळच्याच नात्याचा ताण मनावर घेऊन हे कुटुंब आयुष्य ओढत होते. वडील होते तोपर्यंत माधववर कोर्टप्रकरणाची प्रत्यक्ष जबाबदारी नव्हती. पण माधव दुरून हे सर्व पाहत होता. वडील नसताना संधी मिळेल तेव्हा प्रत्यक्ष प्रकरण काय आहे, याचा अभ्यास करत होता.

या सर्वांचा माधववर खूप परिणाम झाला होता. वडिलांच्या मृत्यूनंतर तो त्याच्या दोन भावांना घेऊन आमच्याकडे आला. त्याच्या दाव्याच्या कोर्टातील तारखेच्या दिवशी आम्ही वकीलपत्र दाखल केले. त्याच दिवशी विरोधी पार्टीचा अर्ज कोर्टात दाखल झाला. मी तो वाचला आणि म्हटले, ''त्यावर लगेच जबाब देऊ. अर्जात काही तथ्य नाही. प्रकरण लांबवण्यासाठी त्यांनी हा

तथ्य नसलेला अर्ज दिला आहे.''

पण माधवने माझे म्हणणे ऐकले नाही. तो म्हणाला, ''या अर्जाच्या झेरॉक्स प्रती काढतो. घरी नेतो. शांतपणे वाचतो. मागील सर्व घटना तपासून पाहतो. कच्चा जबाब लिहून आणतो. ते पाहून तुमचा जबाब तयार करा. त्यावर चर्चा करू आणि नंतर तो जबाब दाखल करू. अर्जाच्या सुनावणीच्या आधी त्यावर तयारी करू. वेळ गेला तरी हरकत नाही, पण प्रत्येक गोष्टीची अभ्यासपूर्ण तयारी झाली पाहिजे.''

एका अर्थहीन अर्जासाठी माधवने सांगितलेली योजना ऐकून मी थक्क झाले. माझ्या लक्षात आले, की त्याची मुले, पत्नी यांचा त्याच्या मनात विचारही नव्हता. अत्यंत हुशार असूनही त्याने नोकरीत बदली स्वीकारली नाही. ऑफिसमध्ये वरच्या पदासाठी परीक्षा दिली नाही. आहे त्याच पदावर तो नोकरी करत राहिला. आजोबा आणि वडिलांच्या म्हणण्याप्रमाणे वाटप हवे, हा एकच ध्यास त्याला लागला होता; पण आज तो या जगात नव्हता.

माधवच्या मृत्यूनंतर त्याचे दोन भाऊ आमच्याकडे आले व म्हणाले, ''आपण पहिल्याच भेटीच्या वेळी म्हणाला होतात, की ही केस समझोता करून मिटवणं सर्वांच्याच दृष्टीने योग्य आहे. आज आम्ही दोघंही या गोष्टीसाठी तयार आहोत.''

मग लगेचच, त्या दोघांसमोरच विरुद्ध पार्टीच्या वकिलांना फोन केला. दोन्ही पार्टी, दोन्ही बाजूचे वकील यांची बैठक झाली. पहिल्या बैठकीमध्ये खूप भांडणे झाली. वकिलांनी सर्व सांभाळून घेतले. मग चार-पाच बैठका झाल्या. वेगवेगळ्या बिल्डरशी बोलणी केली. दोन्ही पार्टींच्या मनाप्रमाणे मागण्या मान्य करणाऱ्या बिल्डरशी करार झाले. आमच्या पक्षकारांनी वडिलोपार्जित वाड्यापासून दूर उत्तम निवासी जागा घेतल्या. शिवाय, बिल्डरने कराराप्रमाणे मोठ्या रकमा देऊ केल्या. आज सर्व जण मानसिक आणि आर्थिक दृष्टीने सुखात आहेत. फक्त याचा अनुभव घ्यायला त्यांचे आजोबा, वडील आणि भाऊ माधव हे तिघेही नव्हते.

ही केस सविस्तर लिहिताना वाटले, माणूस किती हट्टी, दुराग्रही आणि अविचारी असतो. भांडणात तीन पिढ्या गेल्या; पण वाद संपत नव्हता. हे असे का होते? वाटपाचे दावे हे नात्यात असतात. एकदा का यात वाद सुरू झाला, वितुष्ट आले की नात्यात उणीदुणी वाढतात. गैरसमजाने वागणुकीचे विरुद्ध अर्थ लावले जातात. इतरांना चांगली वाटणारी व्यक्ती दाव्यामुळे नातेवाइकांना लबाड, दुष्ट, मानभावी वाटू लागते. कोर्टातील भांडणांपेक्षा या दुराव्याच्या गैरसमजाच्या गोष्टींमुळे एकमेकांशी बोलणे बंद होते. यामुळे गैरसमजाला जोर येतो. लहानपणी जिवाला जीव देणारी भावंडे वेळप्रसंगी एकमेकांच्या जिवावरही उठतात. आणखी एक केस तशीच आहे.

भरपूर जमीनजुमला असलेले खेडेगावातील एक कुटुंब. तीन मुलगे, चार मुली आणि आईवडील असे सर्व एकत्र राहत होते. वडिलांच्या मनात आले, आपल्या घराण्याची इस्टेट आपल्या घरीच राहावी म्हणून, त्यांचे तीनही मुलगे सज्ञान झाल्यावर प्रॉपर्टीचे तिघांत वाटप केले. त्यात स्वतःने हिस्सा घेतला नाही. कारण, त्या काळात वडील हयात असताना मुलींना हिस्सा मिळत नसे. पण, वडील गेल्यानंतर त्यांचा (वडिलांचा) हिस्सा पत्नी, मुलगा, मुलगी यांना समान मिळत असे. तो हिस्सा मुलींना मिळू नये म्हणून तीन मुलांत फक्त कागदोपत्री वाटप केले.

कालांतराने मोठ्या मुलाचे लग्न झाले. त्याला चार मुलगे झाले. संसाराचा व्याप मोठा म्हणून त्याने वडिलांना वाटपातील त्याचा हिस्सा तुटक करून मागितला. वडिलांना असा तुटक करून हिस्सा द्यायचा नव्हता. त्यांनी असा हिस्सा देणार नाही, असे सांगितले. मुलाला राग आला. दावा लावून हिस्सा घेऊ, या विचाराने तो घरातून बाहेर पडला. पुण्यात आला. कुटुंब मोठे. गाठीशी पैसा नाही, शिक्षण नाही, पडतील ते कष्ट करून कसेबसे कुटुंबाचे पोट भरू लागला.

पुढे त्याचे वडील वारले. पण भाऊही जमिनीतील त्याचा हिस्सा त्याला देईना. त्याची चारही मुले हे सर्व पाहत हळूहळू मोठी होत होती. वडिलांच्या कष्टाचा बदला आपण घ्यायचाच, हे त्यांच्या मनात ठसले होते. ही चारही मुले व त्यांचे वडील एक योजना करून गावी आले. त्यांनी गावाकडे शेती करणाऱ्या भावाला एकट्याला गाठले आणि काठ्यांनी मारायला सुरुवात केली. जबर मार द्यायचा, असे ठरवूनच ते आले होते. वर्षानुवर्षे मनात साठलेला राग त्वेषाने बाहेर पडला. बेभानपणे त्यांनी त्याला इतके मारले, की त्यातच त्याचा मृत्यू झाला.

आज मोठा भाऊ आणि त्याची मुले तुरुंगात आहेत. शेती करणारा भाऊ मृत्यू पावल्याने शेत ओसाड पडले आहे. कारण शेती करायला कोणीच उरले नाही.

वडिलोपार्जित प्रॉपर्टी वाटपाच्या केसेस मी आठवू लागले, तर एक गोष्ट तीव्रतेने जाणवते, वडिलोपार्जित प्रॉपर्टी हा शाप आहे का? अशी प्रॉपर्टी नसण्यापेक्षा असल्यामुळेच त्याचे खूप त्रास सहन करावे लागतात का?

एक पक्षकार खूप वैतागाने सांगत होते, ''आमचे वडील २५ वर्षांपूर्वी वारले. त्यानंतर गेली २५ वर्षं हे भावांचं हेवेदावे करून त्रास देण्याचं वागणं मी सहन करतो आहे. आमच्या घरात चार भावांत मी मोठा. आम्हांला बहीण नाही. आमच्या गावी ३० एकर जमीन आणि तीन मोठे वाडे, अशी वडिलोपार्जित प्रॉपर्टी आहे. पण, याच्या वाटपासंबंधी कुणीच पुढाकार घेत नाही. कारण वाटप मागणारा वाईट ठरेल म्हणून सगळे गप्प आहेत, पण वाटप मात्र प्रत्येकाला हवं आहे. आज माझं वय ७५ वर्षं आहे. गेली २५ वर्षं या वाटणीच्या विचाराने, चिंतेने मला फार त्रास होत आहे. यातून आपण मला मार्ग दाखवा, सल्ला द्या.''

माझ्या मनात आले, आयुष्याची एक-तृतीयांश वर्षे वाटपाच्या काळजीने त्या माणसाने घालवली, हे केवढे दुर्दैव आहे. 'जी प्रॉपर्टी मी मिळवली नाही, त्याच्या वाटणीची चिंता मी २५ वर्षे करावी? इतर कुणी यात पुढाकार घेत नाहीत, म्हणून ते कसे लबाड, कावेबाज, धूर्त आहेत, यावर घरातील व्यक्तींशी मी सतत चर्चा करावी; पण मीही त्यातलाच एक आहे, हे विसरावे, हे बरोबर आहे का?' असा विचार मात्र कुणीही करत नाही.

वास्तविक वडिलोपार्जित प्रॉपर्टीचे वाटप हा भांडणाचा विषयच नाही. प्रत्येक व्यक्तीला कायद्यात सांगितल्याप्रमाणे प्रॉपर्टीचा हिस्सा मिळतो. जर हे असे कायद्यात पक्के ठरले आहे, तर मग अनेक व्यक्ती आपल्या आयुष्याचा मोठा काळ दुःखात घालवतात, असे का घडते?

याची कारणे अनेक आहेत. वडिलांच्या मृत्यूनंतर त्यांचा सर्वात मोठा मुलगा त्या कुटुंबाचा कर्ता होतो. आपल्या एकत्र कुटुंबाच्या गरजेसाठी, संकटाच्या वेळी कुटुंबाला अडचणीतून सावरण्यासाठी या वडिलोपार्जित प्रॉपर्टीतील गरजेपुरती काही प्रॉपर्टी विकून कुटुंबावरचे संकट निवारतो, हे कायद्याला मान्य आहे. या गरजेची

आवश्यकता नसतानाही कर्ता एखादी प्रॉपर्टी विकतो, हेही कायद्यात चालू शकेल; तेही, या पैशातून मोठी किंवा सर्वांना फायदा देणारी एखादी गोष्ट, एखादी प्रॉपर्टी खरेदी केली तरच! पण तसे होत नाही. एकत्र कुटुंबाच्या मालकीची प्रॉपर्टी कर्ता विकत राहतो आणि आलेल्या रकमेतून स्वतःच्या नावावर मालमत्ता विकत घेत राहतो. कधी-कधी एखादा भाऊ त्याला वाटणीत मिळणाऱ्या हिश्शापेक्षा जास्त प्रॉपर्टी विकतो आणि ती रक्कम स्वतः च्या एकट्याच्या नावाने बँकेत डिपॉझिट करतो, आणि ती माझी एकट्याची आहे, असे सर्वांना सांगतो.

प्रत्यक्ष शेती करणारे भाऊ वेगवेगळ्या युक्त्या वापरून आपण स्वतः शेती करत असल्याचा फायदा अशा तऱ्हेने घेतात. इतर भावांना जेव्हा या गोष्टी समजतात तेव्हा त्यांच्यात खूप भांडणे होतात. ती मिटत नाहीत म्हणून वाटणीचे दावे कोर्टात दाखल होतात. पण कधी-कधी याच्या उलटही घडते.

एक पक्षकार आमच्याकडे आले व म्हणाले, ''मला तुम्हांला जे सांगायचं आहे, ते कसं सांगावं याचा मी खूप दिवस विचार केला. मनात तुमच्याशी बोलण्याची तयारी केली आणि आज आलो. तरीही ते कसं सांगावं मला कळत नाही. माझ्या भावावर माझं खूप प्रेम होतं; पण हे असं कसं घडलं, या प्रश्नाचं उत्तर सापडत नाही. माझ्या वडिलांना मी, एक धाकटी बहीण आणि सर्वात लहान भाऊ अशी तीन मुलं. मुलांना शिकवण्याची तळमळ वडिलांना इतकी होती, की शेतीत भरपूर कष्ट करून थोडे-थोडे पैसे जमवून त्यांनी जमेल तशी आणखी जमीन विकत घेतली. काटकसर करून थोडे-थोडे पैसे बाजूला टाकले आणि आम्हा तिघांना शहरात शिकायला पाठवलं. काही वर्षांनी बहीण एका ॲक्सिडेंटमध्ये वारली; त्या धक्क्याने वडील वारले. आता शेतीकडे कोण बघणार? बरं, उत्पन्नाचं साधन शेतीच. मग वाटलं आपण करू शेती. आपल्याला शिक्षण सोडावं लागलं तरी चालेल. भावाला शिकू द्यावं. तेवढीच वडिलांची इच्छा पूर्ण होईल. म्हणून माझं शिक्षण सोडून दिलं आणि शेती करायला गावी येऊन राहिलो. कोणतीही अडचण न सांगता भावाला पैसे पाठवू लागलो. तो आज एका मोठ्या प्रोजेक्टचा चीफ इंजिनिअर आहे. महिन्याला त्याला दीड-दोन लाख रुपये पगार मिळतो. मला भेटायला कधी-कधी गावी यायचा. नोकरीतील गोष्टी सांगायचा. त्यानं त्याचं लग्न ठरवलं. शिकलेली सुंदर बायको केली. मुलगा झाल्यावर संसार, नोकरी यातून वेळ मिळेना, म्हणून तो गावी येईनासा झाला. सहा-सात महिन्यांपूर्वी अचानक आला आणि म्हणाला, 'आपण शेतीचं वाटप करून टाकू. मी वाटपाचा कागद बनवून आणतो, तू सही कर.'

''मनाला फार वाईट वाटलं. तरी म्हटलं वडिलांची जमीन. आपली एकट्याची थोडीच आहे? निम्मी त्याची आहेच. त्याने आणलेल्या कागदावर सरळ सही केली. कागद रजिस्टर केला. तो निघून गेला. त्यानंतर पाण्याची ओढ होऊ न देता पिकाला नीट पाणी मिळावं म्हणून विहीर खणायची ठरवली. त्यासाठी कर्ज मिळावं म्हणून अर्ज दिला. त्यांनी मला चालू ७/१२चा उतारा आणायला सांगितला. तो काढला, पाहिलं तर त्यावर फक्त भावाचं नाव होतं. मी ज्या दस्तावर सह्या केल्या होत्या तो दस्त, 'माझ्या वाटणीची जमीन भावाला देऊन त्या जमिनीवरचा माझा हक्क मी सोडून दिला आहे,' असा होता.

''माझ्या मनाला धक्का बसला. माझ्या अन्नपाण्याचं एकच साधन ही जमीन मी भावाला का देईन? मी माझ्या शिक्षणाचा विचार न करता केवळ त्याला शिकायला मिळावं म्हणून त्याग केला होता. खरं सांगतो, त्याला शेतीची गरज नाही. तो बडा श्रीमंत माणूस झाला आहे. पण मला अजूनही

कळत नाही, त्याने असा माझा विश्वासघात केला? मला नोकरी नाही, मी फार शिकू शकलो नाही. तरीही, या शेतीच्या आधारावर, म्हणजे त्याचा हिस्सा त्याला देऊन माझा हिस्सा मी घेऊन, माझं आयुष्य मिळेल त्या उत्पन्नात समाधान मानून सुरुवात करीन. पण आता माझा आधार तुटला, आता मी कसा जगू? ज्या भावावर जिवापाड प्रेम केलं त्यानेच माझा विश्वासघात केला. यातून मी कसा बाहेर पडू? मला मार्ग सांगा.''

अशा केसेस मनाला सुन्न करून टाकतात. या भावाने दावा करावा, याशिवाय दुसरा सल्ला असूच शकत नाही. हक्क सोडणाऱ्या भावाला लिहिता-वाचता येते. हक्कसोडपत्राच्या कागदावर दोन्ही भावांच्या सह्या आहेत. त्या रजिस्ट्रारसमोर केलेल्या आहेत, हे सत्य नाकारता येत नाही. सरळसरळ विश्वासघात केलेला असला तरी तो सिद्ध करणे फार अवघड पडते. अशा केसमध्ये खऱ्याचे खरे करायला वकिलांनाही बुद्धी पणाला लावून आपल्या पक्षकाराला न्याय मिळवून देण्यासाठी प्रयत्नांची पराकाष्ठा करावी लागते.

माणूस जसा विश्वासघात करतो, तसा तो कधी-कधी प्रचंड क्रूरपणेदेखील वागतो. ही केस अशा क्रूरपणा करणाऱ्या एका काकांची आहे.

एका पुतण्याने वडिलोपार्जित शेतीत हिस्सा मिळावा म्हणून त्याच्या काकांवर व इतर चुलत भावांवर दावा लावला होता. हा दावा लावल्यानंतर १५ वर्षांनी त्या पक्षकाराने वकील बदलले आणि दावा दाखल केलेल्या वकिलाकडून त्याचे वकीलपत्र रद्द करून त्या दाव्यात आम्हांला वकील म्हणून नेमले. हे काका कुटुंबाचा कर्ता म्हणून ६०-७० एकर जमिनीचा ताबा असलेले सधन शेतकरी होते. अत्यंत धूर्त, लबाड होते. कुटुंबाच्या अडचणीसाठी जमिनी विकल्याचे दाखवून आलेल्या पैशाने एकट्याच्या नावाने बरीच मालमत्ता विकत घेतली. जमिनीत सुधारणा करण्यासाठी म्हणून लाखो रुपयांचे कर्ज जमिनीवर काढले. त्यातही गुंतागुंत करून ठेवली. आम्ही या सगळ्या केसचा बारकाईने अभ्यास केला. अगदी ट्रायल कोर्टापासून सुप्रीम कोर्टापर्यंत या केसचे काम चालले. प्रत्येक कोर्टात केसचा निकाल काकांच्या विरुद्ध लागला.

'माझ्या बावळट, मूर्ख, बुद्धी नसलेल्या पुतण्याने मला हरवले. जमिनी ताब्यात घेतल्या. इतकेच नाही, तर एवढी वर्षे मी जे उत्पन्न खाल्ले, त्याचा हिशेब करून माझ्यावर मधील काळात त्याला न मिळालेली उत्पन्नाची रक्कम वसूल करण्याचा हुकूम घेऊनही मिळवला.'

तो पुतण्याला धडा शिकवण्याची योजना तयार करू लागला. एके दिवशी पुतण्याच्या मुलाला त्याच्या मित्रांकरवी पोहायला म्हणून बोलावून घेतले, तो परत न पाठवण्यासाठीच. 'तू मला हरवलेस मी त्याचा बदला घेणार. तुझे आयुष्यच उद्ध्वस्त करणार,' या भावनेने हे कृत्य त्याने केले.

हे वडिलोपार्जित प्रॉपर्टी असल्याने घडले. असे वाटते, ती प्रॉपर्टी नसती तर पुतण्या श्रीमंत झाला नसता; पण गरिबीत राहून सुखी नक्कीच झाला असता. भाऊ-भाऊ किंवा चुलते-पुतणे यातील वाद, हेवेदावे याची अनेक रूपे वेगवेगळ्या केसेसमध्ये आम्ही अनुभवली आहेत. अशा केसेसमध्ये बहिणी असल्यावर तर गोंधळ, भांडणे आणखी संकटे उभी करतात.

जून १९९४पर्यंत वडिलोपार्जित इस्टेटीत वडील हयात असताना मुलींना प्रॉपर्टीत हक्क नव्हता. वडील मृत्यू पावल्यानंतर वडिलांच्या वाट्यामध्ये मुलींना हक्क मिळत असे. म्हणजे आई-वडील-मुलगा-मुलगी अशा कुटुंबात वडिलोपार्जित इस्टेटीत वडील जिवंत आहेत, असे गृहीत धरून प्रॉपर्टीचे तीन भाग केले जातात. आई-मुलगा-वडील यांना प्रत्येकी एक-तृतीयांश भाग. वडिलांच्या एक-तृतीयांश हिश्शाचे पुन्हा तीन भाग करतात त्यात आई, मुलगा व मुलगी यांना एक-नवमांश हिस्सा मिळतो. म्हणून मुलीला केवळ एक-नवमांश हिस्सा मिळतो. आई आणि मुलगा यांना एक-तृतीयांश + एक-नवमांश एवढा हिस्सा मिळतो, हा कायदा होता.

जून १९९४मध्ये कायद्यात दुरुस्ती केली गेली. जून १९९४नंतर लग्न झालेल्या मुलींनाही मुलाइतकाच हिस्सा मिळू लागला. त्यानंतर २००५मध्ये या कायद्यात पुन्हा दुरुस्ती केली गेली. सन २००५ या वर्षांत किंवा पुढे जन्म घेणाऱ्या मुलीला वडिलोपार्जित इस्टेटीत मुलाइतका हिस्सा मिळू लागला. याशिवाय, त्या कुटुंबातील वडील २००५नंतर मृत्यू पावले तरी मुलींनाही मुलाइतका हिस्सा मिळतो. पण, यामध्ये एक गोष्ट अशी आहे की, वडिलांनी यापूर्वीच रजिस्टर वाटणीपत्र केलेले असेल, आणि त्यात मुलींना हिस्सा दिला नसेल, तर मात्र मुलींना हिस्सा मिळत नाही.

हे कायद्यातील बदल समजून न घेता ७०-८० वर्षांच्या बहिणी किंवा त्यांचे नातू, मुलगे वकिलांकडे येऊन वडिलोपार्जित इस्टेटीत भावाइतका हक्क मागण्यासाठी दावे करण्याचा आग्रह धरू लागल्या. कायदा समजून घेण्याइतकी समज नसल्याने, 'हे वकील असा दावा का लावू देत नाहीत, मग दुसरीकडे जाऊ,' म्हणत माहेरची भरपूर प्रॉपर्टी मिळेल अशी आशा धरून बसल्या. मग यातून भावांना वाईट ठरवले गेले, वार्धक्यात भावाबहिणींची नको इतकी भांडणे सुरू झाली, दुरावा निर्माण झाला.

मग, वडिलोपार्जित प्रॉपर्टी हा शाप आहे, असे समजावे का? पण, असे म्हणणे योग्य होणार नाही.

या वाटणीच्या दाव्यात दावे लावणारे वादी आणि ज्यांच्यावर दावा दाखल करण्यात आला आहे ते प्रतिवादी, एकमेकांचे नातेवाईक असतात. त्या सर्वांनी एकत्र बसून प्रॉपर्टीचे वाटप करायचे ठरवले तर ते करू शकतात. कायद्याची माहिती नसेल तर एखाद्या वकिलाकडे जाऊन वाटणी कशी ठरवतात, ते समजून घेता येईल. मग वाटणीचा दस्त करून तो रजिस्टर केल्यावर प्रत्येकाला कायद्याप्रमाणे त्या प्रत्येकाच्या कुटुंबातील कर्ता व त्या कुटुंबातील व्यक्तीला इस्टेट मिळेल.

समजा, असे भेटणे नात्यातील भांडणामुळे अशक्य असेल तर प्रथम एक प्रयत्न म्हणून पत्र पाठवून एकत्र येण्याची कल्पना मांडावी. मनापासून केलेले प्रयत्न सफल न झाल्यास सरळ दावा लावावा. पण २०-२५ वर्षे विचारांनी त्रासून जाऊन, खचून जाऊन आयुष्य दुःखी करू नये.

जे प्रत्यक्षात जमीन किंवा इतर इस्टेट वापरतात, राहतात, जमीन कसतात, त्यांच्या मनात नेहमीच हे दुःख असते, की मी गावाकडची सगळी संकटे पार करत खूप कष्टाने शेती करतो आणि शहरातला भाऊ सुटाबुटात फिरून पैसे कमावतो. शिवाय, शेतातले धान्य नेतो. तरीही, त्याचा जमिनीतही हिस्सा सारखाच. याबद्दल त्याच्या मनात थोडा राग असतोच. ज्याला जमिनीच्या फायद्यात हिस्सा हवा, त्याने जमिनीसाठी केलेल्या खर्चातही आवर्जून हिस्सा घेऊन ते पैसे भावाला देत जावे. कधी-कधी काही लबाड शेतकरी हिश्शापेक्षा जास्त जमीन विकतात. तो पैसा स्वतःच्या कामासाठी वापरतात. इतर भावांना कळू देत नाहीत. दावा लावला तर लांबवून चांगला धडा शिकवू, असा विचार करतात. पण जेव्हा वादी-प्रतिवादींची नाती मान्य असतात, तेव्हा कायद्याने त्या प्रत्येकाचा हिस्सा ठरलेला असतो. जेव्हा दाव्याचा निकाल होतो, तेव्हा कायद्याप्रमाणे प्रत्येकाला तो हिस्सा मिळतो.

जर असा कायदा आहे, तर दावा लांबवत राहून त्या काळात कोर्टात हेलपाटे घालणे, दाव्याला स्टँप, वकील फी, इतर खर्च, याशिवाय गावापासून कोर्ट दूर असेल, तर गाडी खर्च, या खर्चाबरोबर दावा आपल्याविरुद्ध न जाण्यासाठी सतत मनात विचार करून मानसिक त्रास सहन करण्यात काय अर्थ आहे? एकच समाधान यामागे असू शकेल, की मी शहरात राहणाऱ्या, इतर वेळी चौकशी करून मला मदत न करणाऱ्या माझ्या भावांना प्रॉपर्टीचा हिस्सा सहजासहजी मिळू दिला नाही, त्यासाठी त्यांना त्रास सहन करायला लावला. मात्र, हे अर्धसत्य आहे. कारण त्यांना त्रास देण्यासाठी स्वतःलाही त्रास सहन करावा लागला, हे विसरून चालणार नाही.

मी घरातील कर्ता पुरुष आहे, मी घर सांभाळतो, म्हणून मला जास्त हिस्सा मिळावा, अशी घरातील कर्त्या पुरुषाची अपेक्षा असते. पण, कायदा तसा नाही. कायद्यात सर्व भाऊ, बहिणी, आई, यांचे मृत व्यक्तीशी असलेल्या नात्याप्रमाणे हिस्से ठरलेले आहेत, त्याप्रमाणेच ते मिळणार. त्या संदर्भात कायदा स्पष्ट आहे.

लहान असूनही आईवडिलांना मी सांभाळले, त्यांचे औषधपाणी केले, त्या दोघांचे अंत्यकर्म केले, हा सर्व खर्च मी एकट्याने ऐपत नसताना केला. तेव्हा इतर भावंडे माझी पैशांची अडचण जाणायला आली नाहीत, आता हिस्सा मागायला आली आहेत. मी जास्त जबाबदारीने आईवडिलांचे सर्व काही केले, मग मला जास्त वाटा का मिळू नये, अशी अपेक्षा पालकांना सांभाळणाऱ्या भावाची असते. पण तशी तरतूद कायद्यात नाही. समजा, आई किंवा वडिलांच्या आजारपणासाठी भरमसाट खर्च आला असेल, तर प्रॉपर्टीच्या वाटपाप्रमाणे या मोठ्या खर्चाची विभागणी इतर हिस्सेदारांनी करावी व या खर्चाचाही हिस्सा प्रत्येकाने त्या भावाला द्यावा. हा कायदा नाही; पण माणुसकी आहे. आपले आईवडिलांबद्दलचे काही कर्तव्य आहे म्हणून, आधी खर्चाचा वाटा उचलावा, आणि मगच प्रॉपर्टीतील हिस्सा मागावा.

हिंदू लॉमध्ये (The Hindu Gains of Learning Act 1930) या कायद्यात असे सांगितले आहे की, कुटुंबातील पैशातून शिक्षण घेऊन एखादा खूप मोठा-हुशार-श्रीमंत झाला, तर त्याच्या प्रॉपर्टीत त्याचा एकट्याचाच हक्क असतो. एकत्र कुटुंबातील पैशाने शिकला, म्हणून इतरांना त्याच्या प्रॉपर्टीत हक्क नाही.

नात्यातील माणसाचा विचार वेगळा अर्थ घेऊन करू लागलो, तर केवळ गैरसमजाच्या गोंधळात माणूस अडकत जातो. न बोललेल्या शब्दांचे गैर अर्थ साठवत त्या व्यक्तीला धडा शिकवण्यासाठी चुकीच्या वाटेने डावपेच खेळतो. तिरस्कार, दुष्टपणा, विश्वासघात, माणुसकीला काळिमा आणणारे वर्तन करतो. का? तर, आपल्या पूर्वजांनी मिळवलेली इस्टेट जास्तीत जास्त मलाच मिळावी म्हणून! कोणीतरी असा विचार करतो का, असे घेण्याची अपेक्षा करण्याचा मला काय अधिकार आहे? भांडून, वाद घालून, जवळच्या माणसांना दूर करून मिळवलेल्या इस्टेटीमुळे कोणाचेच आयुष्य सुखी, समाधानी होत नाही. म्हणून स्वतःच्या सुखासाठी या नात्यांना सांभाळले तरी अनेक दावे दाखल न होता, त्यातील प्रश्न सरळ मार्गाने सुटतील.

हिंदू विवाह कायदा, १९५५
The Hindu Marriage Act, 1955

पूर्वी बालपणीच मुला-मुलींचे विवाह केले जात. पण कायद्याप्रमाणे विवाहाच्या वेळी मुलीचे वय किमान १८ वर्षे पूर्ण आणि मुलाचे वय २१ वर्षे पूर्ण असे निश्चित केले गेले. मग कायद्याप्रमाणे विवाहाच्या वेळी वधू-वराचे वय कमी असले तर तो विवाह मुळातच रद्द होणार का? (void ab inito) अशा विवाहाबद्दल संबंधितांच्या तक्रारीवरून विवाह रद्द होणार की नाही, यावर निर्णय ठरतो.

वयाच्या अटीबरोबरच विवाहासाठी आवश्यक महत्त्वाच्या कायदेशीर अटी

१. ज्या दोघांचा विवाह होणार असेल, त्या दोघांपैकी कोणाचाही यापूर्वी विवाह झालेला नसावा. जर यापूर्वी विवाह झाला असेल, तर तो अस्तित्वात नसावा किंवा तो कायदेशीररीत्या संपुष्टात आलेला असावा. थोडक्यात, त्यांचा घटस्फोट किंवा जोडीदाराचा मृत्यू यांसारख्या घटनांनी तो संपुष्टात आलेला असावा.
२. निषिद्ध नात्यात विवाह होणे हे कायद्यास संमत नाही. बहीण-भाऊ, चुलत भावंडे इत्यादी नात्यांमध्ये विवाह होणे कायद्यास मान्य नाही.
३. सपिंड विवाह करणे कायद्यास मान्य नाही.
४. ज्या धर्मात विवाह होताना सप्तपदीचा विधी केलाच पाहिजे असे बंधन असते, तेथे सप्तपदीचा विधी केला गेला पाहिजे. हिंदू धर्मात तशी अट आहे. अशा अटी असल्या तरी ज्या समाजात इतर रूढीप्रमाणे विवाह होत असतील, तेथे या अटींचे बंधन नाही.

विवाह करताना वधू-वराची मानसिक स्थिती नॉर्मल असावी. वेडाचे झटके येणे, वेड्यासारखे बोलणे, या गोष्टी विवाह करताना बाधा निर्माण करतात. काही वेळा अशा वेडसर व्यक्तीचा दोष लपवून ठेवला जातो. वयाने मुलगी २० वर्षांची. तिच्या दाखवण्याच्या प्रसंगी तुला गाणे येते का? स्वयंपाक येतो का? अशा प्रश्नांना ती जुजबी उत्तरे देते. अशा वेळी विवाहाचे वय, प्रश्नांची उत्तरे ठीक असतील; पण खरी परिस्थिती लपवलेली असते, ती नंतर पुढे येते. विवाह झाल्यावर ती लहान मुलीसारखी वागते-बोलते-राहते, हे लक्षात आल्यास पती

आपल्या पत्नीविरुद्ध 'हा विवाह झालाच नाही' (nullity) अशा स्वरूपाचे पिटीशन न्यायालयात दाखल करू शकतो. याची मुख्य अट म्हणजे असा विवाह झालाच नाही, हे पिटीशन विवाहास एक वर्ष पूर्ण होण्यापूर्वी करावे लागते. याशिवाय, पत्नीचा दोष पुराव्यानिशी सिद्ध केल्यास न्यायालयात पतीच्या बाजूने निकाल होतो. परंतु, त्या मुलीला डॉक्टरांना दाखवू, देवधर्म करू, काहीही प्रयत्न करू व तिचा दोष बरा करू, असा विचार पतीच्या बाजूने झाला व त्यात एक वर्षापेक्षा जास्त काळ गेला, तर पतीला अशा प्रकारचे पिटीशन दाखल करता येत नाही. त्यासाठी घटस्फोटाचे पिटीशन दाखल करावे लागते.

एका केसमध्ये पत्नीला फिट्स येतात, त्या पूर्ण बऱ्या होणार नाहीत, हे पतीला विवाहानंतर लगेच समजले. पतीने न्यायालयात पत्नीविरोधात तिला फीट्सचा बरा न होणारा आजार आहे, असे सांगितले व फसवणूक केली म्हणून पिटीशन दाखल केले. पत्नीला हा आजार आहे, हे सिद्ध केले व विवाहापूर्वी ही गोष्ट सांगितली नाही, हेही कोर्टात सिद्ध केले. त्यावर कोर्टाने 'तो विवाह झालाच नाही' (nullity) असा निर्णय दिला.

अशा तऱ्हेने धार्मिक विधीने विवाह झाला असला आणि या विवाहात पती किंवा पत्नी दोघांपैकी एकाने दुसऱ्यास फसवले आहे, हे लक्षात आल्यावर एक वर्षाच्या आत फसवणुकीचे पिटीशन दाखल केले, पुराव्याने फसवणूक सिद्ध केली, तर असा विवाह आता अस्तित्वात नाही, असा निर्णय कोर्ट देऊ शकते.

फसवणुकीची कारणे

१. विवाह करण्याचा निर्णय (वेडसरपणामुळे) घेण्याची क्षमता नसताना विवाह झाल्यास,
२. विवाहास संमती असली तरी नंतर मानसिक परिस्थिती वेडसरपणाची झाली. त्यामुळे पती-पत्नीचे संबंध ठेवण्यास असमर्थ झाल्यास किंवा वेडाचे झटके येत असल्यास,
३. पती नपुंसक असल्यास,
४. पिटीशन दाखल करणारा तो / ती अज्ञान असेल, तर पालकांची विवाहास घेतलेली संमती बळजबरीने घेतली असल्यास,
५. पत्नी विवाहापूर्वी अन्य व्यक्तीकडून गर्भवती असल्यास,

अशा कारणांनी झालेले विवाह, 'असा विवाह झालाच नाही' म्हणून रद्द होऊ शकतात.

विवाह झाला; काही वर्ष तो टिकला; पण पुढे पती-पत्नीमध्ये दुरावा निर्माण झाला, एकत्र राहणे अशक्य झाले, तर पतीस अगर पत्नीस घटस्फोट घेता येतो.

घटस्फोटाची कारणे

१. पती आणि पत्नी या दोघांपैकी एकाने केवळ स्वतःच्या मताने तिऱ्हाईत व्यक्तीशी संबंध ठेवणे.
२. पती किंवा पत्नी यापैकी कोणाही एकाने दुसऱ्यास शारीरिक किंवा मानसिक क्रूरतेने वागवणे.
३. सलग दोन वर्षे पतीने / पत्नीने कोणतेही कारण नसताना दुसऱ्याचा त्याग करणे.
४. विवाहानंतर धर्म बदलणे.
५. पतीला किंवा पत्नीला असाध्य मानसिक आजार असणे, सतत किंवा कधी-कधी झटके येणे, ज्यामुळे दोघांनी बरोबर राहणे अशक्य होते.
६. बरा न होणारा कुष्ठरोग किंवा एड्ससारखा रोग होणे.
७. दोघांपैकी एकाने संन्यास घेणे.
८. सलग सात वर्षे बेपत्ता असणे.

९. पत्नीने नांदण्यास यावे, असा पतीने कोर्टात अर्ज केला किंवा पतीने मला नांदण्यास घेऊन जावे, असा पत्नीने कोर्टात अर्ज केला (Restitution of Conjugal Rights). पतीच्या बाजूने निकाल झाल्यावर एक वर्ष पत्नी, पतीकडे नांदायला गेली नाही किंवा पत्नीच्या बाजूने निकाल झाल्यावर पतीने एक वर्ष पत्नीस त्याच्या घरी नांदण्यास नेले नाही.

१०. कोर्टाचा हुकूम झाल्यावर पती-पत्नी विभक्त राहू लागले (Judicial Separation) व एक वर्षानंतरही एकत्र राहिले नाहीत.

अशा कारणांवरून पतीस अथवा पत्नीस घटस्फोट घेता येतो. पत्नी याशिवाय कोणत्या कारणांवरून घटस्फोट घेऊ शकते, हे आपण पाहू.

१. पतीने दुसरा विवाह केला तर;
२. पतीने परक्या स्त्रीवर बलात्कार केल्याचा गुन्हा सिद्ध झाल्यावर;
३. 'पत्नीस पोटगी द्या,' असा हुकूम कोर्टाने करूनही पतीने पोटगी दिली नाही तर (घटस्फोट झाला नसताना, वेगळे राहत असाल (Judicial Separation) घटस्फोटाची कारवाई सुरू असतानाही पोटगी दिली जाते.);
४. दोन वर्षे पती-पत्नी एकत्र राहिले नाही तर;

मुलगी वयाची १५ वर्षे ते १८ वर्षे पूर्ण होण्यापूर्वी अज्ञान असते, म्हणून पालकांतर्फे घटस्फोटाचे पिटीशन दाखल करू शकते.

संमतीने घटस्फोट (Consent Divorce)

१९७६मध्ये संमतीने घटस्फोट घेण्याची तरतूद विवाह कायद्यात करण्यात आली. घटस्फोटासाठी कायद्यात दिलेले काही कारण असले किंवा नसले तरी 'एकमेकांचे पटत नाही' या कारणावरून हिंदू विवाह कायदा कलम १३ ब (Divorce by Mutual Consent) प्रमाणे एकमेकांच्या संमतीने घटस्फोट घेता येतो. परंतु असा अर्ज करण्यापूर्वी, लग्नानंतर पती-पत्नीने किमान एक वर्ष वेगळे राहिलेले असले पाहिजे.

दोघांनी संमतीने घटस्फोटाचा अर्ज कोर्टात दाखल केल्यानंतर सहा महिन्यांचा काळ तडजोडीसाठी ठेवला जातो. त्या काळात घटस्फोट न घेण्यासाठी कौटुंबिक न्यायालयातील समुपदेशकाकडून (कॉन्सिलरकडून) प्रयत्न केला जातो. त्यासाठी वेगळे समुपदेशक नेमले जातात. तडजोड होत नाही, असा समुपदेशकाचा रिपोर्ट न्यायालयाकडे आला आणि पिटीशन दाखल करून सहा महिने पूर्ण झाले असल्यास न्यायाधीश न्यायालयात, 'पती-पत्नीला घटस्फोटाचा निर्णय ठाम आहे का' असे विचारतात. त्या दोघांनी होकार दिला तर त्यांच्या घटस्फोटाचा हुकूमनामा (Decree of Divorce) करावा, असा निकाल न्यायाधीश देतात.

समजा, सहा महिन्यानंतर पती किंवा पत्नी कोर्टात हजर राहू शकले नाहीत, तर अर्ज दाखल केल्यापासून सदर प्रकरण १८ महिने अस्तित्वात राहू शकते. १८ महिन्यांपर्यंत कोणी एक हजर न राहिल्यास सदर अर्ज रद्द होतो. संमतीने घटस्फोटाचा अर्ज कधीही एकतर्फी (Ex-Parte) निकाली होत नाही.

संमतीने अथवा अन्य प्रकारे घटस्फोट होताना, पत्नीस पोटगी, मुला-मुलींच्या कस्टडीचा प्रश्न आणि दोघांच्या एकत्रित प्रॉपर्टीचा निर्णय होऊ शकतो.

कोणतेही घटस्फोटाचे पिटीशन विवाह झाल्यानंतर एक वर्षाने दाखल करता येते. असे असले तरी एक वर्षाच्या आत अपरिहार्य कारणामुळे (परदेशात जायचे आहे) घटस्फोटाचा अर्ज करणे अत्यावश्यक आहे, असे

झाल्यास कोर्टाच्या परवानगीने असा अर्ज एक वर्ष पूर्ण होण्यापूर्वी दाखल करता येतो.

घटस्फोटाच्या निकालानंतर, अपील करण्याचा काळ संपल्यावर अथवा अपील दाखल झाले असल्यास त्याचा निकाल झाल्यावर विवाह संपुष्टात आला किंवा नाही, हे ठरवता येते.

हिंदू विवाह कायदा कलम ११प्रमाणे 'हा विवाह अस्तित्वात आलाच नाही' असा निर्णय झाला आणि नंतर पत्नीला मूल झाले, तर त्यास अनौरस (illegitimate) ठरवू नये, अशी काळजी कायद्याने घेतली आहे. कारण यामध्ये मुलाचा दोष नसल्याने समाजाने त्याला अनौरस म्हणू नये म्हणून ही तरतूद केली आहे. अशा मुलास वाडवडिलार्जित मिळकतीमधील त्याच्या वडिलांच्या हिश्शात आणि वडिलांनी स्वकष्टाने मिळवलेल्या मिळकतीत औरस मुलाइतकाच हिस्सा मिळतो.

आजकाल समाजात घटस्फोटाची संख्या फार वाढली आहे. जीवनातील मानसिक ताणतणाव वाढू लागल्याने, नात्यांना समजून घेण्याची सहनशक्ती, नात्यांमधील आपलेपणा कमी होत चालला आहे. यातूनच संमतीने घटस्फोट घेण्याची मानसिकता वाढली आहे. अर्थात, याला काही अपवादही आहेत; ते पुढील काही घटस्फोटांच्या उदाहरणांतून पाहू.

वृत्तीने शांत, सुस्वभावी असलेले एक निष्णात डॉक्टर आमच्या ऑफिसात आले आणि त्यांनी पत्नीने पाठवलेली घटस्फोटाची नोटीस आमच्यापुढे ठेवली.

घटस्फोटाचे कारण लिहिले होते, 'आमच्या बंगल्याजवळच माझी नणंद राहते. तिचा पाच-सहा वर्षांचा मुलगा तापाने आजारी आहे. माझाही मुलगा दोन-तीन वर्षांचा आहे. त्याला हा संसर्गजन्य ताप येईल, आजारी पडेल, म्हणून; तसेच इतर कारणांनी मी पतीला पूर्वीपासूनच अनेक वेळा नणंदेला आपल्यापासून दूर बंगला घेऊन द्या, म्हणून समजावत आले आहे; पण ते अजिबात ऐकत नाहीत. उलट वाद घालतात. आता मात्र माझा मुलगा आजारी पडलेला मला सहन होणार नाही. म्हणून मी एकटीच घर सोडून माहेरी आले आहे. आजपर्यंत नणंदेसंदर्भात मला मानसिकरीत्या अनेक गोष्टींवरून त्रास झाला आहे (Mental Cruelty). या कारणाने मी पतीबरोबर संसार करू शकत नाही. म्हणून, मला घटस्फोट हवा आहे.'

आम्ही विचारले, ''नक्की कारण काय आहे?''

''संसर्गजन्य ताप वगैरे कारण खोटं आहे. मुलावर खूप प्रेम करणारी आई त्याला एकट्याला टाकून जाईल का? डॉक्टरेट मिळवलेली माझी बहीण प्रोफेसर आहे. सुंदर, सुस्वभावी आहे. तिच्या कामात ती इतकी व्यस्त असते, की महिन्यातील आठ दिवससुद्धा आमची भेट होत नाही. माझी पत्नी तिचा हेवा करते. माझी पत्नी तिच्या आईवडिलांची एकुलती एक लाडावलेली मुलगी आहे. शिक्षणात कमी आहे, तिला वाटते, नणंद आपल्यापेक्षा श्रेष्ठ आहे. माझ्याशी घरातले सगळे खोटंखोटं चांगलं वागतात. तिने दूर बंगला घेतला की हा प्रश्न सुटेल. लग्न झाल्यापासून तिचा हा हट्ट आहे. अनेक गोष्टींनी ते अशक्य आहे. खरं सांगायचं तर तो प्रश्नच नाही. कारण, आम्हांला माझ्या बहिणीचा काहीही त्रास नाही. उलट, पत्नी तिची खूप मदत घेते, तिचा उपयोग करून घेते. असं असूनही पत्नी स्वतःच बाहेर पडली आहे. तिलाच आमच्याकडे राहायचे नाही, तर संमतीने घटस्फोट घ्यावा. मला तिच्यावर अन्याय करायचा नाही.''

डॉक्टरांची प्रसिद्धी खूप आहे; त्यांच्याजवळ वेळही फारसा नसतो. पण पत्नीचे लक्ष ज्या

गोष्टीवर होते, तो पैसा डॉक्टरांजवळ खूप आहे, हे तिला माहीत होते. काही लोकांच्या चांगल्या स्वभावाचा फायदा दुसरे लोक घेतात. तसा डॉक्टरांच्या पत्नीने या सर्व गोष्टींचा विचार करून भरपूर पैशांच्या मोबदल्यात घटस्फोट दिला.

''मॅडम, आपण दाखल केलेल्या संमतीच्या घटस्फोटाला सहा महिने पूर्ण होतात. आम्ही न्यायालयात जजसाहेबांसमोर घटस्फोट घ्यायचा आहे, असं म्हटलं की घटस्फोट नक्की होणार. पण मी जर न्यायालयातच नाही गेले तर, नाही होणार ना! म्हणून मी न्यायालयातच नाही येणार!'' आशाताईंच्या अनपेक्षित बोलण्याने मी जरा विचारात पडले.

आमच्या ऑफिसमध्ये प्रथमच आलेल्या आशाताई मला आठवल्या. डोळ्यांत पाणी आणून त्या सांगत होत्या, ''मी, माझे पती आणि दोन मुलगे, असा आमचा संसार चारचौघांसारखा होता. सुखाचा नव्हता; कारण पतीचा धंद्यात जम बसला नव्हता. माझी शाळेची नोकरी, त्यावर संसाराचा गाडा कसाबसा सुरू होता. पती नाराज होते. एकदा म्हणाले, 'कुठेतरी ट्रीपला जाऊन येतो.' मी काटकसरीने जमवलेले पैसे त्यांना दिले. ट्रीपवरून आल्यावर ते गप्प, गप्प होते. काहीतरी कारण सांगून कोठेतरी बाहेर जाऊन यायचे, पण कोठे ते सांगत नसत. काही दिवसांनी म्हणाले, 'बस जरा. मला तुला काही सांगायचं आहे. आम्ही ट्रीपला गेलो होतो. तिथे स्वभावाने अतिशय गरीब, साध्या सरळ बाई ट्रीपला आल्या होत्या. एका कोपऱ्यात उभ्या राहून रडत होत्या. आमचा तिथे संवाद झाला. मग रोज त्या गप्पा मारायला येऊ लागल्या. त्यांना नवरा खूपच त्रास देतो म्हणून त्यांनी माझ्यापाशी मन मोकळं केलं.' मला वाटलं, ठीक आहे त्यांना आधाराची गरज आहे, आपण तो द्यायला हवा. या आधाराच्या कल्पनेने पुढे फार भयंकर रूप धारण केलं. पतीला त्या बाईंशिवाय काही सुचेना.

''इकडे त्यांचा धंद्यात जम बसू लागला होता. एकदा म्हणाले, 'मी तुला, मुलांना भरपूर पैसे देईन; पण तुझ्या नात्यातून मला मोकळं कर.' मी सुन्न झाले. माझं कशातच मन लागेना. मी असं काय केलं म्हणून पती मला सोडून जातोय! माझी लहान लेकरं निष्पाप आहेत, त्यांना तो कसा सोडून जाऊ शकतो?''

त्यांची अवस्था कोणाच्याही डोळ्यांत पाणी आणणारी होती.

पुढे दोन्ही मुले आणि आशाताईंना तो भरपूर पैसे देऊ लागला. आशाताई बुद्धिमान होत्या. त्यांनी नवीन शाळा काढली. हळूहळू त्यात सुधारणा केल्या. पाच-सहा शिक्षिका हाताखाली काम करू लागल्या. मुलांचे शिक्षण, त्यांचा सहवास आणि उरलेला वेळ शाळेच्या कामात स्वतःला बांधून घेऊन आशाताई दुःख सहन करत होत्या. त्यांचे पती कधीतरी घरी यायचे, मुलांना भेटायचे. एकदा त्यांनी आशाताईंना 'संमतीने घटस्फोट घेऊ या' असे सुचवले. कारण, त्यांच्या पतीला त्या बाईंशी विवाह करायचा होता. अर्थात त्या बाईंनीही घटस्फोट घ्यायला हवा होता. कारण त्याही विवाहित होत्या. घटस्फोटाशिवाय त्या दोघांचे दुसरे लग्न होऊ शकत नव्हते.

आशाताई पतीशी काहीही बोलत नव्हत्या. शेवटी त्यांनी संमतीने घटस्फोटाचा अर्ज दाखल केला. त्यांची उद्या तारीख होती. म्हणून त्या आमच्या ऑफिसमध्ये आल्या होत्या. म्हणाल्या, ''खरोखर माझी अशी काय चूक झाली, की माझ्या आयुष्यात असा दुःखद प्रसंग यावा? परक्या

बाईच्या दुःखासाठी जिवापाड प्रेम करणाऱ्या पत्नीला सोडून जावे? मी उद्या नाही कोर्टात येणार! सध्या तरी मी हा निकाल होऊ देणार नाही. पतीच्या निर्णयाने माझा संसार उद्ध्वस्त झाला. माझं आयुष्य संपलंच. मी जगते आहे माझ्या मुलांसाठी! नाहीतरी काय राहिलं आहे माझ्या आयुष्यात? पुन्हा मनाला वाटलं तर येईन मी घटस्फोट घ्यायला. पण आज नाही.''

त्या दिवशी आशाताई निघून गेल्या. त्यानंतर त्या परत आल्याच नाही. पतीला चूक कळून तो घरी परत आला, की त्यांना सोडून कायमचाच निघून गेला, याबाबतीत कसलीच माहिती नाही.

मृदुलाला तिच्या एका मैत्रिणीने जबरदस्तीने आमच्या ऑफिसमध्ये आणले आणि म्हणाली, ''ही आमची मैत्रीण. अतिशय बुद्धिमान आहे. बँकेच्या परीक्षा देऊन लहान वयातच मॅनेजर झाली. हिचा नवरा दारू पितो. दिवसभर घरीच असतो. दारूच्या व्यसनामुळे त्याला आय.टी.मधील नोकरीवरून काढून टाकलं. आम्ही हिला सांगतो, तू त्याला घटस्फोट दे. ती ऐकत नाही. आता तुम्हीच हिला कायद्याच्या भाषेत सांगा.'' मृदुलाच्या मैत्रिणी तिला दोन-तीन वेळा घेऊन आमच्याकडे आल्या. त्या खूप काही सांगत; पण मृदुला काहीच बोलत नसे.

एकदा मृदुला एकटीच आली आणि मला म्हणाली, ''माझे पती खरोखर बुद्धिमान आहेत. आमचा संसार फार सुखाचा चालला होता. पण कशी कुणास ठाऊक, यांना ड्रिंक्स घेण्याची प्रथम सवय लागली आणि नंतर व्यसन लागले. नोकरी सुटली, हे सर्व खरं आहे; पण मला दोन मुलं आहेत. माझे पती, मुलं उठल्यापासून, ती शाळेत जाईपर्यंत त्यांच्यासाठी जे-जे काम असेल ते सर्व करतात. सर्व काही करतात, तसेच शाळेतून घरी आल्यावर मुलं शाळेतल्या गमतीजमती सांगतात. गप्पा, खाणंपिणं झालं की कंटाळा न करता त्यांचा अभ्यास घेतात. मुलांनी चांगलं करिअर करायला पाहिजे, ही त्यांची महत्त्वाकांक्षा आहे. मुलांनासुद्धा शाळेतून घरी आल्यावर आणि दार उघडल्यावर बाबाच समोर हवा असतो. दोघंही चढाओढीने बाबाला शाळेतल्या गोष्टी सांगत राहतात. पतीचं मुलांवर व मुलांचं त्याच्यावर खूप प्रेम आहे. मी घटस्फोट घेतला तर पती आपण होऊन घर सोडून जाईल. माझ्या मुलांचा आनंदही घर सोडून जाईल.

''मी त्याच्या व्यसनामुळे त्याच्यापासून दूर गेले आहे. एक पत्नी म्हणून मी हार मानली आहे; पण एक आई म्हणून मी मुलांपासून त्याला दूर करणार नाही. समजा, मी घटस्फोट घेतला आणि पती दुरावला; तर अजून मुलं लहान आहेत, ती मला उलट प्रश्न करणार नाहीत. पण बाबा नसल्याचं ओझं मनात बाळगतील. त्यांचं सगळं आयुष्य दुःखी होईल. या माझ्या अपराधाला माझ्या मनातील आई कधीच माफ करणार नाही. एक आई मुलांसाठी वाटेल ते कष्ट, दुःख झेलू शकते. जी स्वार्थीपणाने केवळ स्वतःच्या सुखाचा विचार करते, ती आई नव्हेच. त्यामुळेच माझ्या पतीला घटस्फोट देऊन कधीच दूर करणार नाही. माझ्या मुलांसाठी मी त्याला सहन करेन.''

अशोकचे शास्त्रज्ञ आईवडील आणि त्यांची सून अंजली एकदा तिच्या आईवडिलांना घेऊन आमच्याकडे आले आणि म्हणाले, ''अशोक जर्मनीत मोठ्या हुद्द्यावर नोकरी करतो. अंजलीने मेंदूवर खूप संशोधन केलं आहे. ती पुण्यात न्युरॉलॉजिस्टच्या हाताखाली काम करते. त्यांना एक-दीड वर्षांची मुलगी आहे. अशोक भारतात आल्यावर अंजलीला, आमच्या मुलीला भेटतो. पण

अंजली जर्मनीला जायला तयार नाही. यांचा संसार तुम्ही मार्गी लावावा.''

अशोक भारतात आल्यावर आम्ही सगळे जण एकत्र भेटलो. नंतर अंजली-अशोक या दोघांनाच समोर बसवून काही प्रश्न विचारले. अंजलीने जर्मनीला न जाण्याचे कारण असे होते –

''अशोक खूप रागीट आहे. त्याच्या मनाविरुद्ध काही झाले की तो भिंतीवर डोकं आपटून घेतो. खूप चिडतो. हातावर ब्लेडने कापून घ्यायला लागतो. एकदा तर त्याने माझा पासपोर्ट, मोबाईल, पैसे सगळं काढून घेतलं होतं. त्या वेळी मी सहा महिन्यांची प्रेग्नंट होते. मी खूप घाबरले. मी कोणाला हाक मारणार मदतीला? मला माझा मृत्यू जवळ आल्यासारखा वाटला. नंतर कशीबशी भारतात आले. त्यानंतर एक-दीड वर्षं मी तिकडे गेले नाही.''

अशोकला मी विचारले, ''तुम्ही असं का वागता?''

''ती माझं ऐकत नाही. फिरायला चल म्हटलं, तर येत नाही. मला राग येतो. मनाविरुद्ध झालेलं मला सहन होत नाही.'' या नंतरच्या प्रश्नांना उत्तरे अशी होती – अंजली सुरेख स्वयंपाक करते. घर स्वच्छ ठेवते. ती रागावत नाही.

मी त्यांना खूप वेळ समजावले. कायदा काय सांगतो त्याची माहिती दिली. दोन-तीन वेळा भेटल्यानंतर अशोक, अंजली आणि त्यांची मुलगी यांनी वडिलांच्या रिकाम्या असलेल्या ब्लॉकमध्ये राहायचे असे ठरवले. कितीही भांडणे झाले तरी कोणाच्याच नातेवाइकांना बोलवायचे नाही. जसे भांडायचे, तसे ते मिटवायचेही तुम्हीच, असा सल्ला दिला. आणि हा माझा प्रयोग सफल झाला.

अंजलीला त्यांच्या नात्याविषयी आत्मविश्वास आला आणि ती मुलीला घेऊन जर्मनीला गेली. जाण्यापूर्वी ते सगळे आम्हांला भेटायला आले होते. सर्व जण खूप आनंदात होते.

ही केस सांगण्याचे एक वेगळे कारण असे, की लहानपणी अशोकला 'मॅनिनजॉयटीस' झाला होता. त्याच्या डोळ्यांवर परिणाम झाला होता. त्यामुळे त्याला कोणत्याही ठिकाणी एकदम गेल्यावर सगळे नीट दिसत नसे. म्हणजे घरात वावरताना हळूहळू सगळे दिसे. रस्त्यावर आल्यावर थोड्या वेळानंतर सर्व नीट दिसू लागे. अंजलीला लहानपणापासून फक्त तिच्या डोळ्यांसमोरच्या सर्व गोष्टी व्यवस्थित दिसत. पण हे दोघे एकत्र आल्यावर दिसण्याचा एकमेकांचा दोष भरून निघत असे. म्हणून दोघांनी एकत्र असणे एकमेकांना पूरक होते. याच कारणासाठी ही केस आपापसांत मिटवायची, असे मी मनाशी ठामपणे ठरवले होते.

जाताना मी अंजलीला म्हटले, "When I saw you, I took your case as a challenge."

ती पटकन हसली व म्हणाली, "Yes, Madam, when I saw you, I also took my case as a challenge but not without you."

अशा घटस्फोट घ्यायला आलेल्या पती-पत्नीचे आम्ही जुळवून देतो, तेव्हा मनाला खूप आनंद होतो. त्यात मिळणारे समाधान पैशांत मोजता येत नाही.

एक महत्त्वाचा भाग पती आणि पत्नीसाठी येथे सांगते : तुम्ही कोणतीही बाब एकमेकांपासून लपवून ठेवू नका. कोणताही व्यवहार एकमेकांना न सांगता करू नका. दोघांचे नाते एकमेकांच्या विश्वासावरच टिकते. पती-पत्नीचे कोणाचेही एकाचे दुसऱ्याशी पटत नसेल, तर त्यामागचे कारण शोधा. एकमेकांशी स्पष्ट बोलून मन मोकळे करा. कधी काही गैरसमज झाला किंवा काही संशय मनात निर्माण झाला, तर मनात विचार येताच अगदी

लगेच तो एकमेकांना तो सांगून टाका. मनात साठवत ठेवू नका. गैरसमज वाढू देऊ नका. त्यामुळे दोघांमध्ये कायमचा दुरावा येऊ लागतो. पती-पत्नी शत्रूसारखे एकमेकांचा रागराग करू लागतात. यानंतर एकच मार्ग उरतो, तो म्हणजे घटस्फोट.

घटस्फोटाचा निर्णय घेण्यापूर्वी दोघांचा ज्या व्यक्तीवर विश्वास असेल, त्याच्याजवळ हा वादविवाद, दुरावा, एकमेकांबरोबर संसार न होण्याची कारणे सांगा, त्यातून काही मार्ग काढा किंवा मानसशास्त्रज्ञाला (Psychologist) भेटून यातून दोघांचे विचार न जुळण्याचे कारण शोधा. त्यांच्या सल्ल्याप्रमाणे वागण्यात बदल करून दोघांचे विचार अगदी टोकाचे– कधीही न जुळणारे आहेत, अनेक प्रकारे प्रयत्न करूनही ते एकत्र राहू शकणार नाहीत, असाच विचार पक्का झाला, तर नाइलाजाने मी असे म्हणेन, घटस्फोट घ्या.

जर ही भांडणे होत राहिली, संसारात एकमेकांच्या सहवासाने आनंद वाटत नसताना त्यांना मुले झाली तर ते पती-पत्नी, आई-वडील या संज्ञेत येतात. त्यांची जबाबदारी वाढते. मुलांना आईवडील हे दोघेही हवे असतात. पण घटस्फोटामुळे मुलांचा सांभाळ कुणी एकाने करावा असे ठरले, तर मुले फार केविलवाण्या परिस्थितीत सापडतात. आईकडे राहिले तर वडिलांच्या सहवासाची उणीव भासते, आणि वडिलांकडे राहिले तर आईची उणीव भासते. मुलांच्या भविष्यातील जीवनावर याचा खूप परिणाम होतो. त्यांच्या स्वभावावर, अभ्यासावर, कर्तृत्वावर फार सखोल परिणाम होतो.

पती-पत्नी आईवडिलांच्या भूमिकेत गेले की त्यांच्यावर जी मुलांची जबाबदारी आहे, ती त्यांनी पार पाडलीच पाहिजे. मुलांचे आयुष्य दुःखी करण्याचा त्यांना काहीही अधिकार नाही. स्वतःच्या मानपानासाठी, 'अहं'साठी मुलांना वाऱ्यावर सोडणाऱ्या आईवडिलांना एकच सांगणे आहे, की 'मुलांचा विचार करा. घटस्फोट घेण्याचे शक्य तर टाळा.'

कौटुंबिक न्यायालय (Family Courts)

कौटुंबिक नात्यातील वाद हे वेगळ्या स्वरूपाचे असतात. हे आयुष्याशी निगडित असतात. अशा वादांमध्ये समझोता होऊन वाद मिटावेत अशी अनेकांची अपेक्षा असते. पती-पत्नीमधील वाद, मुलांची कस्टडी हे वाद भावनाशील व नाजूक असतात. असे वाद लवकर मिटणे अथवा न्यायालयातून त्याचा लवकर निर्णय होणे हे समाजस्वास्थ्याच्या दृष्टीने आवश्यक असते. दिवाणी न्यायालयाच्या दीर्घ प्रक्रियेपेक्षा सोपी व सुलभ प्रक्रिया अवलंबून कौटुंबिक वादाचा तातडीने निर्णय व्हावा, म्हणून १९८४मध्ये कौटुंबिक न्यायालयाची स्थापना झाली. अशी न्यायालये जिल्ह्याच्या ठिकाणी असतात. महाराष्ट्रात बहुतेक ठिकाणी अशी न्यायालये स्थापन झाली आहेत. सदर न्यायालयाची कक्षा राज्य सरकारकडून ठरवली जाते. ज्या ठिकाणी कौटुंबिक न्यायालये नसतात, तेथे कौटुंबिक वाद दिवाणी न्यायालयात चालवतात. कौटुंबिक वादाचे निर्णय लवकर होणे अपेक्षित असल्याने या न्यायालयात अनुभवी आणि वरिष्ठ न्यायाधीशांची नेमणूक केली जाते.

तडजोडीने प्रकरणे मिटावीत म्हणून समुपदेशकाची नेमणूक केलेली असते. त्यांच्याकडून प्रकरण न मिटल्यास ते परत न्यायालयात पाठवले जाते. अशा न्यायालयात पुढील प्रकारचे दावे चालतात.

१. घटस्फोट, कायदेशीर फारकत (Judicial Separation), नांदावयास नेणे किंवा आणणे (Restitution of Conjugal Rights) असे दावे
२. लग्न झाल्याच्या ठरावासाठी किंवा लग्न कायदेशीर ठरवण्याचे दावे
३. पती-पत्नीमधील एकत्र मिळकतीसंबंधीचे दावे

४. वैवाहिक संबंधातील मनाईचे दावे
५. कोणी व्यक्ती औरस आहे की अनौरस आहे, हे ठरवण्याचे दावे
६. पोटगीसंबंधीचे दावे
७. मुलांच्या कस्टडीचे व पालकत्वाचे दावे

कौटुंबिक न्यायालयातील न्यायाधीशाला दिवाणी व फौजदारी स्वरूपाचे अधिकार असतात. कौटुंबिक न्यायालयातील न्यायाधीशांना डॉक्टर व विशेषतः स्त्री डॉक्टरांचे व वेलफेअर एक्सपर्टचे मत घेण्याचा अधिकार असतो. कायद्याप्रमाणे कौटुंबिक न्यायालयात वकिलांची नेमणूक करता येत नाही. तथापि, वकील नेमण्याच्या परवानगीचा अर्ज केल्यावर अशी नेमणूक होऊ शकते. कौटुंबिक न्यायालयाच्या निकालावर अपील अथवा रिव्हीजन उच्च न्यायालयात होते.

थोडक्यात, कौटुंबिक वाद तातडीने व सुलभरीत्या लवकर संपावेत म्हणून कौटुंबिक न्यायालयाची स्थापना केलेली आहे.

कौटुंबिक हिंसाचाराचा कायदा, २००५
The Protection of Woman from Domestic Violence Act, 2005

कौटुंबिक हिंसाचारापासून मुक्त असणे, हा प्रत्येक स्त्रीचा हक्क आहे. या कायद्याच्या जागृतीसंबंधी युनायटेड नेशन ऑर्गनायझेशन (युनो)मध्येसुद्धा त्याचे पडसाद उमटले होते.

आपल्या देशात तर अशा हिंसाचाराची उदाहरणे वेगवेगळ्या स्वरूपात आढळून येतात. बहुतेक वेळा अशा हिंसाचाराचा बोभाटा बाहेर होत नाही. एकत्र कुटुंबात राहत असताना एखाद्या स्त्रीस नवरा अथवा इतर नातेवाईक यांच्याकडून हिंसक वागणूक मिळत असेल, तर त्या विरुद्ध करण्याच्या तरतुदी या कायद्यात आहेत. अशी कारवाई केवळ फौजदारी कोर्टात करता येते. दिवाणी कोर्टात अशा हिंसाचाराला आळा घालण्यासाठी कोणत्याही तरतुदी नाहीत.

भारताच्या राज्यघटनेतही कुटुंबातील स्त्रियांना हिंसाचारापासून बचाव होण्याचा मूलभूत हक्क आहे.

सदर कायदा केवळ स्त्रियांसाठी असून बहुतांश वेळा पुरुष विरोधी पक्षकार असतो. एखादी स्त्री रक्ताच्या नात्याने, विवाहाच्या नात्याने किंवा दत्तक गेल्यामुळे एकत्र कुटुंबात राहत असेल व तिला इतर कुटुंबीयांकडून शारीरिक, मानसिक, आर्थिक त्रास होत असेल, तर तिला या कायद्याने संरक्षण मिळते.

पती-पत्नीच्या नात्याने स्त्री व पुरुष एकत्र राहत असल्यास त्या स्त्रीलासुद्धा या कायद्याप्रमाणे संरक्षण मिळू शकते.

कौटुंबिक हिंसाचार

कौटुंबिक हिंसाचार म्हणजे काय, हे या कायद्यात सविस्तरपणे नमूद केले आहे. शारीरिक, मानसिक, शाब्दिक, भावनिक, व आर्थिक अशा तक्रारींची दखल सदर कायदा घेतो. घराची मालकी असो वा नसो एकत्र कुटुंबात राहणाऱ्या स्त्रीला छळ सोसावा लागत असेल तर या कायद्यामुळे तिला कोर्टात दाद मागता येते. कौटुंबिक हिंसाचार सहन करणाऱ्या स्त्रीला संरक्षण मिळण्यााठी 'प्रोटेक्शन ऑफिसर'ची मदत घेता येते.

हा कायदा २६ ऑक्टोबर २००६ रोजी अमलात आला. या कायद्यात संबंधी स्त्रीला ज्या प्रकारच्या हिंसाचाराने त्रास होत असतो, तो दूर करण्यासाठी आवश्यक ती मदत दिली जाते. कौटुंबिक हिंसाचारात

शारीरिक, मानसिक, भावनिक, व आर्थिक या सदराखाली अनेक प्रकारचे त्रास स्त्रीला सहन करावे लागतात. त्याची मोठी यादी या कायद्यात दिली आहे. याशिवाय, परिस्थितिजन्य अथवा इतर कोणत्याही हिंसाचाराची दखल घेतली जाते.

- कौटुंबिक हिंसाचाराच्या केसेस ज्युडिशिअल मॅजिस्ट्रेट वर्ग १ यांच्यासमोर चालतात. त्यांच्याकडील निकालानंतर ३० दिवसांच्या आत सत्र न्यायालयात (सेशन कोर्टामध्ये) अपील करता येते.
- या न्यायालयात केस दाखल करण्यासाठी स्त्रीला कोर्ट फी स्टँपचा खर्च येत नाही. तसेच केसच्या निकालाच्या प्रती (नक्कल) फीशिवाय मिळण्याची तरतूद आहे.
- न्यायालयात स्त्रीला स्वतःचे काम स्वतःच चालवायचे असल्यास तिच्या माहितीसाठी न्यायालयात दाखल करण्याच्या तक्रारीचा नमुना या कायद्यात दिला आहे.
- कोर्टात खटला चालवण्यासाठी वकील फी व खर्च करणे स्त्रीला शक्य नसेल तर सरकारी खर्चाने वकिलांची नेमणूक (फ्री लीगल एड) करता येते.
- या कायद्याखाली दाखल झालेले खटले पक्षकारांनी मागणी केल्यास बंद कोर्टात (इन कॅमेरा) चालवले जातात.
- स्त्रीची होणाऱ्या छळातून सुटका करण्यासाठी दिलेल्या पुराव्याचा विचार करून तिच्या संरक्षणासाठी मनाईसदृश हुकूम करणे, पोटगी देणे, लहान मुलाची कस्टडी देणे, तिची मिळकत मिळवून देणे, नुकसानभरपाई देणे याप्रमाणे हुकूम कोर्ट करू शकते.
- एकत्र कुटुंबातील स्त्रीला खरोखरीच हिंसाचाराचा त्रास सहन करावा लागत असेल, तर त्यातून तिची सुटका होण्यासाठीच हा कायदा केलेला आहे.

काही स्त्रियांच्या बाबतीत या कायद्याचा गैरफायदा घेतला जातो व त्यामुळे कुटुंबातील इतरांचा नाहक छळ होतो, असे अनुभव आमच्या व्यवसायात येतात. छोट्या-छोट्या तक्रारींसाठी ऊठसूट कोर्टात जाणे हे कौटुंबिक स्वास्थ्यासाठी व पर्यायाने समाज स्वास्थ्यासाठी योग्य नाही, याचे भानही अशा स्त्रियांनी ठेवणे आवश्यक आहे.

दुर्बलांच्या चरितार्थाचा कायदा (पोटगीचा कायदा)

Law of Maintenance

कायद्यासमोर सर्व जण समान आहेत; तरी समाजात आजही दुर्बलाची संख्या खूप प्रमाणात आहे. दुर्बल म्हणजे कोण? तर, जे स्वतंत्र नाहीत, दुसऱ्यांवर अवलंबून आहेत, ज्यांना समाजात दुय्यम स्थान आहे. या सर्वात दुर्लक्षिलेल्या घटकांची कायदा विशेष काळजी घेतो. स्त्री आर्थिकदृष्ट्या दुर्बल असल्यास, तिला, १८ वर्षांखालील मुलांना, वृद्ध आईवडिलांना, आर्थिकदृष्ट्या दुर्बल व अपंग माणसांच्या चरितार्थाची सोय होण्यासाठी (पोटगीसाठी) कायद्याने पुरेपूर काळजी घेतली आहे. अशा प्रकारे पोटगी देण्याचे कायदे वेगवेगळ्या धर्मांत वेगवेगळे असले, तरी सर्वांना लागू होतील असे समान कायदेही आहेत. पोटगी मिळण्याची व्यवस्था तातडीने व्हावी म्हणून त्यासाठी फौजदारी संहितमध्ये (क्रिमिनल प्रोसिजर कोडमध्ये) (कलम १२५) स्वतंत्र तरतूद केलेली आहे. त्या कायद्याप्रमाणे हुकूम झाल्यावर पोटगी न दिल्यास तुरुंगवासाची शिक्षाही सांगितली आहे. पोटगी न देणे हा गुन्हा नसला, तरी धाक निर्माण होण्यासाठी व लवकर दाद मिळण्यासाठी फौजदारी संहितेमध्ये सर्व धर्मीयांसाठी पोटगीची तरतूद केली आहे. २००५च्या कौटुंबिक हिंसाचार प्रतिबंधक कायद्यातही पोटगीसंबंधी तरतूद आहे. हेही खटले फौजदारी न्यायालयात चालतात.

अशा तरतुदीनुसार पोटगी मागणाऱ्याची गरज काय आहे, आणि पोटगी देणाऱ्याची सांपत्तिक स्थिती कशी आहे, याचा विचार केला जातो. पोटगीचा दावा चालू असताना, दरम्यानच्या काळातही अंतरिम पोटगीचा हुकूम (Interim Maintenance) होऊ शकतो. एकदा पोटगीचा निकाल झाल्यानंतर वाढत्या महागाईचा, बदललेल्या परिस्थितीचा विचार करून पोटगीची रक्कमही वाढवून मागता येते.

या कायद्याप्रमाणे एकदा पोटगी देण्याचा निकाल झाल्यानंतर एका वर्षाच्या पोटगीचा वसुलीचा अर्ज न्यायालयात करता येतो. या कायद्याखालचा पोटगीचा खटला फौजदारी न्यायालयात (मॅजिस्ट्रेटसमोर) चालतो.

पोटगीसाठी दिवाणी दावा करता येतो. दाव्यात पोटगी देण्याचा निकाल झाल्यावर त्याची वसुली अनेक प्रकारे करता येते. पोटगी देणे लागत असलेल्या व्यक्तीच्या पगारातून, त्याच्या इस्टेटीतून अशी वसुली करता येते.

हिंदू समाजातील व्यक्तींच्या पोटगीसाठी स्वतंत्र असा, हिंदू दत्तक व पोटगी कायदा, १९५६मध्ये

(The Hindu Adoptions and Maintenance Act, 1956) अस्तित्वात आला. हिंदू पत्नीला पतीकडून अखेरपर्यंत पोटगी मिळण्याचा हक्क आहे. पत्नीचा चरितार्थ भागवण्याची जबाबदारी पतीची आहे. हिंदू स्त्रीस काही परिस्थितीमध्ये वेगळे राहूनही पोटगी मागण्याचा अधिकार आहे.

अशा परिस्थितीबद्दलची उदाहरणे पुढीलप्रमाणे आहेत :

१. जर पतीने पत्नीचा कोणतेही कारण नसताना तिच्या मनाविरुद्ध त्याग केला असेल तर
२. पतीने केलेल्या अनन्वित छळाने, पतीबरोबर पत्नीला राहणे अशक्य झाले तर
३. पतीन दुर्धर असा कुष्ठरोग झाला असेल तर
४. पतीने दुसरे लग्न केले असेल तर
५. पनतीने लग्नानंतर त्याच घरात दुसऱ्या स्त्रीस पत्नी या नात्याने ठेवले असेल तर
६. पतीने धर्म बदलला असेल तर
७. किंवा वरील सर्व कारणांशिवाय, वेगळे राहण्यास सयुक्तिक कारण असल्यास अशा परिस्थितीत पत्नीला पतीकडून पोटगी मागता येते.

एकत्र कुटुंबातील इस्टेटीतून विधवा सुनेला तिच्या सासऱ्याकडून पोटगी मिळण्याचा हक्क आहे. तथापि, अशा वेळी तिच्या स्वत:च्या उत्पन्नाचा, मिळकतीचा, मुलाकडून अथवा आईवडिलांकडून मिळत असलेल्या इस्टेटीचा विचार केला जातो. याशिवाय, सासऱ्याला एकत्रित कुटुंबाच्या इस्टेटीतून उत्पन्न मिळत नसेल, तर सासऱ्याकडून पोटगी मिळू शकत नाही. तसेच, तिने दुसरे लग्न केल्यास तिला पोटगी मिळत नाही. दुसऱ्या लग्नानंतर स्त्रीला पहिल्या पतीकडून पोटगी मिळण्याचा हक्क राहत नाही.

पोटगीच्या बाबतीत हिंदू कायद्याने लहान मुलांची व म्हाताऱ्या आईवडिलांची काळजी घेतलेली आहे. प्रत्येक हिंदू पुरुषावर औरस व अनौरस अज्ञान मुले व म्हाताऱ्या आईवडिलांच्या चरितार्थाची जबाबदारी कायद्याने टाकली आहे. लग्न न झालेल्या मुलीस लग्न होईपर्यंत सांभाळणे आवश्यक आहे. सावत्र आईस मूलबाळ नसल्यास तिचा सांभाळ सावत्र मुलाने करणे बंधनकारक आहे.

पोटगी मिळण्यासाठी अवलंबून व्यक्ती कोण-कोण आहेत याचाही विचार या कायद्याने केला आहे.

१. मुलीचे अथवा मुलाचे आईवडील, वृद्ध, अपंग अथवा आर्थिकदृष्ट्या दुर्बल असतील तर त्यांची जबाबदारी, त्यांना मुलगी असेल तर तिच्यावर किंवा मुलगा असेल तर त्याच्यावर असते. कारण ते आईवडील त्यांच्यावर अवलंबून असतात.
२. विधवा स्त्रीचा पुनर्विवाह होईपर्यंत तिला पोटगी मिळण्याचा अधिकार असतो. जर विधवा स्त्रीने दुसरे लग्न केले, तर तिला मिळणारी पोटगी घेण्याचा हक्क नाही.
३. अज्ञान (१८ वर्षांखालील) मुलगा
४. अज्ञान (१८ वर्षांखालील) नातू (अज्ञान मुलाचे वडील गेले असल्यास)
५. लग्न न झालेली मुलगी
६. आधी वारलेल्या मुलाची मुलगी (नात)
७. विधवा मुलगी (नवऱ्याकडून, मुलांकडून किंवा सासऱ्याकडून पोटगी मिळत नसेल तर)
८. अनौरस, अज्ञान (१८ वर्षांखालील) मुलगा
९. अनौरस, अज्ञान (१८ वर्षांखालील) मुलगी लग्न होईपर्यंत

१०. एखादा हिंदू निधन पावल्यास व कोणा एकाकडे त्याची मिळकत आल्यास, त्यावर कुटुंबात असणाऱ्या व पोटगी मिळण्यास पात्र असलेल्यांना पोटगी देण्याची जबाबदारी येते. तथापि, अशा पोटगीची रक्कम त्याच्या हिश्शापुरती मर्यादित असते.

स्त्रीला पोटगीचा हक्क कायद्याने दिलेला असला तरी पोटगी नियमित व सरळपणे मिळेल, याची खातरी नसते. त्यासाठी न्यायालयात हेलपाटे घालणे, वकिलांकडे जाणे असे त्रास चालूच राहतात. बऱ्याच वेळा पोटगीची रक्कम उपजीविकेस पुरी पडत नाही. पोटगीच्या रकमेची अपेक्षा ठेवून स्त्री अर्थार्जन करत नाही. वास्तविक आताच्या काळात स्त्री ही पुरुषांच्या बरोबरीने शिक्षण घेऊ शकते. पुरुषांच्या बरोबरीने सर्व क्षेत्रात स्त्री काम करू लागली आहे, असे स्त्रियांचेच मत आहे. शिवाय, स्त्री-शिक्षणासाठी मोठ्या संख्येने विविध योजना राबवल्या जात आहेत. असे असले तरीही, आजही समाजात याबाबत खूप अज्ञान आहे. स्त्रीने शिक्षण घेऊन, स्वकर्तृत्वावर अर्थाजन करणे तिला शक्य आहे.

काही केसेसमध्ये असा अनुभव येतो, की उच्च शिक्षण घेऊनसुद्धा (एम.एस्सी. शिक्षण घेतल्या) पत्नीने पोटगी घेतली आहे. आता ती रक्कम पुरत नाही म्हणून मला पोटगी वाढवून द्यावी, असा अर्ज तिने न्यायालयात केला आहे. कायद्याच्या तरतुदीप्रमाणे पतीने पत्नीला पोटगी दिली पाहिजे, हा हक्क बजावण्यासाठी (पतीला त्रास देण्यासाठी) स्त्रिया स्वतः अर्थार्जन करत नाहीत. ही मानसिकता स्त्रियांनी सोडली पाहिजे. अर्थात, अशी अपवादात्मक उदाहरणेच आपल्याला आजूबाजूला दिसतात. स्त्री-पुरुष समानतेचा विचार (equality) स्त्रीच आग्रहाने मांडते. मग सध्याच्या जगात स्त्रीने स्वावलंबी का होऊ नये? असा प्रश्न मला पडतो.

हिंदू विवाह कायद्यातील तरतुदींप्रमाणे पतीलादेखील पत्नीकडून पोटगी मिळू शकते. तथापि, पतीने तो स्वत:चा चरितार्थ करण्यास समर्थ नाही व पत्नी त्याच्या चरितार्थासाठी सक्षम असल्याचे कोर्टात सिद्ध केल्यास पतीलासुद्धा पोटगी मिळण्याचा हक्क आहे. अशी पोटगी खटल्यादरम्यानच्या काळात (interim) अथवा कायमस्वरूपीही (permanent alimony) देता येते.

हिंदू अज्ञान व पालकत्वाचा कायदा, १९५६
The Hindu Minority and Guardianship Act 1956

या कायद्याप्रमाणे १८ वर्षांपेक्षा कमी वयाची व्यक्ती अज्ञान समजली जाते. इ.स. १८९०मध्ये हिंदू पाल्य व पालकत्वाचा कायदा केलेला आहे. त्यातील तरतुदींना अनुसरून हिंदू धर्मीयांसाठी या कायद्यात ज्यादा तरतुदी सांगितल्या आहेत. या कायद्याप्रमाणे पालक कोणाला म्हणावे, हे ठरवून दिले आहे. प्रथम वडील व वडिलांच्या निधनानंतर किंवा वडील अपात्र असल्यास आई ही अज्ञानाची नैसर्गिक पालक असते. आई व वडील असे नैसर्गिक पालक असताना व ते पात्र असताना अन्य कोणीही अज्ञानाचे पालक होऊ शकत नाहीत. त्यांच्या मृत्यूनंतर त्यांनी मृत्युपत्र केले असल्यास, मृत्युपत्रात ज्या व्यक्तीला पालकत्व दिले असेल ती व्यक्ती पालक होते. कोर्टाने एखाद्या हितचिंतकाला पालकत्व दिले तर ती व्यक्ती पालक होते किंवा 'कोर्ट ऑफ वॉर्ड्स'च्या अधिकारात नेमलेली व्यक्ती पालक असू शकते. एखाद्या अज्ञान मुलीचा विवाह झाल्यास तिचा पती सज्ञान असल्यास तो पालक होतो. अज्ञान मुलगा किंवा मुलगी दत्तक गेल्यास, दत्तक घेणारे वडील व आई त्या दत्तकाचे पालक असतात.

न्यायालयापुढे अज्ञानाचा पालक नेमण्याचा प्रश्न निघाल्यास अज्ञानाचे सर्वंकष हित पाहिले जाते. Welfare of Minor to be Paramount Consideration या तत्त्वाप्रमाणे निसर्गतःच आईवडील, मृत्युपत्राप्रमाणे नेमलेला पालक (व्यक्ती), न्यायालयाने नेमलेला पालक हे अज्ञान मुलाचे पालक असतात. यांच्याशिवाय अज्ञान व्यक्तीला स्वतःच्या अपत्याप्रमाणे प्रेमाने वागवणारी, त्याचे हित पाहणारी व्यक्ती ही त्याची पालक होऊ शकत नाही. कायद्याचा या बाबतीत अर्थ हा आहे की, अशी प्रेम करणारी, सांभाळणारी व्यक्ती त्याच्या प्रॉपर्टीत कोणत्याही प्रकारची ढवळाढवळ करू शकत नाही.

आमच्याकडे एक केस अशी आली : १२ वर्षांच्या श्रेयाचे आईवडील एका विमान अपघातात मृत्युमुखी पडले. श्रेयाचे वडील राज हे भारत संचार निगमचे (BSNL) चीफ ऑफिसर होते. राज हा त्याच्या आईवडिलांचा एकुलता एक मुलगा होता. त्यांना भाऊ, बहीण कोणी नव्हते. राज यांचे आईवडीलसुद्धा राजच्या विवाहानंतर एका भीषण अपघातात मृत्यू पावले होते. राज यांची

पत्नी स्मिता यांना एक भाऊ होता– वसंतराव! यांच्याशिवाय श्रेयाला जवळचे असे कोणी नव्हते. अपघातात राज-स्मिता मृत्यू पावल्यावर त्यांच्या रेकॉर्डवरून वसंतरावांचा पत्ता, फोन नंबर घेऊन दिल्लीच्या ऑफिसमधून ही दुःखद घटना त्यांना कळवण्यात आली. ती बातमी ऐकून वसंतरावांना जबरदस्त धक्का बसला. श्रेया तेव्हा शाळेत गेली होती. ती दिल्लीला एकटीच होती. आपली दोन्ही मुले मावशीकडे ठेवून वसंतराव पत्नीसह तातडीने दिल्लीला गेले.

राज खूप बुद्धिवान होते. लहान वयातच खूप मोठ्या पदावर काम करत होते. घरची पूर्वापार श्रीमंती होती. सुंदर महालासारखा बंगला, भरपूर नोकरचाकर. त्यांची पत्नी– वसंतरावांची बहीण स्मिता दिसायला सुंदर, सुस्वभावी! राजला तिने मनासारखी साथ दिली होती. श्रेयाला तर गरिबीची ओळखदेखील नव्हती. ती रोज महागड्या गाड्यांतून दिल्लीच्या प्रसिद्ध शाळेत जात असे. उंची कपडे, उंची वस्तू, एकुलती एक मुलगी म्हणून लाडावलेली, अशा वातावरणात वाढलेली. अशा मुलीला लहान वयात आईवडिलांच्या विरहाचे दुःख!

वसंतराव मध्यमवर्गीय. त्यांना दोन मुलगे होते. त्यांच्या मनात विचार आला, 'श्रेयाला मी कसा सांभाळू? तिच्या मानाने मी खूप गरीब. मी तिला तिच्या मनाप्रमाणे सर्व काळ ऐश्वर्यात कसा ठेवू?'

ते श्रेयाला घेऊन पुण्याला आले आणि लगेच आमच्याकडे आले.

आम्हांला म्हणाले, ''श्रेयाला तिच्या आईवडिलांच्या आर्थिक स्थितीनुसार सांभाळणं मला अशक्य आहे. मी तिला प्रेमाने, आपलेपणाने माझी मुलगी म्हणून सांभाळीन; पण त्यासाठी लागणारा पैसा माझ्याकडे नाही. अशा परिस्थितीत तुमचा कायदा काय सांगतो?''

आम्ही हिंदू अज्ञान पालकत्वाच्या कायद्याप्रमाणे वसंतरावांच्या नावाने कोर्टात अर्ज केला. वसंतराव श्रेयाचे सख्खे मामा– तिच्या आईचे सख्खे मोठे भाऊ होते. राज यांना बहीण-भाऊ, आईवडील नव्हते. श्रेयाच्या मामाशिवाय तिला दुसरे असे जवळचे कोणीही नातेवाईक नव्हते. ते श्रेयाची सर्व जबाबदारी घेण्यास तयार होते. त्यांनी अर्जातही सर्व तपशील लिहिला होता. त्याचप्रमाणे, 'मी तिला माझ्या मुलीसारखी सांभाळेन, तिचे शिक्षण, तिची प्रगती व्यवस्थित लक्षपूर्वक करेन, तिला तिच्या आईवडिलांसारखे जपेन, सुखी ठेवेन इत्यादी सर्व जबाबदारी मी तिचा पालक म्हणून स्वीकारत आहे,' असेही लिहिले होते. त्यांच्या अर्जावर न्यायालयाने हुकूम केला. वसंतरावांना श्रेयाचे गार्डियन-पालक म्हणून नेमले. तिचे शिक्षण, तिच्या राहण्याचा सर्व खर्च, शाळाच नव्हे, तर आवश्यकता वाटल्यास क्लासेस इत्यादी, तसेच आजारपण अशा तिच्या गरजेसाठी लागणाऱ्या प्रत्येक ठिकाणचा खर्च तिच्या मामाने तिच्या वडिलांच्या अकाउंटमधून करावा. दर सहा महिन्यांनी त्याचा हिशेब कोर्टात सादर करावा, असाही हुकूम करण्यात आला.

वसंतरावांनी कोर्टाच्या हुकुमाप्रमाणे राज यांच्या खात्यातून काढलेल्या रकमेचा, अगदी प्रत्येक रुपयाचा हिशेब लिहून काढला. दर सहा महिन्यांनी तो कोर्टात सादर केला. श्रेयाचे लग्न होईपर्यंत जणू काही ती त्यांची एकुलती एक मुलगी असल्यासारखे ते तिला जपत होते. तिच्या लग्नानंतर श्रेयाची सासरी पाठवणी करताना तिला सांभाळण्यासाठी नऊ-दहा वर्षांत खात्यातून काढलेल्या रकमेचे आणि खर्च केलेल्या रकमेचे सर्व हिशेब श्रेयाच्या पतीच्या हाती दिले.

अत्यंत सज्जन, प्रामाणिक, स्वतःच्या लहान बहिणीवर– स्मितावर मनापासून प्रेम करणारे असे वसंतराव. जणू 'माझ्या मुलीला नीट जपतोयस ना?' म्हणून स्मिता आपल्याकडे पाहत आहे, अशी भावना मनात धरून

वसंतरावांनी श्रेयाचे आयुष्य सर्वार्थाने सुखी केले. असे हे पालक– वसंतराव त्यांच्या आदर्श पालकत्वामुळे, या केसला १८-१९ वर्षे होऊन गेल्यानंतरही माझ्या आठवणीत राहिले आहेत.

अज्ञान व्यक्तीच्या बाबतीत कायद्यात असणाऱ्या आणखी काही तरतुदी

अज्ञान व्यक्ती स्वतः दावा करण्यास अथवा बचाव करण्यास कायद्यात सक्षम मानली जात नाही, म्हणून दिवाणी प्रक्रिया संहितेमध्ये (सिव्हिल प्रोसिजर कोडमध्ये) त्याविषयी विशेष तरतुदी केल्या आहेत.

- अज्ञान व्यक्तीचा नैसर्गिक पालक (natural guardian) पिता असतो व त्याच्या निधनानंतर त्याची आई ही नैसर्गिक पालक असते. तथापि, असे कोणी नसल्यास त्याच्यातर्फे त्याचे हित पाहणारा कोणीही हितचिंतक (next friend) अज्ञान व्यक्तीच्या वतीने दावा करू शकतो.
- केवळ अज्ञान व्यक्तीच्या विरुद्ध दावा करता येत नाही, समन्स बजावता येत नाही.
- केवळ अज्ञान व्यक्तीच्या विरुद्ध दावा केला असल्यास, केवळ दाव्याच्या कामी न्यायालयाने पालकाची नेमणूक करावी लागते.
- दावा लावताना वादीने सुचवलेल्या पालकाने जर अज्ञान व्यक्तीतर्फे काम पाहण्यास नकार दिला, तर न्यायालय, अधीक्षकाची (सुपरिंटेडंट) किंवा अन्य अधिकाऱ्याची नेमणूक करते.
- अज्ञान व्यक्तीस प्रतिनिधित्व असल्याशिवाय दाव्याचे काम पुढे चालू शकत नाही.

अज्ञान व्यक्तीचे हित जपण्यासाठी कायद्यात अनेक तरतुदी आहेत.

- हिंदू मायनॉरिटी अ‍ॅण्ड गार्डियनशिप अ‍ॅक्ट १९५६, कलम ८ प्रमाणे अज्ञान व्यक्तीची स्वतंत्र प्रॉपर्टी असल्यास, आणि ती विकायची झाल्यास किंवा त्यावर कर्ज काढण्यास न्यायालयाची परवानगी घेणे, ही अत्यावश्यक गोष्ट आहे. परंतु, एकत्र कुटुंबाच्या प्रॉपर्टीतील अज्ञान व्यक्तीचा हिस्सा विकण्यास अशा परवानगीची गरज लागत नाही.
- अज्ञान व्यक्तीच्या अविभक्त हिश्शाचा व्यवहार करण्यास कुटुंबकर्ता सक्षम असतो. सदर व्यवहार अज्ञान व्यक्तीस मान्य नसल्यास, सज्ञान झाल्यावर तीन वर्षांच्या आत त्यास दावा करता येतो.

गार्डियन अ‍ॅण्ड वॉर्ड्स अ‍ॅक्टमध्ये पालक व पाल्य यांच्या संबंधित सर्व तरतुदी व कायदे सांगितले आहेत. या कायद्यातील कलम २४प्रमाणे कोणी जिल्हा न्यायालयात अर्ज केल्यास गार्डियन व वॉर्डबद्दल रीतसर चौकशी होऊन न्यायालय अज्ञान व्यक्तीच्या कस्टडीबाबत व त्याच्या मिळकतीच्या व्यवहाराबाबत गार्डियनची नेमणूक करू शकते. अशी नेमणूक करते वेळी, अज्ञान व्यक्तीच्या हिताची पुरेपूर काळजी घेऊन व प्रसंगी अज्ञान व्यक्तीच्या मानसिकतेची तपासणी करून कोर्ट गार्डियनची नेमणूक करते. अज्ञान व्यक्तीच्या मिळकतीच्या हिशेबाचे बंधनही न्यायालय नेमलेल्या पालकावर घालते.

फौजदारी कायद्यातही अज्ञान मुलाच्या कस्टडीसाठी कारवाई करता येते. कस्टडीचा हक्क ठरल्यास त्याला हस्तगत करण्यासाठी वॉरंटही बजावू शकते.

हिंदू दत्तकविधान कायदा, १९५६
The Hindu Adpotions Act, 1956

'दत्तक घेणे' ही हिंदू समाजातील प्राचीन काळापासून चालत आलेली पद्धत आहे. इस्टेटीला वारस असणे, धर्मकृत्य करणे या गोष्टींसाठी मुलगा दत्तक घेणे पूर्वी अपरिहार्य असे. पुरुषप्रधान हिंदू संस्कृतीमुळे फक्त मुलासच दत्तक देता किंवा घेता येत असे. आता मात्र १९५६च्या कायद्याप्रमाणे, त्यातील अटींचे पालन केल्यावर मुलाप्रमाणे मुलीसही दत्तक घेता येते.

आताच्या हिंदू दत्तकाच्या (The Hindu Adoptions and Maintenance Act) कायद्यात दत्तकासंबंधी सारासार विचार करून स्पष्ट तरतुदी केल्या आहेत.

या कायद्यातील कलम ६ प्रमाणे दत्तक देणाऱ्या व घेणाऱ्या व्यक्तीची पात्रता कायद्यातील तरतुदींप्रमाणे असावी लागते; तसेच दत्तक जाणाऱ्या मुलाची / मुलीची पात्रता या कायद्यात दिलेल्या तरतुदींप्रमाणे असावी लागते. कोणीही हिंदू व्यक्ती, जी बुद्धीने, मानसिक परिस्थितीने सक्षम आहे अशी सज्ञान व्यक्ती, अज्ञानास दत्तक घेऊ शकते. पतीने अज्ञानास दत्तक घ्यायचे ठरवल्यास, त्याची पत्नी हयात असेल तर दत्तक घेण्यास तिची संमती आवश्यक आहे. परंतु पत्नी वेडसर असल्यास किंवा तिने संन्यास घेतलेला असल्यास किंवा तिने धर्म बदललेला असल्यास तिच्या संमतीची आवश्यकता नाही. याप्रमाणेच पत्नीने अज्ञानास दत्तक घ्यावयाचे ठरवल्यास वरीलप्रमाणे सर्व अटी तिच्या पतीसही लागू होतात.

कोण दत्तक देऊ शकतो? तर, अज्ञान मुलाचे / मुलीचे आईवडील किंवा न्यायालयाने एखाद्या व्यक्तीस परवानगी दिली असेल, तर ती व्यक्ती दत्तक देऊ शकते.

कोण दत्तक जाऊ शकतो? दत्तक जाणारा मुलगा / मुलगी हिंदू असावी. अज्ञानाला एकदाच दत्तक जाता येते किंवा एकदाच दत्तक देता येते.

विवाह झालेल्या मुलाला किंवा मुलीला दत्तक जाता येत नाही. परंतु तशी रूढी किंवा चालीरीती असल्यास विवाह झालेल्या मुलाला किंवा मुलीला दत्तक जाता येते. तसेच, रूढी किंवा चालीरीती असल्यास १५ वर्षांपेक्षा जास्त वय असले तरीही मुलाला अथवा मुलीला दत्तक जाता येते.

कायदेशीर दत्तकाविधानसंबंधीच्या अटी

१. मुलगा दत्तक घ्यायचा असेल तर दत्तक घेणाऱ्या दाम्पत्यास आधीचा मुलगा, नातू किंवा पणतू नसावा.
२. मुलगी दत्तक घ्यायची असेल तर दत्तक घेणाऱ्या दाम्पत्यास आधीची मुलगी, नात किंवा पणती नसावी.
३. पुरुषाने मुलगी दत्तक घ्यावयाची असेल तर त्या दोघांत २१ वर्षांचे अंतर असावे.
४. स्त्रीने मुलगा दत्तक घ्यावयाचा असेल तर त्या दोघांत २१ वर्षांचे अंतर असावे.
५. एकच मुलगा किंवा मुलगी दोन वेगवेगळ्या व्यक्तींना दत्तक जाऊ शकत नाही.
६. दत्तक देण्यासाठी किंवा घेण्यासाठी होमहवन करण्याची आवश्यकता नाही, असे कायद्यात सांगितले असले तरी दत्तक देण्या-घेण्यावरून काही वाद निर्माण झाल्यास होम आणि इतर विधींचे फोटो किंवा व्हिडिओ रेकॉर्डिंग असेल तर ते सिद्ध करण्यास या दृश्य माध्यमांचा उपयोग होऊ शकतो.
७. दत्तक देण्याच्या व घेण्याच्या हेतूने दत्तकाची देवाणघेवाण होणे, ही अत्यंत महत्त्वाची अट आहे.

दत्तकविधानानंतर होणारे परिणाम

१. दत्तक घरात गेलेला दत्तक मुलगा / मुलगी दत्तक आईवडिलांचा औरस मुलगा / मुलगी समजली जाईल. त्याचे जनक-घरातील हक्क संपुष्टात येतील. मात्र, दत्तकाच्या विवाहाच्या बाबतीत जनक-घरातील ज्या अटी कायद्यात सांगितल्या आहेत, त्या त्यास पाळाव्या लागतील. तसेच, जनक-घरात असताना दत्तकाच्या मालकीची जी प्रॉपर्टी असेल ती दत्तक गेल्यानंतर त्याच्या एकट्याच्या मालकीची राहील.
२. कायदेशीर झालेले दत्तकविधान कधीही रद्द करता येत नाही, आणि दत्तकविधानांमुळे निर्माण झालेली नाती कोणासही बदलता येत नाहीत.
३. दत्तकविधानाच्या वेळी स्पष्टपणे ठरवल्याशिवाय, दत्तक घेतल्यानंतर दत्तक आईवडिलांचे त्यांचे स्वतः चे मिळकतीतील हक्क बदलत नाहीत.
४. एखाद्या पुरुषास दोन पत्नी असल्यास, आणि त्याने मुलगा / मुलगी दत्तक घेतल्यास त्याची थोरली पत्नी ही त्या मुलाची / मुलीची दत्तक आई होते व दुसरी पत्नी दत्तकाची सावत्र आई होते.
५. एखाद्या विधुर पुरुषाने किंवा लग्न न झालेल्या पुरुषाने मुलगा / मुलगी दत्तक घेतल्यास व त्यानंतर त्याने विवाह केल्यास त्याची पत्नी दत्तकाची सावत्र आई होते.
६. याप्रमाणेच एखाद्या विधवेने किंवा विवाह न केलेल्या स्त्रीने मुलगा / मुलगी दत्तक घेतल्यास व त्यानंतर विवाह, केल्यास त्या स्त्रीचा नवरा हा दत्तकाचा सावत्र वडील होतो.

कलम १६ प्रमाणे रजिस्टर दस्तानेही (दत्तकपत्राने) दत्तकविधान करता येते. असा रजिस्टर दस्त असेल व तो स्पष्टपणे देणाऱ्याच्या व घेणाऱ्याच्या सहीने केलेला असेल, तर ते दत्तकविधान कायदेशीर समजावे. तथापि, दत्तकाच्या देण्या-घेण्याच्या अटी व दत्तक देण्या-घेण्याची घटना ही सिद्ध करणे आवश्यक असते, अशी घटना घडली नाही, असे सिद्ध झाले, तर रजिस्टर्ड दत्तकपत्र मान्य होत नाही.

कलम १७ प्रमाणे दत्तक देण्यासाठी किंवा घेण्यासाठी मोबदला, बक्षीस किंवा इतर रकमेची देवाणघेवाण करणे कायद्याने गुन्हा आहे. अशा गुन्ह्यास सहा महिन्यांची तुरुंगवासाची शिक्षा, दंड किंवा दोन्हीही होऊ शकते. तथापि, असा गुन्हा सरकारी परवानगीशिवाय दाखल करता येत नाही.

यासंबंधीची काही उदाहरणे

एका डॉक्टर दाम्पत्याचे मॅटर्निटी हॉस्पिटल होते. दोघेही हुशार, प्रेमळ, आणि या व्यवसायात नावाजलेले डॉक्टर होते. पण, दुर्दैवाने ते स्वतः आईवडील होऊ शकले नव्हते. म्हणून त्यांनी तीन-चार महिन्यांच्या मुलीला दत्तक घेतले. लहानपणापासूनच तिला चांगल्या सवयी लावल्या. तिच्या अभ्यासावर जातीने लक्ष दिले. गरीब घरातील मुलगी दत्तक घेतली होती. दिसायला खूप सुंदर वगैरे नव्हती. पण, ती ज्या वातावरणात राहिली, वाढली त्याचा परिणाम म्हणून असेल, ती खूप अभ्यासू, नीटनेटकी, शिस्तप्रिय, समंजस अशी होती. तिने आयुष्यात खूप मोठे व्हावे, तिच्या आवडीच्या क्षेत्रात नाव कमवावे, म्हणून खरोखर तिच्या आईवडिलांनी तिच्यासाठी खूप वेळ दिला. तिची आवडनिवड जपली. आज ती मुलगी खूप मोठी डॉक्टर म्हणून प्रसिद्ध आहे. मुलगी आणि आईवडील यांच्यात खरोखरी रक्ताचे नाही; पण अतिशय आदर, प्रेम, व आपुलकीचे नाते आहे. त्यात दत्तक ही गोष्ट आता उरलीच नाही.

हे आदर्श आईवडील आणि आदर्श दत्तक कन्येचे एक उत्तम उदाहरण आहे.

एक दाम्पत्य आमच्याकडे आले व म्हणाले, ''आम्ही एक मुलगा दत्तक घेतला. आम्ही दोघंही नोकरी करतो, म्हणून त्याला घरी सांभाळायला एक बाई ठेवल्या. बाई तशा बऱ्या होत्या. पण आमच्या मुलाला काही वाईट सवयी लागत गेल्या. मॉंटिसरीतून घरी आल्यावर तो खूप रडायचा. रडणं नको म्हणून या बाई त्याला पाहिजे ते द्यायच्या. मग गोळ्या, बिस्किटं, चॉकलेट खाण्याची सवय त्याला लागली. या बाई त्याच्यावर रागवायच्या, म्हणून त्याला त्या बाईचा खूप राग यायचा. मग शाळेत गेल्यावर तो मुलांशी भांडायचा. यामुळे शाळेतून तक्रारी येऊ लागल्या. वाटायचं लहान आहे, मोठा झाल्यावर समजूतदार होईल. पण, परिणाम उलटा होत गेला. जसजसा मोठा होऊ लागला तसतसा खूप हट्ट करू लागला. आम्ही रागावलो की म्हणायचा, 'त्या सांभाळणाऱ्या मावशीच चांगल्या आहेत. तुम्ही मला आवडत नाही.'

''आम्ही त्याला मानसोपचार तज्ज्ञाला दाखवले. ट्रिटमेंट दिली. पण उपयोग झाला नाही. आता त्याची वागण्याची पद्धत त्रासदायक झाली आहे. तो शाळेत जात नाही. घरीच राहतो. अति खाण्यामुळे तो दिवसेंदिवस खूप लठ्ठ होत चालला आहे. त्याला सांभाळणं आम्हांला मुश्कील झालं आहे. आम्ही त्याच्या आईवडिलांना विनंती केली, की 'तुम्ही याला परत घेऊन जा.' तर ते म्हणतात, 'आम्ही तो तुम्हांला दत्तक देऊन टाकला आहे. तुमचं तुम्ही पाहा काय करायचं ते. आता तो आमचा कोणी नाही.'

''आम्ही त्याच्या रूपाने डोईजड संकट घरी आणून ठेवलं आहे. या संकटातून बाहेर पडण्यासाठी त्या दत्तक मुलाचे दत्तकविधीने केलेले दत्तकविधान आम्ही रद्द करू शकतो का?''

एकदा कायदेशीररीत्या दत्तक घेतल्यानंतर त्याला औरस मुलाचे / मुलीचे स्थान प्राप्त होते. अशा दत्तक मुलाचे किंवा मुलीचे नाते कधीही नाकारता येत नाही. तथापि, दत्तक घेते वेळी दत्तक घरातील मिळकतीची जी परिस्थिती असते त्याप्रमाणे दत्तकास अधिकार प्राप्त होतो.

एका उच्चशिक्षित दाम्पत्याने त्यांना मूलबाळ नसल्यामुळे, जय नावाच्या नऊ-दहा महिन्यांच्या मुलाला दत्तक घेतले. जय दिसायला सुंदर व स्मार्ट होता. तो जसा मोठा होऊ लागला, चालायला-बोलायला लागला तशी त्याची हुशारी लक्षात येऊ लागली. घरात त्याचे खूप कौतुक होऊ लागले. शाळेत प्रथम क्रमांकावर त्याचेच नाव असायचे. जय त्याच्या दत्तक आईवडिलांबरोबर खूप आनंदात होता.

जयच्या दत्तक आईला मुलगी झाली आणि हे आनंदाचे वातावरण बदलू लागले. आईवडिलांचे मन त्यांच्या मुलीत गुंतून गेले. जय तिच्यापेक्षा दहा वर्षांनी मोठा होता. ते बहीण-भाऊ खूप खेळायचे. जय तिला सांभाळायचा. लहान असतानाचे त्यांच्यातील हे प्रेम त्यांच्या मोठेपणीही तसेच होते. बहिणीला जयदादाशिवाय कधीच करमायचे नाही. पुढे आईवडिलांच्या प्रेमात दुरावा येऊ लागल्यावर जयने अमेरिकला जाऊन स्वतःच्या मेरिटवर स्कॉलरशिप मिळवून तिथेच डॉक्टरेट मिळवली. अमेरिकेत मोठ्या पगारावर नोकरीला लागला. बहिणीच्या आग्रहामुळे तो भारतात आला. या वेळी आणखी एक गोष्ट त्याच्या मनात बरेच दिवस होती, ती त्याला पूर्ण करायची होती. म्हणून तो बहिणीला घेऊन आमच्याकडे आला आणि म्हणाला, ''मी नऊ-दहा महिन्यांचा असताना दत्तक मुलगा या नात्याने (विधिपूर्वक दत्तक दिलेला असल्याने) या घरात राहू लागलो. ही माझी सख्खी बहीण आहे, असेच मी मानतो. माझ्या आयुष्यात प्रेम व आपलेपणा असलेली ती एकमेव हक्काची व्यक्ती आहे. आमच्या वडिलोपार्जित प्रॉपर्टीमधील माझा वाटा मला माझ्या बहिणीच्या नावाने करून द्यायचा आहे. तो तसा करून देता येईल का? आणि देता येत असेल तर काय करावं लागेल?''

हे ऐकल्यावर ती रडू लागली. म्हणाली, ''दादा, मला ही प्रॉपर्टी नको आहे. तू असं काही करू नकोस. तुझ्याशिवाय मला करमत नाही. तू भारतात राहायला ये. या एकत्र प्रॉपर्टीमुळे तरी आपल्यातील भाऊ-बहिणीचं प्रेम राहू दे.'' तिला पुढे बोलवेना.

जय म्हणाला, ''हे बघ, जन्मभर आपण बहीण-भाऊ आहोतच. तू अमेरिकेला माझ्याकडे हक्काने ये, मीपण भारतात तुझ्या घरी तुझ्यासाठी येतच राहीन.''

त्याला बहिणीचे प्रेम हवे होते; पण दुरावलेल्या आईवडिलांची प्रॉपर्टी नको होती. हे तो मोकळ्या मनाने बहिणीला पटवून देत होता. त्यामागे आईवडिलांबद्दलचा राग मनात नव्हता. तो त्यांच्याबद्दलही खूप चांगले बोलला. बहिणीच्या नावाने प्रॉपर्टीचे हक्कसोडपत्र (Release Deed) करून मगच तो गेला. मनात आले, शेवटी नाते जोडणे किंवा तोडणे हे रक्तापेक्षा मनावरच जास्त ठरत असते.

'द जुव्हेनाईल जस्टीस (केअर अँड प्रोटेकशन) ॲक्ट २०१५'च्या कायद्यात 'दत्तक' नावाच्या संपूर्ण प्रकरणाचाच समावेश करण्यात आला आहे. या नवीन सुधारणेनुसार, कुठल्याही धर्माची व्यक्ती मूल दत्तक घेऊ शकते. अट फक्त एकच, दत्तक घेताना ते मूल अनाथ, सोडून दिलेले, किंवा कुणीच वाली नसणारे असावे. या कायद्यांतर्गत एका 'स्पेशल दत्तक एजन्सी'ची स्थापना करण्यात आलेली असून, दत्तक घेण्याच्या प्रक्रियेचा सर्व तपशील बारकाईने या कायद्यात केलेला आहे.

भारतीय कराराचा कायदा, १८७२
The Indian Contract Act, 1872

आपण रोजच्या जीवनात असंख्य करार करत असतो. करार हा आपल्या दैनंदिन जीवनाचा एक अविभाज्य घटक बनला आहे. त्यामुळे आपण कायद्याच्या भाषेत करार (contract) करतो आहोत या गोष्टीची आपल्याला जाणीव नसते.

आपण वाणसामानाची यादी दुकानदाराला देतो, तो यादीप्रमाणे सामान घरपोच आणून देतो. त्याच्या बिलाप्रमाणे आपण त्याला पैसे देतो. अनेक व्यक्ती बस-रेल्वे-विमान-प्रवासासाठी आरक्षण करून प्रवासाचा सर्व खर्च आधी देतात. त्या बदल्यात तिकीट घेतात. प्रवास सुरू करताना ते तिकीट दाखवतात व प्रवास सुरू करतात. शाळेत मुलांना सोडणे व घरी आणणे या कामासाठी पालक रिक्षा- किंवा व्हॅन-चालकाशी व्यवहार ठरवतात व दर महिन्याला कामासाठी ठरलेली रक्कम त्यांना देतात. मुलाचा सांभाळ पाळणाघरात दिवसभर केला जातो. महिन्यानंतर ठरलेली रक्कम पाळणाघरात पालक देतात. डॉक्टरने रुग्णाला बरे करणे आणि रुग्णाने डॉक्टरांची फी देणे; वकिलांनी आपल्या पक्षकाराचे काम पूर्ण लक्ष देऊन, कायद्याचा अभ्यास करून कोर्टात तारखेस हजर राहून चालवणे व पक्षकाराने त्या कामाचा मोबदला वकिलांना देणे; अशा प्रकारचे करार हे 'सेवा करार' आहेत.

दैनंदिन जीवनात प्रत्येक गोष्टीत आपण असे अनेक करार करत असतो. त्यातील काही तात्पुरत्या स्वरूपाचे करार असतात, तर काही मोठ्या स्वरूपाचे असतात. पण हे करार लिहून, सह्या करून रजिस्टर केले जात नाहीत; तर एकमेकांच्या विश्वासावरच पूर्ण केले जातात.

आज आपण सामान्यतः प्रत्येक व्यवहाराच्या बाबतीत चलनाच्या स्वरूपात मोबदला देतो. पुरातन काळात चलनाची पद्धत नव्हती. पुढे कालांतराने काही राजवटीत नाण्याच्या स्वरूपात चलन अस्तित्वात आले, त्यानंतर कागदी नोटा अस्तित्वात आल्या. सरकारने विविध किमतींच्या नोटांना मान्यता दिली व त्याच्या किमतींबाबत आश्वासन (promise) दिले, चलन पद्धतीमुळे हळूहळू वस्तू-विनिमयाची पद्धत (Barter System) जवळजवळ लोप पावली. अजूनही प्रॉपर्टीच्या अदलाबदलीचे दस्त (Deed of Exchange) होत असतात, हे या जुन्या पद्धतीचे (Barter System) गमक आहे.

फार पुरातन काळापासून मानवी जीवनात वस्तू, जमीनजुमला, सेवा वगैरे संबंधी देवाणघेवाण करण्यासाठी व्यवहार होत होतेच. त्यामध्ये नीतिमत्तेचा मोठा भाग होता, आणि अजूनही अशा प्रकारच्या व्यवहाराचे विविध पैलू होते व आहेत. त्यानुसार अनेक वेगवेगळे कायदे झाले. तथापि, मूळ व्यवहारात 'करार' या शब्दाची संकल्पना स्पष्ट नव्हती. करार, त्याचे स्वरूप, त्यातील अटी, मोबदला, तसेच कायदेशीर बाबी यांचा सर्वंकष विचार हळूहळू केला गेला. यानंतर त्या वेळच्या इंग्रज सरकारने नेमलेल्या 'सिलेक्ट कमिटी'च्या अहवालाप्रमाणे १८७२मध्ये सदर कायदा मंजूर झाला.

करार (contract) कसा मांडला जातो व कसा पूर्ण होतो ?

एक व्यक्ती दुसऱ्या व्यक्तीस प्रस्ताव (proposal) देते. दुसरी व्यक्ती त्यास मान्यता देते. त्यास वचन (promise) असे म्हटले जाते. प्रस्तावानुसार, 'देणारा' जी किंमत (पैसे, सेवा किंवा कृत्य करणे किंवा न करणे इत्यादी) कबूल करतो त्यास मोबदला (consideration) असे म्हणतात. मोबदल्यासह प्रस्ताव देणाऱ्याला जेव्हा संमती कळवली जाते, तेव्हा त्या प्रस्तावास कराराचे स्वरूप येते.

कायदेशीर कराराच्या अटी

१. कराराचा प्रस्ताव व त्याची स्वीकृती पूर्णपणे स्वेच्छेने केलेली असावी.
२. करारातील मोबदला व कारण हे कायदेशीर असावे. (उदाहरणार्थ, एखाद्याला मारण्यासाठी मोबदला देण्याचा करार हा कायदेशीर असूच शकत नाही)
३. प्रस्ताव देणारा व त्याची स्वीकृती करणारा सज्ञान असावा.
४. करार लिखित असल्यास किंवा त्या करारावर साक्षीदारांच्या सह्या असणे कायद्यात अत्यावश्यक असल्यास, तो लेखी स्वरूपात आणि साक्षीदारांच्या सह्या असलेलाच पाहिजे.
५. जो करार इंडियन रजिस्ट्रेशन ॲक्ट (Indian Registration Act)प्रमाणे रजिस्टर करणे आवश्यक आहे, असाच करार कायदेशीर असू शकतो.
६. करार करणाऱ्याने तो करार स्वेच्छेने (Free Consent) व मनापासून आणि संमतीने केलेला असावा.
७. करारातील कोणत्याही पार्टीवर कराराबाबत दबाव, दडपण, फसवणूक, गैरसमज, चूक झालेली नसावी.
८. वरीलपैकी कोणताही दोष करारात आढळून आल्यास तो करार रद्द होण्यास पात्र असू शकतो.
९. कोणत्याही करारात मोबदला असल्याशिवाय तो करार कायदेशीर असू शकत नाही.

समजा, एखाद्या व्यक्तीने त्याच्या मित्राला, वाढदिवसाला भारी किमतीचे घड्याळ भेट देईन, असे सांगितले. त्याने घड्याळ आणले. पण, त्या मित्राला न देता दुसऱ्याला दिले, तर 'भेट देण्याची वस्तू तू मला का दिली नाहीस? तू देणार होतास. मी घेणार होतो. तसे तोंडी कबूल केले होते,' अशी तक्रार भेट घेणाऱ्याने केली, तरी तो करार होत नाही. ते जवळच्या व्यक्तीस प्रेमाने, आपलेपणाने दिलेले बक्षीस आहे. ज्याला कायद्यात मोबदला म्हटले जात नाही. तो करार नाही. म्हणून इथे करारभंगाची जबाबदारी नाही. मुदतीबाहेरचे कर्ज फेडण्याचे लेखी कबूल केल्यास तो करार कायदेशीर असतो. तसेच, एखाद्या व्यक्तीने स्वतः होऊन दुसऱ्याच्या फायद्यासाठी काम केले, 'त्या कामाबद्दल दुसऱ्याने भरपाई करून देईन,' असा लेखी करार करून दिल्यास, त्याला भरपाई करून द्यावी लागते.

काही करार मूलतःच बेकायदेशीर असल्यामुळे ते रद्दबातलच असतात. उदाहरणार्थ,

१. एखाद्याचा विवाह होऊ न देण्यासाठी केलेला करार

२. एखाद्याला व्यवसाय किंवा धंदा करू न देण्यासाठी केलेला करार

३. एखाद्या व्यक्तीने न्यायालयात दाद मागू नये म्हणून केलेला करार

असे करार बेकायदेशीर असल्यामुळे ते रद्दबातल असतात. याशिवाय, इतर काही कारणानेही करार रद्दबातल होतात. उदाहरणार्थ,

४. करारातील विषय नीटपणे समजून येत नसल्यास (uncertain)

५. अनिश्चित घटनेवर आधारलेला करार (सट्टा)

६. अशक्य किंवा कधीही न घडणाऱ्या गोष्टींविषयक केलेले करार

कायद्याने करारातील एकमेकांच्या जबाबदाऱ्या निश्चित केल्या आहेत. त्याप्रमाणे न वागल्यास परिणामांची जबाबदारी कायद्याने ठरवून दिलेली आहे. मूळ नियम असा आहे, की ज्याने जबाबदारी घेतली आहे त्यानेच ती पार पाडावी.

कराराच्या कायद्यात (Contract Act) परिस्थितीनुसार वेगवेगळ्या घटना घडल्यास त्याला तरतुदी आहेत.

उदाहरणार्थ, करार करणाऱ्यापैकी कोणी एक निधन पावल्यास त्या करारातील बाबींची जबाबदारी त्याच्या वारसांवर येते.

करार करणाऱ्यांपैकी एकाने कराराप्रमाणे वर्तन न केल्यास, दुसऱ्यास कोणते अधिकार मिळतात या व इतर अनेक गोष्टींविषयी तरतुदी केल्या आहेत. ठरलेला करार पूर्ण करता न आल्यास व दुसरा करार करण्याचे ठरल्यास, दुसऱ्या कराराची पूर्तता करता येते.

सापेक्ष करार (Quasi Contract)

माणसाच्या रोजच्या व्यवहारात ठरवलेले करार नसताना, चुकून, अपघाताने किंवा आवश्यकतेनुसार काही व्यवहार झाल्यास त्याला कॉन्ट्रॅक्टचे सर्व नियम लागू होतात. यालाच क्वासी कॉन्ट्रॅक्ट म्हणजेच सापेक्ष करार असे म्हणतात. समजा, अपघातात मुलाला लागले. एखाद्या तिऱ्हाईत व्यक्तीने त्या मुलास डॉक्टरकडे नेले, त्याला ट्रिटमेंट दिली, त्याचा खर्च केला, तर त्या तिऱ्हाईत व्यक्तीला तो खर्च मिळण्याचा किंवा तो खर्च घेण्याचा हक्क आहे. यासाठी एक उदाहरण पाहू.

अमोल कॉलेजमध्ये शिकतो. समजा, आज कॉलेजमध्ये फी भरण्याचा शेवटचा दिवस आहे. अमोलकडे फी भरण्यासाठी पैसे नाहीत. त्याचा मित्र नितीन त्याच्यासाठी कॉलेजची फी भरतो. या ठिकाणी अमोलचा कॉलेजशी व्यवहार आहे. पण, नितीन कॉलेजशी व्यवहार पूर्ण करून, अमोलची असलेली अडचण दूर करतो, अशा वेळी अमोलने नितीनला पैसे दिले नाहीत, तर तो ते वसूल करू शकतो. जरी अमोल आणि त्याचा मित्र नितीन यांच्यात प्रत्यक्षात करार झालेला नसला, तरी महत्त्वाची गोष्ट ही आहे की, या कराराच्या कायद्यातील नियम अशा क्वासी कॉन्ट्रॅक्टच्या व्यवहारासही लागू होतात.

करार मोडण्याचे परिणाम (Consequences of Breach of Contract)

कराराप्रमाणे व्यवहार न घडल्यामुळे ज्याचे नुकसान झाले आहे, त्याला नुकसानभरपाई मागता येते.

समजा, शाळेमध्ये एका महिलेची 'शिक्षिका' या जागेसाठी मुलाखत होऊन तिला ती जागा मिळाली, शाळेने तिच्याशी एक वर्ष शिकवण्यासाठीचा करार केला. परंतु, पुढे काहीही कारण नसताना एक वर्ष पूर्ण

होण्यापूर्वीच त्या शिक्षिकेला नोकरीवरून काढून टाकले, तर ती शिक्षिका करारभंग केल्याच्या कारणाने शाळेवर व संबंधित व्यक्तीवर नुकसानभरपाईचा दावा लावू शकते.

दुसरे उदाहरण पाहू.

बिल्डर व फ्लॅटधारक यांच्यातील करारात पुढीलप्रमाणे अट असल्यास फ्लॅटधारक बिल्डरकडून पैसे वसूल करू शकतात.

'आजपासून दोन वर्षांनी म्हणजेच अमुक एक तारखेला बिल्डरने फ्लॅटधारकाला फ्लॅटचा ताबा द्यायचा आहे. सदर फ्लॅट करारात दिलेल्या तारखेस, फ्लॅटधारकाच्या ताब्यात दिला गेला नाही, तर त्याचा ताबा मिळेपर्यंत बिल्डरने फ्लॅटधारकास १५ हजार रुपये रक्कम विलंब शुल्क म्हणून प्रत्येक महिन्यास द्यायची आहे. त्याने ते शुल्क न दिल्यास फ्लॅटधारक त्याच्यावर करारभंगाच्या कारणावरून विलंब शुल्क वसुलीसाठी दावा करू शकतात.'

अशा प्रकारची करार मोडण्याची भरपाई किंवा दंड वसूल करण्याची तरतूद करारात केलेली असेल, तर नुकसान झाले नसले तरी, ती व्यक्ती करारातील अटीच्या भंगासाठी, रकमेची वसुली करून घेऊ शकते.

कराराची प्राथमिक माहिती घेतल्यानंतर जंगम व स्थावर प्रॉपर्टीचे व्यवहार कसे होतात, ते पुढील प्रकरणात पाहू. तसेच या प्रकारचे व्यवहार करताना काय काळजी घेणे आवश्यक आहे, त्याचाही विचार करू.

द सेल ऑफ गुड्स ॲक्ट, १९३०
The Sale of Goods Act, 1930

पूर्वी कराराच्या कायद्यात सेल ऑफ गुड्सबाबत विचार केला जात होता. परंतु, त्यासंबंधी स्वतंत्र कायद्याची आवश्यकता वाटल्यामुळे स्वतंत्र समिती नेमून 'द सेल ऑफ गुड्स ॲक्ट' या नावाने कायदा पारित झाला.

भारतीय कराराचा कायदा १८७२मध्ये पारित झाला. त्यानंतर द सेल ऑफ गुड्स ॲक्ट १९३०, द इंडियन पार्टनरशीप ॲक्ट १९३२, द स्पेसिफिक रिलीफ ॲक्ट १९६३, द लिमिटेड लायबिलिटी पार्टनरशीप ॲक्ट २००८ असे कायदे पारित झाले. मूळ कॉन्ट्रॅक्ट ॲक्टमधील वेगवेगळ्या व्यवहाराबाबत वरीलप्रमाणे स्वतंत्र कायदे केले गेले. त्यापैकी सेल ऑफ गुड्स ॲक्टचा विचार करू.

एका ठिकाणाहून दुसऱ्या ठिकाणी हलवता येतात, त्या वस्तूंना जंगम वस्तू (गुड्स) म्हणता येते. तथापि, चलनी नोटा, जमिनीवरील दगड, वाळू, खनिजे, पिके, झाडे, फळे, फुले वगैरे अशा सर्व गोष्टी गुड्स सदरात येत नाहीत. अशा सर्व वस्तू जेव्हा जमिनीपासून अलग केल्या जाण्याबाबत करार झाल्यास, त्या व्यवहारात हा कायदा लागू होतो.

द सेल ऑफ गुड्स ॲक्टमध्ये होणाऱ्या व्यवहारात स्थावर प्रॉपर्टीप्रमाणे दस्त रजिस्टर करण्याची आवश्यकता नसते. या व्यवहारात, हव्या आहेत त्या वस्तू मागण्याचा दस्त, हस्तांतरण (ट्रान्सपोर्ट) व्यवस्थेचा दस्त, लॉरी रिसिट, रेल्वे रिसिट, माल पोहोचवल्याची पावती, मोबदला देण्याच्या पद्धतीचा दस्त वगैरे दस्तांचा समावेश होतो. असे व्यवहार कधी तोंडी, कधी लेखी किंवा दोन्ही प्रकारे केले जातात.

- तयार नसलेला माल तयार करून त्याची विक्री करण्याबाबतही या कायद्याप्रमाणे करार करता येतात.
- माल विकणाऱ्याने माल मिळण्याची तारीख कळवली असताही माल घेणाऱ्याने वेळेत तो न उचलल्यास व तो खराब झाल्यास किंवा नष्ट (चोरी) झाल्यास मूळ करारच रद्द ठरतो. अशा वेळेस नुकसानभरपाई करण्याची जबाबदारी माल घेणाऱ्याची असते.
- घेणाऱ्यास माहीत असूनही त्याने वेळेत माल न उचलल्यास व तो खराब झाल्यास किंवा नष्ट (चोरी) झाल्यास मूळ करारच रद्द ठरतो.
- या कायद्याप्रमाणे होणाऱ्या व्यवहारात मालाच्या किमती दोन वेळा ठरतात : लिलाव करून किंवा आधी

ठरवून म्हणजे करार करून ठरवल्या जातात. असे न ठरल्यास त्याची ऐन वेळी वाजवी किंमत केली जाते.

- द सेल ऑफ गुड्स ॲक्टमधील 'वॉरंटी' हा शब्द बहुश्रुत आहे. या शब्दाला मराठीत प्रचलित शब्द नाही. 'वॉरंटी' दोन प्रकारच्या असतात. ठरावीक मुदतीत वस्तूमध्ये बिघाड झाल्यास विकणाऱ्याने स्वखर्चाने दुरुस्त करून देणे अपेक्षित असते. तसेच वस्तू पूर्णपणे टाकाऊ असल्यास ती बदलून देण्याची अथवा त्याची किंमत परत देण्याची जबाबदारी असते. दुरुस्त होणे किंवा संपूर्ण टाकाऊ होणे हे त्या वेळच्या वस्तुस्थितीवरून ठरते. दिलेल्या मुदतीत वस्तू संपूर्ण टाकाऊ झाल्यास करार रद्द होतो. अशा वेळी वस्तूची संपूर्ण किंमत ग्राहकाला मिळणे अपेक्षित असते.
- या कायद्याखाली होणाऱ्या व्यवहारात मालाची निश्चिती (identification) नमुना पाहून अथवा वर्णनाने ठरते. अशा वेळी मागणी केल्याप्रमाणे माल आहे, असे गृहीत धरले जाते.
- ठरलेल्या वेळात माल पोहोचला तर माल घेणाऱ्यास तो माल मिळाला, असे समजले जाते. तसेच मिळालेला माल ठरल्याप्रमाणे आहे, असेही समजले जाते.
- व्यवहारात जर एका ट्रान्सपोर्ट एजन्सीला 'विकणार' व 'विकत घेणार' यांनी मान्यता दिली असेल, तर माल विकणाऱ्याने त्या ट्रान्सपोर्ट एजन्सीकडे माल दिल्यावर विकणाऱ्याची जबाबदारी पूर्ण होते.
- कराराच्या पूर्ततेसाठी अथवा नुकसानभरपाईसाठी कोर्टात दावा करता येतो. अशा दाव्यास स्पेसिफिक रिलिफ ॲक्टप्रमाणे तरतुदी लागू होतात.

या कायद्याच्या स्वरूपाचे आकलन होण्यासाठी वरीलप्रमाणे कायद्यातील ठळक तरतुदी या प्रकरणात दिल्या आहेत.

स्थावर मालमत्तेचे हस्तांतरण

Transfer of Property

स्थावर मालमत्तेचे व्यवहार हे 'ट्रान्सफर ऑफ प्रॉपर्टी' या कायद्यानुसार होतात. आपल्या प्रॉपर्टीच्या व्यवहारात आपण साठेखत, खरेदीखत, गहाणखत, बक्षीसपत्र, भाडेपट्टा करार, तारण असे विविध प्रकारचे करार करत असतो. हे सर्व व्यवहार 'ट्रान्सफर ऑफ प्रॉपर्टी ॲक्ट'मध्ये सांगितले आहेत. या कायद्यानुसार होणारे व्यवहार कॉन्ट्रॅक्ट ॲक्टप्रमाणे होतात. या कायद्यातील तरतुदी अशा व्यवहारात लागू होतात. ट्रान्सफर ऑफ प्रॉपर्टी ॲक्टनुसार होणाऱ्या प्रॉपर्टीच्या विविध करारांची माहिती आपण घेऊ.

साठेखत

महाराष्ट्रात प्रॉपर्टी खरेदी करण्यापूर्वीच्या करारास / ठरावास साठेखत (ॲग्रीमेंट टू सेल) असे म्हणतात. या करारात 'ट्रान्सफर' होणाऱ्या प्रॉपर्टीचे वर्णन, किंमत (मोबदला), कराराची मुदत व इतर अटी असतात. केवळ साठेखतावरून मिळकत घेणाऱ्यास कोणतेही हक्क प्राप्त होत नाहीत. साठेखत ताबा देऊन किंवा प्रॉपर्टीचा ताबा न देताही केले जाते. ट्रान्सफर ऑफ प्रॉपर्टी ॲक्टमध्ये खरेदी देणार व खरेदी घेणार यांचे हक्क व जबाबदारींचा उल्लेख केलेला आहे. या कायद्याने या व्यवहाराची सर्व जबाबदारी प्रॉपर्टी घेणाऱ्यावर टाकलेली आहे. त्यामुळे प्रॉपर्टी घेणाऱ्याने सर्व काळजी घेणे आवश्यक आहे.

प्रॉपर्टी खरेदी करण्यापूर्वीचा करार म्हणजे साठेखत. परंतु विसारपावती किंवा तत्सम दस्तात साठेखतासारखा मजकूर असेल, तर ते साठेखतच समजले जाते. म्हणजे साठेखताप्रमाणे विसारपावतीत मिळकत देणाऱ्या-घेणाऱ्याचे नाव, मिळकतीचे वर्णन, खरेदीची किंमत, खरेदीची मुदत इत्यादी अटी असतील, तर ते साठेखत समजले जाते. मजकुरावरून दस्ताचे स्वरूप ठरते.

साठेखत तोंडी असू शकते; पण ते सिद्ध करायला अतिशय कठीण असते. म्हणून लेखी साठेखत करून ते रजिस्टर करणेच इष्ट असते. साठेखतात ठरल्याप्रमाणे, मालकाने मिळकत न दिल्यास, साठेखताची पूर्तता करून, मिळकत खरेदी करण्यासाठी खरेदीदाराला स्पेसिफिक परफॉर्मन्सचा (Specific Performance) दावा कोर्टात लावता येतो. या कायद्यात ज्याने जे कबूल केले आहे, त्याने त्याची पूर्तता केली पाहिजे, हे तत्त्व आहे.

खरेदीखत

प्रॉपर्टी खरेदी करतेवेळी जमिनीचे वर्णन, क्षेत्र, जागेचे ठिकाण, प्रॉपर्टीचा मालक कोण, प्रॉपर्टीवर कर्जाचा बोजा, पोटगीचा चार्ज आहे का, याच प्रॉपर्टीसाठी इतरांशी व्यवहार केले आहेत का, या प्रॉपर्टीला इतर कायद्याची म्हणजे संपादन, रस्तारुंदी, कुळाचे हक्क, सरकारी परवानगी यापैकी काही अडचण आहे का? असल्यास त्याची चौकशी करून, त्याबाबत विचार करून व्यवहार करणे आवश्यक आहे. याशिवाय, खरेदीची मिळकत संपादित असणे, खरेदीखत लिहून देणारा मालक अज्ञान असणे, मूळ करारच अन्य कारणाने बेकायदेशीर असणे, 'परवानगीने खरेदी-खत करावे' असे असल्यास व तशी परवानगी न मिळाल्यास, अशा अनेक कारणांनी साठेखतावरून खरेदी करून देण्यासाठी अडचणी येतात. मग खरेदीखत करून देता येत नाही. कायद्याने ही सर्व जबाबदारी 'खरेदी करणार' यावर टाकली आहे. यासाठी प्रॉपर्टीची सर्व कागदपत्रे पाहणे, हरकती मागवण्यासाठी वर्तमानपत्रात जाहीर नोटीस देणे आणि सबरजिस्ट्रार कचेरीत याबाबत यापूर्वी काही व्यवहार झाला नाही ना, हे सर्व तपासून घेऊन मगच प्रॉपर्टी खरेदी करणाऱ्याने ती खरेदी केली पाहिजे. ही खरेदी घेणाऱ्याचीच जबाबदारी आहे.

अशी प्रॉपर्टी वडिलोपार्जित असल्यास साठेखत व खरेदीखतावर कर्ता व त्या प्रॉपर्टीत हक्क असणाऱ्या सर्व सज्ञान व्यक्तींच्या सह्या घ्याव्यात. किंवा, कर्त्याला प्रॉपर्टी विकण्याच्या अधिकाराचे सर्व हक्कदारांतर्फे कुलमुखत्यारपत्र दिलेले असावे. किमान कर्त्याजवळ त्यांनी दिलेले संमतीपत्र त्याच्या सह्यांनिशी असावे.

वरील प्रकारची कोणतीही अडचण व्यवहारात नाही, तरीही मालक प्रॉपर्टी खरेदी करून देत नसेल, तर अशा वेळी खरेदीदार, मालकावर प्रॉपर्टीचे खरेदीखत करून द्यावे, असा दावा लावू शकतो. असा दावा लावताना खरेदीदाराने खरेदीची बाकी रक्कम देण्यास व अटींची पूर्तता करण्यास तयार आहे, याबाबत दाव्यात उल्लेख करावा. तशी तयारी असल्याचा पुरावा तयार करावा व ती रक्कम स्वतःकडे आहे, याचा पुरावा करावा कारण, या गोष्टी सिद्ध केल्या तरच मालकाने प्रॉपर्टीचे खरेदीखत करून द्यावे, असा कोर्टाचा निर्णय होऊ शकतो. १०० रुपये किमतीच्यावर असलेले प्रॉपर्टीचे खरेदीखत कायद्याने रजिस्टर करावेच लागते. अन्यथा ते कायद्यात कोठेही विचारात घेतले जात नाही. प्रॉपर्टीची मालकी सिद्ध करण्यासाठी प्रॉपर्टीचे खरेदीखत रजिस्टर असणे बंधनकारक आहे.

को-ऑपरेटिव्ह सोसायटीतील फ्लॅटची खरेदी

फ्लॅट को-ऑपरेटिव्ह सोसायटीत किंवा अपार्टमेंट्स असोसिएशनमध्ये असू शकतो. सोसायटीत फ्लॅट घेताना सोसायटीची परवानगी घ्यावी लागते. अशा परवानगीस सोसायटी ट्रान्सफर फी आकारते. सोसायटी फ्लॅट्स सभासदत्वाशी निगडित असतात. सोसायटीचे सभासदत्वाचे शेअर्स कमीत कमी २५० रुपयांचे असतात किंवा व्यवस्थापन समितीने (मॅनेजिंग कमिटीने) त्याची रक्कम ठरवलेली असते. शेअर्सवरून सभासदत्व ठरते. सभासदत्व मिळाल्यावर शेअर्स त्याच व्यक्तीच्या नावावर झाल्यावर फ्लॅटची पूर्ण मालकी त्या व्यक्तीची होते. कमीत कमी ११ सभासदांची सोसायटी होऊ शकते; पण परवानगीने नऊ सभासदांचीही सोसायटी होऊ शकते.

अपार्टमेंटमधील फ्लॅटची खरेदी

अपार्टमेंटमधील फ्लॅट्सना 'असोसिएशन ऑफ अपार्टमेंट्स' म्हणतात. अपार्टमेंट असोसिएशनसाठी कमीत कमी पाच सभासद असावे लागतात. अपार्टमेंटमधील मालकी स्वायत्त (Free Hold) असते. त्याची खरेदी-विक्री इत्यादी व्यवहारासाठी कोणाची परवानगी लागत नाही.

कोणतीही स्थावर मिळकत खरेदी करताना मिळकतीबाबत पुढीलप्रमाणे काळजी घेणे आवश्यक आहे :

- खरेदी मिळकतीचे संपूर्ण वर्णन, ती मिळकत पूर्णपणे समजून येईल (Identification) असे असावे. खरेदी मिळकतीचा सर्व्हे क्रमांक, गट क्रमांक, क्षेत्र, मोजमापे, चतुःसीमा या वर्णनात असाव्यातच; शिवाय, त्या मिळकतीत अंतर्भूत असलेली झाडे, विहिरी, कंपाउंड, पोटखराबा, याशिवाय वहिवाटीचे हक्क आणि घर ही मिळकत असल्यास, भोवतालची मोकळी जागा, या सर्व गोष्टींचा स्पष्ट उल्लेख असणे आवश्यक असते.
- कोणतीही मिळकत खरेदी करताना खरेदी देणारी व्यक्ती मिळकतीचा मालक आहे का नाही, त्यास खरेदी देण्याचा अधिकार आहे किंवा कसे, ते पाहणे आवश्यक असते.
- खरेदी घेण्याच्या मिळकतीवर कोणत्याही प्रकारचा बोजा, चार्ज, जप्ती वगैरे आहे किंवा कसे, हे पाहणे आवश्यक आहे.
- मिळकत खरेदी करताना सरकारी परवानगीची आवश्यकता तपासणे महत्त्वाचे असते.
- खरेदी मिळकतीवर स्थानिक कराचे, शेतसाऱ्याचे, सोसायटी चार्जेस इत्यादी देणे पूर्ण केले आहे का, ते तपासून पाहावे. कारण ही देणी मिळकतीच्या बरोबर जातात.
- वरील सर्व शोध घेण्यासाठी दोन पद्धती प्रचलित आहेत :
  - अ. वर्तमानपत्रात जाहीर नोटीस देऊन मिळकतीवर कोणाचा हक्क असल्यास त्याबाबत हरकती मागवणे,
  - ब. सब-रजिस्ट्रारच्या ऑफिसमध्ये इतर कोणाचा या मिळकतीसंबंधी पूर्वी व्यवहार झाला आहे का, याबद्दल शोध घेणे.
- प्रत्यक्ष जागा पाहून क्षेत्राची, मोजमापाची व तीच मिळकत खरेदी घेण्याची आहे काय, हे पाहणे महत्त्वाचे आहे.

अशा प्रकारे काळजी घेऊन मिळकत खरेदी करणाऱ्यास कायद्याचे संरक्षण मिळू शकते. आजकाल शहरात प्लॉटसंबंधी विकसनाचे करार होतात. जुन्या इमारती पाडून त्याच्या पुनर्विकासाचे करार होतात. असे करार सोसायटीमार्फत किंवा स्वतःच्या खासगी मिळकतीसंबंधी होतात. अशा करारात आवश्यकतेनुसार वेगवेगळ्या अटी असू शकतात. अशा विकसनाच्या करारात मोबदल्याच्या स्वरूपात फ्लॅट बांधून घ्यायचे असतील तर त्याची कालमर्यादा कराराच्या तारखेपासून धरणे आवश्यक आहे; नाहीतर महापालिकेत प्लॅन मान्य झाल्यावर अशा निश्चित कालमर्यादा न ठरवता केलेल्या अटींवर अवलंबून नसावी.

भाडेकरार

जागा भाड्याने देणाऱ्यास तसा अधिकार असावयास पाहिजे. करारात दरमहा जागेचे भाडे व महिन्याचा उल्लेख असावा. भाडेकरूस कोणते हक्क, सवलती दिल्या आहेत, ते करारात लिहावे. ज्या भागात भाडेनियंत्रण कायदा लागू होतो, तेथे घरमालक-भाडेकरूच्या नातेसंबंधीच्या तरतुदी भाडेनियंत्रण कायद्यात दिलेल्या आहेत. त्यामुळे त्याचा स्वतंत्र उल्लेख करारात असणे आवश्यक नाही.

लिव्ह लायसेन्सचा करार

हा करार भाडेकरूच्या कराराप्रमाणेच केला जातो; परंतु लायसन्सीला भाडेकरूसारखे जागा सोडण्याच्या बाबतीत संरक्षण नसते. ज्या ठिकाणी भाडेनियंत्रण कायदा लागू होतो, तेथे लायसेन्सीला राहण्यास जागा

द्यावयाची असेल, तर तो करार रजिस्टर करावा लागतो. न केल्यास तो लायसन्सी भाडेकरू होऊ शकतो व त्याला भाडेनियंत्रण कायद्याचे (Rent Act) संरक्षण मिळू शकते.

गहाणाच्या व्यवहाराची माहिती

एखाद्या व्यक्तीने कर्जाऊ घेतलेल्या रकमेस तारण म्हणून स्वतःची प्रॉपर्टी कर्ज देणाऱ्यास दिल्यास तो गहाणाचा (mortagage) व्यवहार असतो. कर्जाची रक्कम व्याजासहित परत दिल्यावर गहाणाची प्रॉपर्टी परत सोडवून घेता येते. कर्ज फेडले गेले नाही, तर 'गहाण घेणारा' ती मिळकत विकून पैसे वसूल करू शकतो. अशा व्यवहाराच्या दस्तास 'गहाणखत' असे म्हणतात.

गहाणखत (Mortgage)

स्थावर मालमत्ता गहाण ठेवून त्या तारणावर कर्ज घेण्याची परंपरा फार जुनी आहे. भारतीय गहाणसंबंधीचा मूळ कायदा व ब्रिटिश राजवटीने आलेल्या कायद्याचा विचार होऊन गहाणाचे अनेक प्रकार प्रचलित झाले. ते प्रकार कोणते, याबद्दलची माहिती ट्रान्सफर ऑफ प्रॉपर्टीच्या कायद्यात नमूद केलेली आहे.

१. **साधा गहाणाचा व्यवहार (Simple Mortgage) :** मिळकतीचा ताबा न देता मिळकतीच्या वसुलीसाठी मिळकत तारण ठेवून कर्ज घेतले जाते, त्यास साधे गहाणखत (Simple Mortgage) असे म्हणतात. अशा प्रकारे घेतलेल्या कर्जाची वसुली झाली नाही, तर ती प्रॉपर्टी लिलावात विकून गहाण घेणारा (धनको) गहाण देणाऱ्या (ऋणको) विरुद्ध कर्ज वसुलीचा दावा करू शकतो व कर्जाची रक्कम वसूल करू शकतो.

२. **गहाणस्वरूपी खरेदी खत (Mortgage by Conditional Sale) :** असा दस्त खरेदीखताचाच असतो; परंतु सदर दस्तात, ठरलेल्या मुदतीत खरेदी रक्कम दिल्यास खरेदीदाराने जमीन पुन्हा मूळ मालकास खरेदी द्यावी, असा स्पष्ट उल्लेख असेल, तर तो दस्त गहाणखताचा समजला जातो.

३. **युसुफ्रुक्च्युअरी गहाणाचा व्यवहार (Usufructuary Mortgage) :** अशा गहाणखतास समानार्थी मराठी शब्द आढळून येत नाही. जेव्हा स्थावर मिळकतीचा ताबा देऊन त्याच्या तारणावर कर्ज घेतले जाते, अशा वेळी हे गहाण खत अस्तित्वात येते. गहाण घेणारा, गहाणाच्या मुदतीमध्ये मिळकतीचा पूर्णपणे उपभोग (Use and Fruits) घेऊ शकतो. त्यातून मिळालेले भाडे, नफा, उत्पन्न तो घेऊ शकतो. हे भाडे व उत्पन्न त्याने व्याजामध्ये तसेच मुद्दलामध्ये धरणे अपेक्षित असते.

३. **इंग्लिश गहाणखत (English Mortgage) :** या गहाणखताने मिळकत 'गहाण घेणाऱ्या'च्या ताब्यात दिली जाते, तीच मिळकत व्याजाची, मुद्दलाची रक्कम परत केल्यास परत द्यायची असते.

४. **मालकीची कागदपत्रे तारण ठेवून कर्ज घेणे (Mortgage by Deposite of Title Deed) :** बहुतेक बँका व वित्तीय संस्था अशा प्रकारे मालकीची अस्सल कागदपत्रे तारण ठेवून कर्ज देतात. नवीन फ्लॅट घेणाऱ्यांना अशा प्रकारे कर्ज दिले जाते. फ्लॅट घेण्यासंबंधीचा रजिस्टर करारनाम्याचा दस्त तारण घेऊन बँका फ्लॅट घेण्यासाठी कर्ज देतात. ही पद्धत कोलकत्ता, चेन्नई, मुंबई राज्यातच सरकारच्या नोटिफिकेशनप्रमाणे अवलंबली जाते. अशा वेळी गहाणखत पूर्वी रजिस्टर केले नसले तरी चालते. असे फक्त 'गहाण दस्ताचा अहवाल' दस्त व मिळकतीचा उल्लेख करून गहाणाच्या हेतूने तयार करून बँकेकडे सहीनिशी ठेवल्यास अशा गहाणखताची पूर्तता होते.

५. **अॅनामॉलस गहाणखत (Anomolous Mortgage) :** वर उल्लेख केलेल्या कोणत्याही गहाणाचे

स्वरूप नसलेल्या, इतर कोणत्याही गहाणाच्या व्यवहारास 'ॲनामॉलस मॉरगेज' म्हणतात. तथापि, असा व्यवहार गहाणाचा आहे, असे दिसून आले पाहिजे.

१०० रुपयांपेक्षा जास्त किमतीच्या स्थावर मिळकतीचे गहाणखत रजिस्टर केले पाहिजे. मुदतीच्या कायद्याप्रमाणे गहाण मिळकत सोडवण्याची मुदत कायद्यात ३० वर्षे दिलेली आहे. गहाण सोडवण्यास इंग्लिशमध्ये Right of Redemption असे म्हणतात. तथापि, युसुफ्रुक्च्युअरी मॉरगेज सोडवण्यासाठी मुदतीची अट नाही. त्याचे साधे कारण असे आहे, की मिळकतीचे उत्पन्न व उपभोग 'गहाण घेणार' करत असल्याने व ते उत्पन्न व्याजात व मुद्दलात धरले जात असल्याने रकमेची देवाणघेवाण चालू असते.

गहाण घेणाऱ्याने मिळकतीत सुधारणा केल्यास 'गहाण देणाऱ्या'ला अशा सुधारणेसाठी झालेला खर्च 'गहाण घेणाऱ्या'स द्यावा लागतो. गहाण घेणाऱ्याने मिळकतीचे नुकसान होऊ नये म्हणून अत्यावश्यक सोयी-सुधारणा केल्या असल्यास त्याची किंमत गहाण ठेवणाऱ्यास गहाण सोडवताना द्यावी लागते. उलट, गहाण प्रॉपर्टीची काळजी न घेता 'गहाण घेणाऱ्या'ने त्याचे नुकसान केल्यास त्याची जबाबदारी 'गहाण घेणाऱ्या'वर येते. येथे 'गहाण घेणाऱ्या'ने मालकासारखी प्रॉपर्टीची काळजी घेणे अपेक्षित आहे.

याशिवाय, गहाण सोडवणे, नुकसानभरपाई देणे, रिसिव्हर नेमणे वगैरे अनेक लहान-मोठ्या तरतुदी कायद्यात दिलेल्या आहेत. त्यांचा फारसा ऊहापोह न करता ढोबळमानाने गहाणाची माहिती येथे दिलेली आहे.

बक्षीसपत्रासंबंधी माहिती

बक्षीस

बक्षीस म्हणजे स्वतःची स्थावर अथवा जंगम मिळकत स्वच्छेने कोणत्याही प्रकारचा मोबदला न घेता एका व्यक्तीकडून (Doner) दुसऱ्या व्यक्तीस म्हणजे बक्षीस स्वीकारणारा (Donee) किंवा ज्याला ते द्यायचे आहे, त्याच्यातर्फे स्वीकारणाऱ्यास हस्तांतरित केले जाते. या व्यवहारास 'बक्षीस' म्हटले जाते.

बक्षीसपत्र (Gift Deed)

ज्या दस्ताने मिळकत बक्षीस म्हणून दिली जाते, त्यास बक्षीसपत्र असे म्हणतात. बक्षीसपत्र हा स्थावर मिळकत हस्तांतरणाचा पूर्वापार चालत आलेला प्रचलित प्रकार आहे. अशा दस्तात स्टँपही कमी लागतो. तथापि, असा दस्त स्थावर मिळकत हस्तांतरणाचा असल्याने तो दस्त रजिस्टर करणे आवश्यक आहे. बक्षीसपत्रातील दस्तास पुढीलप्रमाणे गोष्टी आवश्यक आहेत :

- बक्षीसपत्र देणारा बक्षीस देताना जिवंत असला पाहिजे व त्याची बक्षीस देण्याची सर्व तऱ्हेने क्षमता असली पाहिजे. ज्याला बक्षीस द्यावयाचे त्याने ते बक्षीस स्वीकारणे आवश्यक आहे. बक्षीस घेणाऱ्याने ते बक्षीस स्वीकारण्यापूर्वी 'बक्षीस देणारा' निधन पावल्यास ते बक्षीसपत्र रद्दबातल (void) ठरते.
- बक्षीसपत्र लेखी असणे व ते रजिस्टर करणे अत्यावश्यक आहे. त्यावर बक्षीस देणाऱ्याची सही व दोन साक्षीदारांच्या सह्या असल्याच पाहिजेत.
- बक्षीस देत असलेली प्रॉपर्टी देणाऱ्याच्या स्वतःच्या मालकीची असली पाहिजे.
- भविष्यात– पुढे मिळणाऱ्या मिळकतीचे बक्षीसपत्र आधी करता येत नाही.
- अटी घालून केलेल्या बक्षीसपत्रातील अटींची पूर्तता केल्याशिवाय बक्षीस घेणाऱ्यास मिळकतीचा लाभ मिळत नाही.

- अज्ञानाच्या लाभात बक्षीसपत्र केले असता व त्यात काही अटींची पूर्तता करायची असल्यास बक्षीस घेणारी व्यक्ती सज्ञान झाल्यावर व अटींची पूर्तता करण्यास तयार असल्यावर असे बक्षीसपत्र कायदेशीर होऊ शकते.
- एखाद्याने आपली सर्व स्थावर मिळकत बक्षीस दिल्यास त्या मिळकतीच्या सर्व जबाबदाऱ्या म्हणजे कर्ज फेडणे, टॅक्स भरणे वगैरे बक्षीस घेणाऱ्यावर येतात.

बक्षीसपत्र आणि इच्छापत्र यांमध्ये काही बाबतीत साम्य व फरक आहे.

बक्षीसपत्र	इच्छापत्र
बक्षीसपत्रावर दोन साक्षीदारांच्या सह्या असाव्याच लागतात.	इच्छापत्रावर दोन साक्षीदारांच्या सह्या असाव्या लागतात.
बक्षीसपत्राचा हेतू स्पष्ट असणे महत्त्वाचे असते. त्याबाबत कोणतीही शंकास्पद गोष्ट दिसून येता कामा नये.	या दोनही गोष्टी इच्छापत्राच्या बाबतीतही महत्त्वाच्या व आवश्यक असतात.
बक्षीसपत्र 'बक्षीस देणाऱ्या'च्या हयातीत मिळकत हस्तांतरित करते, त्यामुळे ते लेखी असावे लागते. ते रजिस्टर करणे आवश्यक असते व बक्षीसपत्राच्या दस्ताला स्टँप लावावा लागतो.	इच्छापत्र हे त्या व्यक्तीच्या मृत्यूनंतर अमलात येत असते. म्हणजे इच्छापत्रातील प्रॉपर्टी ज्या व्यक्तीला दिलेली असते, ती त्या व्यक्तीच्या नावावर 'देणाऱ्या व्यक्ती'च्या मृत्यूनंतर होते. हे प्रॉपर्टीचे हस्तांतरण नसल्यामुळे ते रजिस्टर असले पाहिजे, अशा प्रकारची अट त्यावर नाही; परंतु इच्छापत्राबाबत काही वाद निर्माण झाल्यास, इच्छापत्र रजिस्टर केलेले असल्यास त्याच्या सत्यतेविषयी काही बाबतीत त्याचा आधार मिळू शकतो.

स्थावर प्रॉपर्टीचे व्यवहार करताना तो कशा पद्धतीने करावा, कोणत्या प्रकारच्या दस्ताबरोबर करावा, याचा विचार करणे आवश्यक असते. हस्तांतरणाचा व्यवहार करताना तो खरेदीने की बक्षीसपत्राने करावा, हक्कसोडपत्र करून 'लिहून घेणाऱ्यास' मालकी मिळेल का, मृत्युपत्र करून मृत्युपत्र करणाऱ्याच्या पश्चात एखाद्याला खातरीने मिळकत मिळेल का, याचा सर्वांगीण विचार करून दस्ताचे स्वरूप ठरवावे. दस्त हस्तांतरण करताना हस्तांतरण मिळकत मिळणाऱ्यास पूर्णपणे (absolute) व खातरीने मिळते का नाही, याचा विचार करणे आवश्यक आहे. उदाहरणार्थ, वडिलोपार्जित एकत्र कुटुंबाच्या मिळकतीतील बहिणीचा अविभक्त हिस्सा भावाला द्यायचा आहे, तर तो तिला चार प्रकारे देता येईल : खरेदीखत, बक्षीसपत्र, हक्कसोडपत्र, इच्छापत्र.

१. **खरेदीखत** : प्रॉपर्टी खरेदी करताना कायद्याप्रमाणे मोबदला अपेक्षित असतो. तसा मोबदला घेऊन बहिणीला तिचा अविभक्त हिस्सा भावास विकता येईल. तो हिस्सा त्या भावाच्या पूर्ण मालकीचा होईल. मोबदला देऊन बाजारभावाप्रमाणे स्टँप ड्युटी भरून व रजिस्ट्रेशनचा खर्च करून दस्त करावा लागेल. अशा वेळी भाऊ तिच्या हिश्शाचा पूर्ण मालक होईल.

२. **बक्षीसपत्र** : वाडवडिलार्जित मिळकतीतील आपला अविभक्त हिस्सा बहीण विनामोबदला– दोन

साक्षीदारांच्या सह्या घेऊन, मग रजिस्टर करून– भावास बक्षीसपत्राने देऊ शकते. अशा वेळी भाऊ तिच्या हिश्शाचा पूर्ण मालक होतो. बक्षीसपत्रासाठी खरेदीखताच्या मानाने स्टँप कमी लागतो.

३. **हक्कसोडपत्र** : विनामोबदला किंवा मोबदला घेऊन, वाडवडिलार्जित मिळकतीतील स्वतःचा हिस्सा बहीण सोडून देऊ शकते.

४. **मृत्युपत्र** : मृत्युपत्र करून ठेवून एखादी बहीण तिच्या पश्चात आपल्या वाडवडिलार्जित एकत्र कुटुंबाच्या मिळकतीतील आपला हिस्सा भावाला देऊ शकते. भावाला बहिणीच्या मृत्यूनंतर मृत्युपत्रातील प्रॉपर्टी मिळणार असते. दरम्यानच्या काळात बहीण मृत्युपत्र रद्दही करू शकते. मृत्युपत्राबाबत वादही निर्माण होऊ शकतो. अशा वेळी मृत्युपत्रातील मिळकत बहिणीच्या मृत्युनंतर शंभर टक्के मिळेलच, याची खातरी नसते. मृत्युपत्राला स्टँप लावावा लागत नाही. तो मृत्युपत्राचा दस्त रजिस्टर केलाच पाहिजे, असे नाही; परंतु जरी असे असले तरी, त्यामुळे मिळकत भावास मिळेलच, असे सांगता येत नाही.

वरील चार दस्तांपैकी कोणत्या दस्ताने मिळकत हस्तांतरित करावी, हे ठरवताना बहीण-भावांतील एकमेकांचे संबंध, व्यवहाराला आडकाठी करणारे हितशत्रू, होणारा खर्च, त्यांची वये (मृत्युपत्र करणारी बहीण भावापेक्षा खूप लहान असेल तर), अशा तऱ्हेने भोवतालच्या सर्व परिस्थितीचा विचार करावा. दस्त करताना प्रॉपर्टी घेणाऱ्याने दस्तातील प्रॉपर्टी निर्विवाद (absolute) मिळेल, याची खातरी करून घ्यावी.

मिळकत कायमस्वरूपी खरेदी करायची आहे का? (मग खरेदीखत); काही काळापुरती तारण म्हणून घ्यायची आहे का? (गहाणखत); प्रेमापोटी एखाद्याला बक्षीस द्यायची आहे काय? (तर बक्षीसपत्र); मिळकत फक्त वापरण्यासाठी घेण्याची किंवा देण्याची आहे का? (भाडेपट्टा, लिव्ह लायसेन्सचा करार). अशा व्यवहाराच्या हेतूवरून दस्ताचे स्वरूप ठरते.

कोणत्याही प्रॉपर्टीचे हस्तांतरण करायचे असेल, तर ती प्रॉपर्टी घेणाऱ्याने कायद्यातील सर्व तरतुदींचा विचार करून मगच करार करणे आवश्यक असते. एखाद्या व्यक्तीला घर, फ्लॅट खरेदी करायचा असल्यास प्रथम तो 'विकणारा' प्रॉपर्टीचा मालक आहे का, हे तपासणे आवश्यक असते. कारण त्या व्यक्तीची पूर्ण मालकी (Markatable Title) असेल तरच तो ती प्रॉपर्टी विकू शकतो. या प्रॉपर्टीबद्दल काही रक्कम पूर्वीच्या मालकास देणे असल्याबद्दल शंका आल्यास खरेदीखतात 'करारापूर्वीची कोणतीही रक्कम देणे बाकी आहे, असे आढळून आल्यास सदरच्या मालकाने ती रक्कम पूर्वीच्या मालकाला देण्याची आहे,' असा स्पष्ट उल्लेख केलेला असणे आवश्यक आहे.

कोणतीही प्रॉपर्टी घेण्यापूर्वी या प्रॉपर्टीबद्दल इतर कोणाशी साठेखत इत्यादी व्यवहार झाले आहे का, यासाठी रजिस्ट्रेशन ऑफिसमध्ये जाऊन त्याचा शोध घ्यावा लागतो. या पद्धतीस शोध घेणे (Search) असे म्हणतात. समजा, यापूर्वीचे साठेखत रजिस्टर नसेल किंवा तोंडी बोली ठरलेली असेल, तर यासाठी वर्तमानपत्रात जाहीर नोटीस द्यावी, ज्यामुळे आपल्या करारापूर्वी इतरांशी करार झालेला असेल, तर ते या जाहीर नोटिसीला हरकत घेतील.

आमच्याकडे एक पक्षकार खरेदीखत करण्यासाठी आले. आम्ही त्यांना, तुम्ही फ्लॅट घेत आहात, त्या मालकाकडून कागदपत्रे मागितली का, तपासून पाहिली का, असे विचारले. त्यांनी काहीच पाहिले नव्हते. आपण शोध (सर्च) घेऊ, वर्तमानपत्रात जाहीर नोटीस देऊ, इत्यादी खूप सांगितले. त्यांचे आपले एकच म्हणणे होते की, 'घरमालक स्वभावाने खूप चांगले, प्रामाणिक आहे. वकीलसाहेब,

तुम्ही काळजी करू नका. वरीलप्रमाणे शोध घेणे त्यांच्या प्रामाणिकपणाला खोटे ठरवणारे होईल. त्यांनी सांगितले ना, की फ्लॅट निर्वेध आहे. उलट, पूर्वीच्या मालकाने अर्धवट बांधलेला होता तो मी पूर्ण केला आहे.' हे ऐकल्यावर आम्ही खरेदीखतात एक गोष्ट नमूद केली की, 'पूर्वीच्या मालकाचे काही देणे बाकी असल्यास अमुक एक रक्कम सध्याच्या मालकांना देण्याची बाकी ठेवली आहे. तसे काही देणे निघाल्यास बाकी ठेवलेली रक्कम आताच्या मालकातर्फे खरेदीदाराने पूर्वीच्या मालकाला देण्याची आहे. त्यामुळे त्या रकमेवर सध्याच्या मालकाचा हक्क राहणार नाही व खरेदीचा व्यवहार पूर्ण होईल.'

आमच्या पक्षकाराने वास्तुपूजनाचा कार्यक्रम ठेवला. घरात पूजा चालू होती आणि पूर्वीचे मालक आले व म्हणाले, ''सध्याच्या मालकांनी तुम्हांला फसवले आहे. माझी अमुक इतकी रक्कम त्यांच्याकडे बाकी आहे, ती मिळाल्याशिवाय मी येथून जाणार नाही.''

मग मात्र फ्लॅट खरेदीदार आमच्याकडे आले. ते खूप घाबरलेले होते.

''आम्ही सर्च घ्यायला हवा होता, जाहीर नोटीस द्यायला हवी होती, आमचे चुकले इत्यादी.''

शेवटी त्या मूळ मालकाला व सध्याच्या मालकाला समोर बसवून सर्व व्यवहार मिटवला.

व्यवहार करताना कायद्याच्या सर्व अटींचे, तरतुदींचे पालन करणे महत्त्वाचे असते, नाहीतर पैसे समोरच्या व्यक्तीला दिलेले असतात, पण प्रॉपर्टी आपल्या हातात आलेली नसते. असा फार मोठा घोटाळा होऊ शकतो.

एखादी व्यक्ती आपल्या प्रॉपर्टीत बांधकाम करण्यास, विकसन करण्यास बिल्डरला परवानगी देते, त्या वेळी विकसनाचा करार करताना त्यात समाविष्ट केलेल्या अटींबाबतीत पूर्ण काळजी घ्यावी लागते. त्यातील एक महत्त्वाची अट अशी : 'सदर प्लॉटमधील बांधकाम पूर्णपणे पाडल्यानंतर, त्या प्लॉटमधील नव्या बिल्डिंगचा नकाशा करून तो महापालिकेकडून मंजूर झाल्यानंतर दोन वर्षांनी सदरच्या बिल्डिंगमधील फ्लॅट मालकांच्या ताब्यात द्यायचे आहेत.'

मुदतीची अट कधीच अशी कोणत्याही पुढे घडणाऱ्या गोष्टीवर अवलंबून ठेवू नका, की ज्या ठिकाणी त्या गोष्टीला मुदत घातलीच नाही. वरीलप्रमाणे नेमका कार्यकाल किती वर्षांचा हे ठरत नाही. समजा, पाच वर्षे बांधकाम पाडलेच नाही, तर पुढच्या दोन वर्षाला काही अर्थ उरत नाही. मग वरील अट कशी असावी. पाहा :

'सदर बाबतच्या करारावर सह्या झाल्यानंतर तीन महिन्यांत जुने बांधकाम पाडण्याचे आहे. त्यानंतर दोन महिन्यांतच नव्या बिल्डिंगचा नकाशा महापालिकेकडून मंजूर करून घ्यायचा आहे. यानंतर दोन वर्षांनी म्हणजे सर्व कालगणना केल्यास अमुक एक तारखेस पूर्ण बांधलेल्या, कंप्लीशन सर्टिफिकेट घेतलेल्या फ्लॅटचा ताबा फ्लॅटमालकाला बिल्डरने देण्याचा आहे.'

म्हणून, त्यानंतर करारभंगाचा दावा बिल्डरवर करता येतो; नाहीतर पैसे भरून वर्षानुवर्षे बिल्डरच्या मागे लागूनही कधीकधी बांधकाम सुरूच होत नाही. यासाठी सह्या केलेल्या दिवसापासून अमुक तारीख घालूनच या काळात ताबा देण्याचा आहे, अशी तारीख करारावर असावी, हे लक्षात ठेवावे.

भारतीय भागीदारी कायदा, १९३२
The Indian Partnership Act, 1932

भारतात भागीदारीत व्यवसाय करण्याची परंपरा फार जुनी आहे. मानवी व्यवहारांपैकी व्यवसाय करण्याची ती एक पद्धत आहे. पानाच्या टपरीपासून ते बिल्डिंग कन्स्ट्रक्शनच्या व्यवसायापर्यंत किंवा छोट्या किराणा दुकानापासून ते मोठमोठ्या ट्रेडिंग कंपनीपर्यंत भागीदारी पद्धतीने व्यवसाय करता येतात. एखाद्याचे व्यवसायातील कौशल्य, दुसऱ्याचा पैसा व तिसऱ्याची मेहनत असे घटक एकत्र येऊन, एकविचाराने व्यवसाय केल्यास व्यवसायाची क्षमता वाढते. व्यवसाय जोमाने चालू शकतो. तथापि, अशा पद्धतीच्या व्यवसायामध्ये एकमेकांचे सामंजस्य, हिशेबातील काटेकोरपणा, व्यवसायातील दक्षता या गोष्टी, यशस्वी धंदा करण्यासाठी आवश्यक असतात. भागीदारीमध्ये व्यवसाय करण्यासंबंधी पूर्वी स्पष्ट तरतुदी नव्हत्या.

भागीदारी व्यवसायासंबंधी 'पार्टनरशिप' या इंग्लिश नावाने, पूर्वीच्या तरतुदी बदलून सुसंगत असा भागीदारी कायदा १९३२मध्ये मंजूर झाला.

एखाद्याचा स्वतःचा व्यवसाय असल्यास, त्यास 'प्रोप्रायटरी फर्म' असे म्हणतात. आणि भागीदारीत व्यवसाय असल्यास, त्यास भागीदारी संस्था (Partnership Firm) असे म्हणतात. फर्म याचा अर्थ संस्था असाच आहे.

भागीदारांचे हक्क, जबाबदाऱ्या, व्यवसायाची पद्धत, व्यवसायाचे नाव, बँकेतील खाती व इतर आवश्यक गोष्टींसंबंधीचे नियम या कायद्यामध्ये दिलेले आहेत.

भागीदारी संस्थेशी (Firm) इतर लोकांचे झालेल्या व्यवहारासंबंधी निर्माण होणाऱ्या जबाबदाऱ्या, भागीदारांचे असलेले हक्क, भागीदारी संपुष्टात (winding) आणण्याची तरतूद, व भागीदारी संस्थेबाबत इतरांना माहिती उपलब्ध होण्याची गरज, याचा विचार करून भागीदारी संस्था रजिस्टर करण्याची आवश्यकता असते. त्यासाठी 'रजिस्ट्रार ऑफ फर्म' अशी यंत्रणाही या कायद्याने निर्माण केली आहे.

भागीदारी व्यवसायाबाबत त्यातील स्थावर-जंगम मालमत्ता, असेट्स, वाटण्यांसंबंधी व इतर अनेक तरतुदी या कायद्यामध्ये तपशीलवार दिल्या आहेत.

प्रत्येक भागीदार (पार्टनर) हा संस्थेस जबाबदार असतो व संस्थेचे प्रतिनिधित्व करत असतो. त्या अर्थाने

तो फर्मचा एजंट असतो, भागीदारीमध्ये कोणताही व्यवसाय म्हणजे ट्रेडिंग, मॅन्युफॅक्चरिंग, अथवा सेवा व्यवसाय करता येतो. भागीदारी हा कॉन्ट्रॅक्टचाच एक प्रकार आहे.

भागीदारी व्यवसायात होणारा नफा भागीदार वाटून घेतात. त्याचे प्रमाण भागीदारीच्या दस्तामध्ये केले जाते. भागीदारीचा दस्त 'भागीदारीपत्र' (पार्टनरशिप डिड) हा भागीदारांच्या दरम्यान झालेला करार असतो. तो 'रजिस्टर ऑफ फर्म' या सरकारी संस्थेत रजिस्टर करावा लागतो. रजिस्टर्ड भागीदारी फर्मला रजिस्ट्रेशनचे सर्टिफिकेट मिळते.

भागीदारी दस्तामध्ये भागीदारांची नावे, व्यवसाय सुरू झाल्याची तारीख, व्यवसायाचे नाव, व्यवसायाचे स्वरूप, आवश्यक वाटल्यास भागीदारांच्या जबाबदाऱ्या, व्यवसायाच्या ऑफिसचे ठिकाण, व्यवसायाचे क्षेत्र, प्रत्येक भागीदाराने घातलेले भांडवल व त्या व्यवसायास लागणारा इतर तपशील असतो.

पार्टनरशिप आपोआप (एकत्र कुटुंबाच्या व्यवसायाच्या कार्यपद्धतीप्रमाणे) तयार होत नाही, त्यासाठी भागीदारीपत्रासारखा कराराचा दस्त तयार करावा लागतो. एखादी संस्था भागीदारी संस्था आहे की नाही, हे त्या व्यवसायाच्या संदर्भातील घटना व व्यवहारातून ठरवले जाते.

केवळ दोघांचा एकत्र व्यवसाय आहे, यावरून कोणा एकास नफ्याचा हिस्सा मिळत असेल, त्यावरून ती भागीदारी संस्था आहे, असे ठरवता येत नाही. उदाहरणार्थ, एखाद्याने व्यवसायास केवळ रक्कम पुरवणे किंवा एखादा व्यवसाय करणाऱ्यास मानधन मिळणे, एखाद्या मुलास किंवा विधवेस व्यवसायातून नियमित रक्कम मिळणे या सर्व गोष्टींमुळे ते व्यवसायाचे भागीदार होत नाहीत. भागीदारी व्यवसायात करार आवश्यक असतोच.

भागीदारी व्यवसायाच्या कार्यकालाचे दोन प्रकार आहेत :

१. स्वेच्छेने विसर्जित (Partnership at Will) होणारी भागीदारी

२. ठरावीक काळानंतर विसर्जित होणारी भागीदारी.

भागीदारीचा काळ ठरवला नसल्यास ती स्वेच्छेने विसर्जित होणारी भागीदारी आहे, असे ठरवले जाते.

एखादा मालक स्वतःच्या (Proprietary) व्यवसायातील कारभारासाठी (A Single Project) दुसऱ्या व्यक्तीबरोबर भागीदारी करू शकतो. उदाहरणार्थ, एक व्यक्ती खेळणी बनवते. तो त्याचा स्वतःचा व्यवसाय असतो. परंतु, मालाची विक्री करण्यासाठी तो इतर व्यक्तींना भागीदार म्हणून घेऊ शकतो. ही भागीदारी, विक्रीच्या व्यवहारापुरतीच मर्यादित असते.

भागीदारांचे आपापसांतील कायदेशीर संबंध, हक्क व जबाबदाऱ्या

१. प्रत्येक भागीदाराने व्यवसायात जास्तीत जास्त फायदा कसा होईल, याकडे लक्ष देणे आवश्यक आहे. एकमेकांत विश्वासाचे व सामंजस्याचे संबंध कसे राहतील, हे पाहणे आवश्यक आहे. व्यवसायातील खरे हिशेब व व्यवसायाची सर्व माहिती एका भागीदाराने दुसऱ्या भागीदाराला देणे आवश्यक आहे.

२. स्वतःच्या खोटेपणामुळे भागीदारी व्यवसायास नुकसान झाल्यास, त्याची भरपाई त्याने करून देणे आवश्यक असते.

३. एकमेकांची कामे, हक्क व जबाबदाऱ्या ठरवणे आवश्यक आहे.

४. एका भागीदाराने, भागीदारीचाच व्यवसाय स्वतंत्ररीत्या त्या कार्यक्षेत्रात करण्यास कायद्याने मनाई आहे.

५. भागीदारीधंद्यात सक्रिय नसेल तरीही, प्रत्येक भागीदाराला व्यवसायात भाग घेण्याचा हक्क आहे. असा भाग त्याने मनापासून घेणे अपेक्षित आहे.

६. व्यवसायातील एखाद्या विषयाबाबत वाद निर्माण झाल्यास, तो सामंजस्याने अथवा मताधिक्याने मिटवणे आवश्यक असते. परंतु अशा वादामुळे व्यवसायाचे स्वरूप बदलायचे झाल्यास, ते सर्व एकमतानेच (मताधिक्याने नाही) बदलणे आवश्यक असते.
७. प्रत्येक भागीदारास व्यवसायाच्या वह्या आणि हिशेब पाहण्याचा अधिकार आहे.
८. भागीदारीमध्ये ठराव नसल्यास, व्यवसायात भाग घेण्यासंबंधी भागीदारास वेतन अथवा मानधन घेता येत नाही.
९. भागीदारी व्यवसायात ठरलेल्या हिश्शाप्रमाणे भागीदारास नफा घेता येईल अथवा नुकसान सोसावे लागेल.
१०. एखाद्या भागीदाराने पुरवलेल्या भांडवलास व्याज देणे असल्यास ते भागीदारीच्या नफ्यातूनच द्यावे लागेल.
११. एखाद्या भागीदाराने स्वतःने व्यवसायात घातलेल्या भांडवलापेक्षा ज्यादा भांडवल दिले असल्यास त्यास त्यावर दर साल, दर शेकडा सहा टक्के व्याज घेण्याचा हक्क राहील.
१२. एखाद्या भागीदाराने प्रसंगी स्वतःच्या खिशातून व्यवसायासाठी रक्कम खर्च केल्यास त्याची भरपाई फर्मच्या पैशातून केली जावी. फर्मचे नुकसान होऊ नये म्हणून, एखाद्या भागीदाराने प्रामाणिकपणे आपत्कालीन प्रसंगी काही खर्च केला असल्यास त्याची भरपाई त्याला फर्मकडून होणे आवश्यक आहे.
१३. भागीदारी संस्थेची मिळकत कोणती, याबाबतचा खुलासा भागीदारी कायद्यात केलेला आहे. भागीदारी करारात स्पष्ट उल्लेख केलेली स्थावर व जंगम मिळकत, भागीदारी व्यवसायातून घेतलेली मिळकत, भागीदारी व्यवसायात आलेली मिळकत, व्यवसायाच्या आवश्यकतेप्रमाणे मिळवलेली मिळकत, तसेच व्यवसायाचा नावलौकिक, अशी सर्व मिळकत फर्मच्या मालकीची असते. ती भागीदाराची वैयक्तिक मिळकत नसते. जर त्याने त्या मिळकतीतून फायदा घेतला, तर त्याला तो फर्ममध्ये जमा करणे अपेक्षित असते. भागीदारी व्यवसायाची मिळकत केवळ व्यवसायासाठीच वापरणे आवश्यक आहे.
१४. फर्मच्या नावाने स्पर्धात्मक रीतीने स्वतंत्र धंदा केला असल्यास त्याचा नफाही फर्मचाच असतो.
१५. भागीदारीपत्रात स्पष्ट उल्लेख नसल्यास, फर्मच्या रचनेत बदल झाल्यास, भागीदाराच्या हक्क व जबाबदारीत बदल होत नाही.
१६. समजा, भागीदारी मर्यादित काळासाठी असेल, आणि त्या काळानंतरही व्यवसाय चालू राहिला, तर भागीदारांच्या हक्क व जबाबदाऱ्या यात फरक पडत नाही.
१७. भागीदारी फर्मने व्यवसायास अनुसरून वेगळे उपक्रम हाती घेतल्यास, पूर्वी ठरलेल्या हक्कात व जबाबदारीत बदल होत नाहीत.

भागीदारांच्या इतर संबंधांबाबत

एक भागीदार हा भागीदारी संस्थेचा एजंट किंवा प्रतिनिधी असतो. त्याने भागीदारी व्यवसायासंबंधी केलेले कृत्य किंवा कारवाई ही भागीदारी संस्थेवर बंधनकारक असते. ज्याला अप्रत्यक्ष अधिकार (Implied Rights) असे म्हणतात. असे अधिकार पुढीलप्रमाणे आहेत :

- एखाद्या लवादाकडे फर्मचा वाद सोपवणे.
- फर्मच्या वतीने बँकेत खाते उघडणे.
- फर्मच्या वतीने तडजोड करणे.

- एखादा क्लेम सोडून देणे.
- दाखल केलेला दावा काढून घेणे किंवा तडजोडीने मिटवणे.
- फर्मसाठी जागा घेणे किंवा विकणे.
- फर्मच्या वतीने दुसऱ्या फर्मशी किंवा माणसाशी भागीदारी करणे वगैरे.

अशी कामे करण्याची व्याप्ती, अंतर्गत करार करून भागीदार कमीजास्त करू शकतात. आपत्कालीन काळात एका भागीदाराने फर्मचे नुकसान टाळण्यासाठी केलेले सयुक्तिक कारण फर्मवर बंधनकारक राहते. फर्मच्या वतीने भागीदाराने दिलेली मान्यता व कबुली फर्मवर बंधनकारक असते. पुढाकाराने फर्मचा कारभार पाहणाऱ्या भागीदारास तिऱ्हाइताने नोटीस दिल्यास ती फर्मला नोटीस दिली आहे, असे समजण्यात येते. असे सर्व भागीदारांचे अधिकार असले तरी त्यांच्या काही जबाबदाऱ्याही कायद्यात दिल्या आहेत.

- प्रत्येक भागीदार स्वतंत्ररीत्या व एकत्रितपणे भागीदारी व्यवसायासाठी केलेल्या कारवाईस जबाबदार असतो. एखाद्या भागीदाराने नेहमीच्या व्यवहारात चूक केल्यास व त्यामुळे फर्मचे नुकसान झाले आणि फर्मला दंड झाल्यास त्याची जबाबदारी फर्मवर येते. एका भागीदाराला त्याच्या अधिकारात काही रक्कम मिळाली किंवा काही मिळकत तिऱ्हाइताकडून मिळाली व त्याने त्याचा अपहार केला किंवा संस्थेलाच व्यवहारात अशी रक्कम अथवा मिळकत तिऱ्हाइताकडून मिळाली व एका भागीदाराने त्याचा अपहार केला, तर त्याची भरपाई करण्याची जबाबदारी फर्मवर राहते.
- समजा, एखाद्या भागीदाराचा मृत्यू झाला व त्याच्याच नावाने अथवा भागीदारी फर्मच्या पूर्वीच्या नावानेच व्यवसाय चालू राहिला, तर मयत भागीदाराच्या वारसांवर त्या व्यवहाराची जबाबदारी राहत नाही.
- एखादा भागीदार भागीदारीच्या मिळकतीतील आपला हिस्सा तिऱ्हाइतास हस्तांतरित करू शकतो. तथापि, असा हिस्सा घेणारा फर्मचा भागीदार होत नाही. त्याला मूळ भागीदाराचा होणारा नफा घेण्याचा हक्क असतो; परंतु मूळ भागीदाराने राजीनामा दिला अगर तो मृत्यू पावला तर त्यास (तिऱ्हाईत इसमास) मयताच्या भागीदारीतील पूर्ण हिस्सा मिळतो.
- अज्ञान व्यक्तीला (जो सज्ञान नाही) भागीदार होता येत नाही. तथापि, इतर भागीदारांच्या सहमतीने त्याला भागीदारीचे सर्व फायदे मिळू शकतात. अशा अज्ञान व्यक्तीला भागीदारीच्या नफ्यात व मिळकतीत हिस्सा असतो. तो भागीदारीचे हिशेबही पाहू शकतो. अशा अज्ञान व्यक्तीचा हिस्सा फर्मने केलेल्या व्यवहाराशी जबाबदार असतो; परंतु फर्मशी त्याची वैयक्तिक जबाबदारी नसते. अशी अज्ञान व्यक्ती फर्मवर हिशेबासाठी दावा लावू शकत नाही. तथापि, फर्मशी त्याचे संबंध संपुष्टात आल्यास त्याचा हिस्सा मागण्यासाठी तो दावा लावू शकतो.
- सज्ञान झाल्यावर सहा महिन्यांच्या आत, अशा अज्ञान व्यक्तीने जाहीर करून फर्मचे भागीदार होण्याबाबत अथवा न होण्याबाबत कळवावे लागते. तसे न कळवल्यास तो भागीदार झाला, असे समजण्यात येते.
- किमान दोन भागीदारांशिवाय भागीदारी फर्म होऊ शकत नाही. आणखी भागीदार घ्यायचे असल्यास त्याबाबत भागीदारांची संमती असावी लागते. नवीन भागीदार, भागीदारीच्या पूर्वीच्या व्यवहारास जबाबदार नसतो.
- एखादा भागीदार सर्वांच्या संमतीने निवृत्त होऊ शकतो. तसा स्पष्ट करार झाला असल्यास, कराराचा काळ संपल्यावर तो निवृत्त होतो. ऐच्छिक भागीदारी (partnership at will) असल्यास इतर सर्व भागीदारांना नोटीस देऊन एखादा भागीदार निवृत्त होऊ शकतो.

- निवृत्तीची जाहीर नोटीस दिल्यानंतर, निवृत्त भागीदार त्याच्या निवृत्तीच्या नंतरच्या काळातील भागीदारीच्या व्यवहारास जबाबदार राहत नाही.
- बहुमताने कोणा एका भागीदारास व्यवसायातून काढून टाकता येत नाही, तथापि तो नादार (insolvent) ठरल्यानंतर भागीदार राहू शकत नाही.
- एखादा भागीदार निधन पावल्यास व भागीदारी फर्म पुढे चालू राहिल्यास, मयत भागीदाराची मिळकत त्याच्या निधनानंतर भागीदारी व्यवहारास जबाबदार राहत नाही.
- फर्ममधून बाहेर पडलेल्या भागीदारास पूर्वीच्या भागीदारीसारखा स्वतंत्र व्यवसाय करता येतो. मात्र, पूर्वीच्या भागीदारीच्या व्यवसायाचे नाव त्याला वापरता येत नाही. तसेच जुन्या भागीदारीचा लाभ तो उठवू शकत नाही.
- निवृत्तीच्या वेळी, निवृत्त होणाऱ्या भागीदाराचा पूर्वीच्या भागीदारी फर्मशी करार झाला असल्यास निवृत्त भागीदारास करारात ठरल्याप्रमाणे काही काळापुरता व स्थानिक क्षेत्रापुरता जुन्या फर्मचा व्यवसाय करता येत नाही.

भागीदारी फर्मचे विसर्जन (Dissolution of Partnership Firm)

१. भागीदारी फर्मचे विसर्जन सर्वांच्या सहमतीने होऊ शकते.

२. कराराने होऊ शकते.

३. अकल्पित घटना घडल्यावर भागीदारीचा व्यवसाय कायदेशीररीत्या करणे शक्य होत नाही, तेव्हा फर्म विसर्जित करावी लागते.

४. भागीदारीचा कार्यकाळ ठरलेला असेल, तर तो काळ संपल्यानंतर भागीदारी आपोआप विसर्जित होते.

५. ज्या कारणासाठी भागीदारी फर्म निर्माण झाली असेल, ते कारण संपल्यावर भागीदारी फर्म आपोआप विसर्जित होते.

६. भागीदाराच्या मृत्यूनंतर किंवा एखादा भागीदार नादार ठरल्यावर भागीदारी विसर्जित होते.

७. ऐच्छिक भागीदारी असल्यास एखाद्या भागीदाराने इतर भागीदारांस तशी नोटीस दिल्यावर नोटिसीतील तारखेप्रमाणे किंवा नोटिसीत अशी तारीख नसल्यास, दुसऱ्या भागीदाराला नोटीस मिळाल्यानंतर भागीदारी फर्म विसर्जित होते.

   पुढील परिस्थितीत न्यायालय भागीदारी विसर्जित करू शकते :

   १. एखादा भागीदार मनोरुग्ण झाल्यास व त्याच्यातर्फे त्याच्या हितचिंतकाने तसा दावा दाखल केल्यास

   २. एखादा भागीदार, फर्मविषयी त्याचे कर्तव्य पार पाडण्यास असमर्थ ठरल्यास

   ३. एखादा भागीदार, भागीदारी व्यवसायास त्याच्या वागणुकीमुळे बाधा आणत असल्यास

   ४. एखादा भागीदार, भागीदारी कराराच्या अटींचे पालन करत नसेल व त्यामुळे इतर भागीदारांना व्यवसाय करणे अवघड होत असल्यास

   ५. एखाद्या भागीदाराने फर्ममधील त्याचा हिस्सा तिऱ्हाइतास विकल्यास अथवा त्याच्या हिश्शावर इतर बोजा निर्माण केल्यास

   ६. भागीदारी व्यवसाय सतत तोट्यात चालत असल्यास

   ७. कोणत्याही इतर सयुक्तिक कारण असल्यास

वरील सर्व गोष्टींसाठी कोणा एका भागीदाराचे न्यायालयात दावा दाखल करणे आवश्यक असते.

भागीदारी फर्म रजिस्टर करण्यासाठी, राज्य सरकार 'रजिस्ट्रार ऑफ फर्म'ची नेमणूक करते व त्याचे कार्यक्षेत्र ठरवून देते. फर्म रजिस्टर करते वेळी, तसा अर्ज पोस्टाने पाठवून अथवा समक्ष देता येतो. असा अर्ज विहित नमुन्यात करावा लागतो. त्यामध्ये फर्मचे नाव, व्यवसाय करण्याचे मुख्य क्षेत्र, इतर ठिकाणी व्यवसाय करायचा आल्यास ती ठिकाणे, फर्म सुरू झाल्याची तारीख, भागीदाराची पूर्ण नावे व पत्ता, भागीदारीचा कार्यकाल, इत्यादी तपशील द्यावा लागतो. असा अर्ज, सर्व भागीदारांनी स्वतः सह्या करून द्यावा लागतो.

असा अर्ज आल्यानंतर व सर्व पूर्तता झाल्यावर, रजिस्ट्रार त्यांनी ठेवलेल्या रजिस्टरमध्ये रितसर नोंद करून ठेवतात. फर्मच्या नावात किंवा व्यवसायाच्या जागेत बदल झाल्यास तशी नोंद रजिस्ट्रारकडे करणे अपेक्षित असते. 'रजिस्ट्रार ऑफ फर्म'कडील रेकॉर्ड, फी भरून तपासण्याचा अथवा नकला घेण्याचा हक्क प्रत्येक नागरिकास असतो,

एखादी फर्म रजिस्टर केली नाही तर काय परिणाम होतात?

फर्म रजिस्टर न केल्यास, एका भागीदाराला दुसऱ्या विरुद्ध भागीदारी व्यवसायाबाबत दावा दाखल करता येत नाही; तसेच फर्मच्या वतीने तिऱ्हाईत व्यक्तीवरही दावा दाखल करता येत नाही; तसेच भागीदारी विसर्जित करणे किंवा भागीदारीचे हिशेब तपासणे किंवा विसर्जित भागीदारीत हिस्सा मिळण्याबाबतचे दावे करता येत नाहीत. म्हणून, जरी भागीदारीची नोंदणी कायद्याने अनिवार्य नसली, तरी त्याची नोंदणी 'रजिस्ट्रार ऑफ फर्म्स'कडून करून घेणे कधीही चांगले.

मर्यादित जबाबदारीची भागीदारी (Limited Liability Partership Act 2008)

भारतीय उद्योगधंद्याची सकारात्मक वाढ झाल्यामुळे, भारतीय उद्योजकांमधील तांत्रिक कौशल्य आणि धंद्यातील उच्च क्षमता जगभरात मान्य पावली आहे. त्यामुळे पारंपरिक भागीदारीपेक्षा, उद्योजकांना सोयीची होईल अशी वेगळी पद्धत निर्माण करणे आवश्यक झाले. अमर्यादित वैयक्तिक जबाबदारीऐवजी कायद्यावर आधारित मर्यादित जबाबदारी निर्माण करणे आवश्यक झाले. त्यासाठी धंदे, व्यवसाय एकत्रित करणे, उभारणे, धंद्याच्या यंत्रणेत लवचिकता आणणे आवश्यक वाटू लागले.

या व्यवस्थेमध्ये भागीदारांना आपापसांत करार करून, आवश्यकतेप्रमाणे बदल करण्याची तरतूद आहे. त्यासंबंधीचे बिल २००६मध्ये राज्यसभेत मांडले गेले. शेवटी २००८मध्ये सुधारित बिल मंजूर होऊन Limited Liability Partnership Act 2008 हा मंजूर झाला.

अशा भागीदारीसाठी दोन भागीदारांची आवश्यकता असते. अशी भागीदारी 'रजिस्ट्रार ऑफ फर्म'कडे रजिस्टर करणे आवश्यक असते. अशी भागीदारी फर्म जणू कायदेशीर व्यक्ती (legal person) असते. अशा फर्मचे भागीदार एखादी व्यक्ती किंवा एखादी संस्था (body corporate) असू शकते. दोन व्यक्ती भागीदार असल्यास, त्यापैकी एक व्यक्ती भारतीय असणे आवश्यक आहे.

१९३२च्या भागीदारी कायद्याच्या तरतुदी या कायद्यास लागू होत नाहीत.

द स्पेसिफिक रिलीफ ॲक्ट, १९६३
The Specific Relief Act, 1963

एखाद्या व्यक्तीचे काही हक्क असल्यास किंवा काही जबाबदारी असल्यास, त्याची पूर्तता होण्यासाठी पूर्वी कायद्यात विशेष तरतूद नव्हती. अशा हक्कांची पूर्तता होण्यासाठी अथवा जबाबदारी असल्यास ती निभावण्यासाठी नवव्या लॉ कमिशनच्या रिपोर्टप्रमाणे १९६३मध्ये 'स्पेसिफिक रिलीफ ॲक्ट' अस्तित्वात आला. त्या आधी १८७७ पूर्वी अशा प्रकारचा कायदा अस्तित्वात होता.

> एका घरमालकाने त्याच्या घरात क्लासेस सुरू केले. त्यांच्या आजूबाजूला राहणाऱ्या लोकांना, या क्लासेसमध्ये मोठ्या संख्येने येणारे विद्यार्थी, त्यांच्या गाड्यांचा आवाज, गाड्या व्यवस्थित पार्क न करण्याचा त्रास व्हायला लागला. या सगळ्या गोष्टींमुळे त्या लोकांचे दैनंदिन जीवन अशांत आणि विसकळीत झाले. या सर्व लोकांना शांततेने जीवन जगण्याचा हक्क आहे. अशांततेची बाब जेव्हा त्यांच्या सहनशीलतेबाहेर गेली, तेव्हा त्या सर्व लोकांनी एकत्र येऊन त्या घरमालकावर 'तुम्ही सुरू केलेल्या क्लासेसमुळे आमचे दैनंदिन जीवन अशांत झाले आहे, ही अशांतता सहनशीलतेबाहेर गेली आहे. सबब शांतता भंग होऊ नये म्हणून क्लासेस बंद करावेत,' अशा स्वरूपाचा मनाईचा दावा न्यायालयात दाखल केला.

दावा दाखल कोण करू शकतो ?

१. एखादी जमीन, वस्तू, मिळकत (प्रॉपर्टी) वगैरे कोणत्याही प्रकारच्या गोष्टींवर आपला मालकीचा हक्क ठरवून घ्यायचा असेल, तर अशा ठरावासाठी स्पेसिफिक रिलीफ ॲक्टखाली दावा दाखल करता येतो. समजा, एका मोठ्या क्षेत्रातील काही भाग एखाद्या व्यक्तीने विकत घेतला. नंतर विकणाऱ्याने त्या क्षेत्राबाबत वाद केला. तर, अशा वेळी, विकत घेतलेल्या व्यक्तीला खरेदीखतातील जमीन मिळकतीच्या वर्णनावरून, कोणती जमीन विकत घेतली आहे हे ठरवून मिळण्यासाठी दावा करता येतो. खरेदीखत आणि त्यातील वर्णनावरून स्वतःची मालकी सिद्ध करता येते.

२. एखाद्या घरमालकाने त्याच्या घरात राहणाऱ्या भाडेकरूचा हक्क नाकारला, तर तो भाडेकरूपणाचा हक्क (status) ठरवून मिळण्यासाठी दावा दाखल करू शकतो. अशा दाव्यांना ठरावाचा दावा (Suit for Declaration) असे म्हणतात.

३. आपल्या विविध व्यवहारात वेगवेगळ्या प्रकारचे दस्त होत असतात. त्यातील मिळकतीच्या वर्णनामध्ये किंवा अटीमध्ये किंवा इतर बाबींत काही चूक झाली असल्यास आणि ती दोघांना मान्य असल्यास ती चूक सहजपणे दुरुस्त करता येते. तसा दुरुस्तीचा दस्तही लगेच करता येतो. पण अशी चूक दुसऱ्याने मान्य केली नाही, तर अशी दुरुस्ती करण्यास इच्छुक असलेल्या व्यक्तीला वेगळा दावा करता येतो. दस्त रजिस्टर असल्यास व न्यायालयाने चूक दुरुस्त करण्याचा हुकूम केल्यास, न्यायालयाच्या आदेशाप्रमाणे रजिस्टर दस्तातील चूकही न्यायालयामार्फत दुरुस्त करता येते. समजा, एखाद्या खरेदी घेतलेल्या मिळकतीचा गट क्रमांक, सर्व्हे क्रमांक, किंवा घर क्रमांक चुकला असल्यास अशी चूक दुरुस्त करून मिळण्यासाठी (rectification of document) दावा दाखल करता येतो.

४. एखादा दस्त अनेक कारणांनी बेकायदेशीर ठरू शकतो. एखाद्याने मालकी नसताना दुसऱ्याची जागा 'मीच मालक आहे' असे सांगून दुसऱ्याला दिली, तर हा विक्रीचा दस्त बेकायदेशीर आहे, म्हणून खरा मालक जागा विकणाऱ्यावर दावा लावू शकतो.

जमीन खरेदीचा दस्त केला. खरेदीदाराने जमीनमालकाला तोंडी कबूल केले की, खरेदीची किंमत खरेदीदार जमीनमालकाला देईल. खरेदीखतात मोबदल्याचा उल्लेख केला नाही. इतकेच नाही, तर तोंडी कबूल केल्याचेही नाकारले. खरेदीखतात मोबदल्याबद्दल उल्लेख नसल्यामुळे सदर खरेदी बेकायदेशीर आहे असा दावा जमीनमालक खरेदी घेणाऱ्यावर लावू शकतो.

५. कोणी कराराची पूर्तता न केल्यास, कराराप्रमाणे पूर्तता करून मिळण्यासाठीही या कायद्यातील तरतुदींप्रमाणे दावा दाखल करता येतो.

अशोकने, स्वतःच्या जमिनीची विक्री करण्यासाठी मोहनला करार (साठेखत) करून दिले. परंतु पुढे त्याने कराराप्रमाणे जमीन खरेदी करून देण्यास मोहनला नकार दिला. अशा वेळी मोहनने कराराप्रमाणे खरेदीखत करून मिळण्यासाठी स्पेसिफिक परफॉर्मन्सचा दावा केला. असा दावा करते वेळी, खरेदीची उरलेली रक्कम देण्यासाठी प्रथमपासूनच तयार असल्याचा दाव्यात स्पष्ट उल्लेख केला. त्याप्रमाणे दाव्याचा पुरावा करताना, तो उरलेली रक्कम देण्यास तयार आहे, हे सिद्ध करणे मोहनला बंधनकारक आहे. त्याचप्रमाणे मोहनला काही अटींची पूर्तता, जी साठेखताच्या करारात लिहिल्याप्रमाणे करायची आहे, करण्याची तयारी आहे, हे दाखवणे आवश्यक आहे. असे सिद्ध झाल्यासच न्यायालय खरेदीखत करून देण्याचा निर्णय करू शकते.

कविता सोनाराकडे दागिने घेण्यासाठी गेली. तिने दागिन्यांची लेखी किंमत ठरवून, काही पैसे ॲडव्हान्स दिले आणि उरलेल्या पैशांबाबतचा बाकी रकमेचा हिशेब सोनाराने बिलावर लिहून दिला. दागिने घेण्यासाठी कविता सोनाराकडे पुन्हा गेली असता, सोनाराने, 'सोन्याचे भाव वाढले आहेत. त्याप्रमाणे पैसे भरा आणि दागिने घेऊन जा,' असे कविताला सांगितले. परंतु बिलावरून करार कोणत्या किमतीला झाला होता हे पक्के ठरले होते. आता कराराचा भंग करणे कायद्याच्या विरुद्ध

होते. या कारणावरून कविताने 'सोनाराविरुद्ध करारात ठरलेल्या भावात दागिने मिळण्यासाठी' दावा केला.

द स्पेसिफिक रिलीफ ॲक्ट अतंर्गत मनाईसंबंधीच्या तरतुदी

१. स्वतःच्या प्रॉपर्टीचा स्वतःच उपभोग घ्यावा हे स्वातंत्र्य प्रत्येकालाच असते. या स्वातंत्र्यास कोणीही, कोणत्याही प्रकारे अडथळा आणल्यास अशा प्रकारची कृती न करण्यासाठी त्या प्रॉपर्टीचा मालक त्याविरुद्ध कोर्टाकडून मनाईहुकूम घेऊन त्याचे निवारण करू शकतो.

   उदाहरणार्थ, रमेशच्या मालकीच्या जमिनीत उमेश हळूहळू अतिक्रमण करण्याचा प्रयत्न करत असल्याचे रमेशच्या लक्षात आले. 'ही जमीन माझ्या मालकीची आहे. यात उमेश अतिक्रमण करत आहे. असे करण्याचा त्याला कोणताही अधिकार किंवा हक्क नाही. सबब उमेश यास, वादी रमेश याच्या जमिनीत अतिक्रमण करण्यास मनाई करण्यात यावी,' असा दावा रमेश लावू शकतो.

२. एखादा करार केला व त्या कराराप्रमाणे दोन्ही बाजूच्या व्यक्तींनी काही गोष्टी करायच्या आहेत असे ठरले आहे, यावर सह्या झाल्या. करार रजिस्टर झाला. यानंतर कोणीही एकाने, त्याला जी गोष्ट करायची आहे, ती नाकारली तर दुसरी व्यक्ती त्याच्यावर ती गोष्ट पूर्ण करून देण्यासाठी दावा लावू शकते.

काही वेळा दावा चालू असताना तो दाखल करण्यापूर्वीपासून होत असलेली बेकायदेशीर गोष्ट थांबवणे (injunction) किंवा दाव्याचा अखेर निकाल होईपर्यंत दोन्ही पार्टीच्या भल्याचा विचार करून, आहे तशी परिस्थिती (status quo) ठेवणे व झालेली बेकायदेशीर गोष्ट पूर्वपदावर आणणे, यासाठी न्यायालय त्या-त्या अर्थाने मनाईहुकूम करू शकते. मनाईहुकूम हा दिवाणी कोर्टाचा विशेष अधिकार दिसून येतो.

१. एखाद्या व्यक्तीने दुसऱ्याच्या जमिनीच्या वहिवाटीस कधीही अडथळा करू नये किंवा मालकीच्या हक्काच्या जागेत दुसऱ्याने बांधकाम करू नये. एखाद्या ठिकाणच्या शांततेचा भंग करू नये, अशी कायमची ताकीद (permanent injunction) कोर्ट देऊ शकते.

२. दावा चालू असताना कोणाचेही म्हणणे खरे किंवा खोटे याचा निर्णय झाला नाही, तरी कोणाची बाजू सकृतदर्शनी खरी वाटते, मनाईहुकूम दिल्यास किंवा न दिल्यास कोणाला जास्त त्रास होईल, याचा विचार करून न्यायालय संपूर्ण दावा चालवल्यावर, तसेच संपूर्ण पुरावा समोर येईपर्यंत तात्पुरता मनाईहुकूम (temporary injunction) देऊ शकते.

३. एखाद्या मालकाच्या जागेत, दुसऱ्याने बेकायदेशीर बांधकाम केले असल्यास ते पाडून टाकणे. एखाद्याने एखादी गोष्ट करून देण्याची जबाबदारी घेतली असल्यास ती त्याला करून देण्यासाठी कोर्ट आदेशात्मक हुकूम (mandatory injunction) देऊ शकते.

स्वतःचे घर बांधत असताना शेजारच्या घराची भिंत पडली. ती पडलेली भिंत बांधून द्यावी असे सांगूनही भिंत पाडणाऱ्याने ती बांधून दिली नाही, तर भिंत पाडणाऱ्याच्या विरुद्ध दावा करता येतो. कोर्टाने हुकूम केल्यावरही त्याने भिंत बांधून दिली नाही, तर कोर्टाकडून कमिशनरची अपॉईंटमेंट करून भिंत बांधून घेता येते व येणारा खर्च भिंत पाडणाऱ्याकडून वसूल करता येतो.

दावा, कराराप्रमाणे पूर्तता करून मिळण्यासाठी असो किंवा ठराव ताकिदीसाठी केलेला असो, या कायद्यातील सर्व तरतुदींप्रमाणे न्यायालयास पटले, तरच मागणीप्रमाणे दाद मिळू शकते. खरेदीचा करार झाला

असल्यास, कराराप्रमाणे पूर्तता करून दिलीच पाहिजे, असे बंधन न्यायालयावर नसते. याबाबतीत कोर्टास समन्यायाचा (equity) विचार करणे आवश्यक असते. थोडक्यात, अशा प्रकारच्या दाव्याचा निर्णय करताना, दोन्ही बाजूंचे म्हणणे ऐकून तसेच दाव्यातील इतर परिस्थिती लक्षात घेऊन कोणास जास्त त्रास होतो आहे, हे पाहूनच व अशा सर्व गोष्टींचा विचार करून निर्णय घ्यावा लागतो.

या कायद्याखाली मागणी करून, जी दाद मागितली जाते ती समन्यायाचा विचार करून दिली जाते. असा समन्यायाचा निर्णय, ही कोर्टाची मनमानी नसते. त्यासाठी असा निर्णय का केला आहे, त्या प्रत्येक मुद्द्यावर कोर्ट योग्य असे कारण देते. एखाद्या प्रकरणाचा निर्णय करताना किंवा त्यात सादर केलेल्या पुराव्याचा विचार करताना, अनेक वेळा कायद्याच्या स्पष्ट तरतुदी व समन्यायाचा विचार केला जातो. जर सर्व कायद्यातील तरतुदींना मानवी हाडांच्या सांगाड्याची उपमा दिली तर समन्याय हे त्यातील रक्त व मांस असते.

समन्यायासाठी रूढ झालेली काही तत्त्वे :

१. ज्याला न्याय पाहिजे त्याने स्वतः प्रथम न्यायाने वागले पाहिजे. (one who wants justice, must do justice to another)
२. उशीर केला तर न्याय मिळत नाही. (delay defeats justice) हे तत्त्व समजून घेण्यासाठी एक केस पाहू.

एकदा रामराव नावाचे गृहस्थ त्यांना आलेले समन्स घेऊन आमच्याकडे आले आणि म्हणाले, ''मी दोन एकर जमिनीचं साठेखत शंकररावांना १० वर्षांपूर्वी करून दिलं होतं. त्यानंतर आजपर्यंत ते 'मला खरेदी खत केव्हा करून देणार' म्हणून माझ्याकडे विचारायला आले नाहीत. पत्राने त्यांनी चौकशी केली नाही. शिवाय, 'खरेदीची काही रक्कम माझ्याकडे तयार आहे. जमीन खरेदीची माझी तयारी आहे,' असंही त्यांनी मला कधी कळवलं नाही. आणि आता १० वर्षांनी जमीन खरेदी करून देण्यासाठी खरेदीखत करून द्यावे, असा दावा त्यांनी कोर्टात दाखल केला आहे.'' या दाव्याच्या कामी, दावा दाखल करणारे वादी शंकरराव व ज्यांच्यावर दावा दाखल केला ते प्रतिवादी रामराव या दोघांच्या बाजू, त्यांनी दिलेली कागदपत्रे, साक्षीदारांचे झालेले जाबजबाब लक्षात घेऊन, न्यायालयाने त्याचा निर्णय करताना पुढीलप्रमाणे हुकूम केला :

वादी शंकरराव यांनी गेल्या १० वर्षांत कधीही मिळकत खरेदी घेण्याची तयारी दाखवली नाही. तसेच उरलेली खरेदीची बाकी रक्कमही देऊ केली नाही. अशा अक्षम्य उशिरामुळे त्यांना जमीन खरेदी घेण्याचा अधिकार राहिला नाही. या कारणास्तव शंकररावांचा दावा कोर्टाने रद्द केला. याशिवाय, असाही निष्कर्ष काढला की, गेल्या १० वर्षांत जमिनीच्या किमती खूप वाढल्या. शंकरराव मात्र जुन्याच किमतीत जमीन विकत घेण्याची मागणी करत आहेत. अशा तऱ्हेने जुन्या किमतीचा फायदा शंकररावांना मिळणे न्यायाच्या दृष्टीने योग्य होणार नाही. या दाव्याचा निकाल करताना न्यायालयाने समन्यायाचा विचार केला.

समन्यायाचा विचार केवळ परदेशातून आला, असा बऱ्याच व्यक्तींचा समज आहे, वास्तविक पाहता प्राचीन काळातील शास्त्र-पंडितांनी या समन्यायाच्या तत्त्वाचा पूर्ण विचार केलेला दिसतो. असाच एक विचार प्राचीन तत्त्ववेत्ता बृहस्पती यांनी मांडलेला आहे, तो असा आहे –

केवलम शास्त्र आश्रित्यम् न कर्तव्योही निर्णयः। बुद्धिहीने विचारेषु धर्महानी प्रजायते।।
(केवळ कायद्याच्या कलमाचा आधार घेऊन निर्णय करणे योग्य नाही. तसे केल्यास अन्याय होऊ शकतो. परिस्थितीचा सारासार विचार करून निर्णय करणे उचित ठरते.)

याच तत्त्वाच्या आधारे पैठणच्या श्रेष्ठ पंडितांनी ज्ञानेश्वर महाराजांना शुद्धिपत्र देताना असा निर्णय केला, की 'लग्न झालेल्या पुरुषाने पुन्हा संसार केल्यास व त्यांना मुले झाल्यास ती धर्मभ्रष्ट होतात, असा जरी धर्मशास्त्राचा नियम असला, तरी संन्याशाच्या पोटी जन्म घेणे हा मुलांचा दोष होत नाही.'
अशा प्रकरणामुळे, प्राचीन काळातसुद्धा केवळ शास्त्राचा विचार न करता समन्यायाने परिस्थितीचा सारासार विचार कसा केला गेला, हे आपल्या लक्षात येते.
या समन्यायाच्या तत्वाचा स्पेसिफिक रिलीफ ॲक्टमध्ये सर्व ठिकाणी विचार केलेला आहे.

या कायद्यातील महत्त्वाच्या तरतुदी

कराराची पूर्तता करण्याचा दावा

ज्या दाव्याच्या कामी, त्यात दाखल केलेल्या कराराची पूर्तता करण्यासारखी परिस्थिती आहे, असे न्यायालयाला दिसून आल्यास, न्यायालय कराराची पूर्तता करते. पूर्तता करावी असे न्यायालयाचे मत अनेक कारणाने बदलू शकते. केवळ करार कायदेशीर आहे, सुरुवातीला तो दोघांना मान्य होता, या कारणावरून कराराची पूर्तता करून देणे बंधनकारक नसते. कराराची पूर्तता का करता येत नाही, याची न्याय्य कारणे न्यायालयाला द्यावी लागतात.

ज्या दाव्यामध्ये कराराची पूर्तता करून देण्यासारखी परिस्थिती असते, त्या ठिकाणी न्यायालय कराराची पूर्तता करण्याचा हुकूम करते. याशिवाय, या वेळेपर्यंत पूर्तता केली नाही, म्हणून वादीच्या मागणीप्रमाणे वादीचे नुकसान झाले आहे असे कोर्टाला पटले, तर नुकसानभरपाई देण्याचा हुकूमही न्यायालय करू शकते. त्यासंबंधी एक उदाहरण पाहू.

एका उद्योजकाने कारखान्याच्या इमारतीचे बांधकाम पूर्ण केले. इमारतीचे बांधकाम चालू असतानाच कारखान्यास आवश्यक त्या मशिनरीबाबत कंपनीकडे बोलणी केलेली होती. बांधकाम पूर्ण होताच मशिनरीच्या किमतीची सर्व रक्कम पाठवली. ती मिळाल्याची त्यांची पावतीही उद्योजकाला मिळाली. पावतीसोबत पाठवलेल्या पत्रात कंपनीने मशिनरी १५ दिवसांत पाठवतो, असे कळवले होते. ती कशी पाठवत आहे, या बाबतची सर्व माहिती उद्योजकाला कळवली. 'अमुक तारखेला येथून

पाठवली जाईल व अमुक तारखेला आपणास मिळेल' असे लेखी मान्य केले होते. त्यानंतर वेळोवेळी उद्योजकाने चौकशी केली असता, कंपनीने सहा महिने झाले तरी उद्योजकाला मशिनरी पाठवली नाही. यानंतर उद्योजकाने कंपनीविरुद्ध स्पेसिफिक रिलीफ ॲक्टखाली मशिनरी मिळण्यासाठी आणि मान्य केलेल्या काळापेक्षाही उशिरा मशिनरी मिळणार असल्याने झालेल्या नुकसानभरपाईची रक्कम कंपनीने द्यावी, यासाठी न्यायालयात दावा दाखल केला.

उद्योजकाने दाव्यात म्हटल्याप्रमाणे प्रत्येक मुद्द्यासाठी, त्यासंबंधी कागदपत्रे दाखल केली व साक्षीदारांना समन्स काढून ती सिद्ध केली. त्यामुळे उद्योजकातर्फे सर्व पुरावा व्यवस्थित सादर केला गेला. उलट, मशिनरीची रक्कम मिळूनही कराराप्रमाणे ती १५ दिवसांत उद्योजकाला का पाठवली नाही, का मिळाली नाही, याचे समाधानकारक उत्तर कंपनीला देता आले नाही. म्हणून न्यायालयाने उद्योजकाचे म्हणणे मान्य करून दाव्याचा निकाल पुढीलप्रमाणे केला :

कंपनीने, उद्योजकाला त्वरीत मशिनरी द्यावी. मशिनरी देण्यासाठी झालेल्या उशिरामुळे उद्योजकाचे झालेल्या नुकसानभरपाईची रक्कम अमुक रुपये उद्योजकांना द्यावी.

स्पेसिफिक रिलीफ ॲक्टचा कराराच्या (Contract) कायद्याशी व हस्तांतरणाच्या (Transfer of Property) कायद्याशी थेट संबंध आहे.

बेंथॅम या विचारवंताने असे तत्त्वज्ञान मांडले की, ज्याला जे देण्याचे दुसऱ्याने कबूल केले आहे, ते त्याने दिले पाहिजे. (Why person should not get what has been agreed to be given to him?) अशा कबुलीमुळे घेणाऱ्याला हक्क निर्माण होतो. यातूनच स्पेसिफिक रिलीफ ॲक्टचा जन्म झाला. कबूल केलेली प्रत्येक गोष्ट देता येईलच असे होत नाही. म्हणूनच, ती गोष्ट देता येत नसेल, तर त्या बदल्यात काय भरपाई करावी, असा विचार पुढे आला. त्यातूनच या कायद्याच्या तरतुदी निर्माण झाल्या. यामुळे कायदेशीर कराराप्रमाणे (Contract Act) व मिळकतीचे हस्तांतरण करण्याच्या नियमानुसार (Transfer of Property Act) व्यवहार असेल तर, त्याची पूर्तता का होऊ नये? आणि स्पेसिफिक रिलीफ ॲक्टच्या तरतुदीप्रमाणे अशा सर्व बाजूने या कायद्यांचा विचार होतो. त्या दृष्टीने, हे तिन्ही कायदे एकमेकांशी संलग्न आहेत.

ओनरशिप फ्लॅट्स व अपार्टमेंट्सचा कायदा
Ownership Flats Act and Apartment Ownership Act

१९६०च्या दशकानंतर शहरी भागात स्वतंत्र प्लॉट घेऊन घर बांधणे सामान्य व्यक्तीस अशक्य होऊ लागले. त्यामुळे फ्लॅटची पद्धत प्रचलित होऊ लागली. ओनरशिप फ्लॅट्स व अपार्टमेंट्स पद्धतीमुळे एकाच इमारतीत अनेक घरे असण्याची तरतूद आहे. अशा वेळी सामाईक जागा (जिने, पार्किंग, साईड, मार्जिन) आणि इतर सामाईक बाबी (ड्रेनेज, पाणी, लिफ्ट आणि टेरेस) यांचा एकत्रित विचार करणे आवश्यक झाले.

पूर्वी एकत्र कुटुंबाच्या घराची वाटणी झाल्यावर एकाच इमारतीत, अनेक घरे वाटणीमुळे तयार होत होती. अशा घरांचे हिस्सेदार हेच मूळ मालक असल्यामुळे आपापल्या सोयीने ते आपापसांत जागा वापरण्याच्या पद्धती ठरवत असत, तेव्हा त्याला कायद्याच्या तरतुदी नव्हत्या.

ओनरशिप फ्लॅट्स व ओनरशिप अपार्टमेंट्समधील घरांची मालकी ही नावीन्यपूर्ण व विशिष्ट प्रकारची असते. अनेक मजली इमारतीतील घरात, एकाच्या घराचे छत हे दुसऱ्याच्या घराचे फ्लोअरिंग असते. भिंती, जिने, पार्किंग, लिफ्ट वगैरे सामाईक मालकीची असते. यासंबंधी वाद होऊ नयेत, म्हणून फ्लॅटधारकांची सोसायटी, संस्था निर्माण करण्याची आवश्यकता वाढू लागली. महाराष्ट्रात बॉम्बे को-ऑपरेटिव्ह सोसायटीज ॲक्ट अस्तित्वात होता. तीच यंत्रणा लागू करून 'महाराष्ट्र ओनरशिप फ्लॅट्स ॲक्ट १९६३' अस्तित्वात आला. १९६१मध्ये महाराष्ट्र राज्याच्या हाउसिंग डेव्हलपमेंट खात्याने एका समितीची स्थापना करून (पे मास्टर कमिटी, १९६०) त्यांनी दिलेल्या अहवालानुसार १९६३मध्ये ओनरशिप फ्लॅट्सचा कायदा अस्तित्वात आला.

कोणत्याही को-ऑपरेटिव्ह सोसायटीसाठी अकरा सभासदांची आवश्यकता असते. त्यासाठी किमान अकरा फ्लॅटधारक असणे आवश्यक होते. अनेक वेळा छोट्या प्लॉटवर अकरा फ्लॅट्स होणे शक्य नव्हते. त्यामुळे १९७०मध्ये अपार्टमेंट ओनरशिपचा कायदा अस्तित्वात आला. असे फ्लॅट्स तयार होण्यासाठी व अशा प्रकारच्या बांधकामांना चालना मिळण्यासाठी त्याच्या खरेदी-विक्रीसाठी खूपच कमी स्टॅंप ड्युटी लागत असे. सामान्य नागरिक स्वतंत्र मालकीच्या इमारती बांधण्याऐवजी गरजेप्रमाणे लहान-मोठे फ्लॅट्स घेणे पसंत करू लागले. आता सर्वत्र तीच पद्धत रूढ झाली आहे.

ओनरशिप फ्लॅट्स आणि ओनरशिप अपार्टमेंटमधील फरक

(मालकी, अंतर्गत कामे, आणि खरेदी-विक्री यासंबंधी)

	ओनरशिप फ्लॅट्स	ओनरशिप अपार्टमेंट
१.	घरे, सोसायटी अथवा कंपनीतर्फे नियंत्रित केली जातात. त्यातील फ्लॅट्सचा अंतर्गत व्यवहार व पदाधिकाऱ्यांची निवड, हिशेब, बैठका व इतर कारभारांवर को-ऑपरेटिव्ह सोसायटी अथवा कंपनीची नियंत्रण असतो.	मालकी स्वायत्त (Free Hold) असते.
२.	फ्लॅट्सच्या विक्रीसाठी सोसायटीची परवानगी लागते. प्रसंगी सोसायटी त्यासाठी हस्तांतरण फी आकारते.	अपार्टमेंटची विक्री करताना कोणाचीही परवानगी लागत नाही.
३.	फ्लॅट तारण ठेवून कर्ज घेताना सोसायटीची संमती आवश्यक असते.	अपार्टमेंटच्या तारणावर कर्ज घेताना अशा कोणत्याही परवानगीची आवश्यकता नसते.
४.	सोसायटीचे सभासदत्व सभासदाच्या भाग भांडवलाशी निगडित असते. भाग भांडवलाचे सर्टिफिकेट (शेअर सर्टिफिकेट) त्याला दिले जाते. फ्लॅटची विक्री झाल्यावर सोसायटी 'शेअर सर्टिफिकेट' फ्लॅट घेणाऱ्याच्या नावावर ट्रान्सफर करून त्यास सोसायटीचे सभासदत्व देते.	अपार्टमेंट पद्धतीत असे 'शेअर्स सर्टिफिकेट' भाग भांडवल नसते.
५.	फ्लॅटधारकांची संस्था ही को-ऑपरेटिव्ह सोसायटी अथवा कंपनीच्या स्वरूपात असते. उदाहरणार्थ, श्रीराम को-ऑपरेटिव्ह हाउसिंग सोसायटी.	अपार्टमेंटच्या संस्थेस 'असोसिएशन ऑफ अपार्टमेंट्स' असे म्हणतात. उदाहरणार्थ, श्रीराम अपार्टमेंट असोसिएशन
६.	फ्लॅटधारकांच्या को-ऑपरेटिव्ह सोसायटीसाठी किमान अकरा फ्लॅटधारकांची (सभासदांची) आवश्यकता असते; परंतु को-ऑपरेटिव्ह सोसायटी, रजिस्ट्रार यांच्या परवानगीने नऊ सभासदांची सोसायटी करता येते.	अपार्टमेंटमध्ये मात्र कमीत कमी पाच सभासद असणे आवश्यक आहे.
७.	बिल्डिंगच्या प्लॉटची मालकी सोसायटीकडे असते व फ्लॅटची मालकी फ्लॅटधारकाची असते.	अपार्टमेंटधारकाच्या प्लॉटची मालकी त्याच्या अपार्टमेंटच्या क्षेत्राच्या प्रमाणात असते.
८.	पार्किंग, टेरेस, लिफ्ट, जिने वगैरे सगळ्यांच्या मालकीची म्हणजेच सामाईक असतात.	आरक्षित क्षेत्र वापराची स्वतंत्र व्यवस्था (लिफ्ट, जिना, गेट इत्यादी) असू शकते.

	ओनरशिप फ्लॅट्स	ओनरशिप अपार्टमेंट
९.	फ्लॅटच्या संस्थेस को-ऑपरेटिव्ह सोसायटी किंवा कंपनी असे म्हणतात.	अपार्टमेंटच्या संस्थेस असोसिएशन ऑफ अपार्टमेंट्स किंवा संकुल (Codominium) असे म्हणतात.
१०.	फ्लॅटच्या सोसायटीत प्रत्येक सभासद एका फ्लॅटचा धारक असतो. सोसायटीतील सभासदत्व अनेक वारस असल्यास सर्वांना मिळत नाही.	अपार्टमेंटची मिळकत ही वारसा हक्काप्रमाणे पुढील पिढीकडे (heritable) जाते.
११.	सोसायटीमधील इमारत अथवा प्लॉट को-ऑपरेटिव्ह सोसायटीच्या मालकीचा असतो. सोसायटीचा सभासद या नात्याने फ्लॅटधारकाचा प्लॉटशी संबंध असतोच. म्हणूनच फ्लॅटचे हस्तांतरण करताना प्लॉटचा उल्लेख स्वतंत्रपणे नसू शकतो.	प्रत्येक अपार्टमेंटसंबंधी अपार्टमेंटच्या क्षेत्राच्या प्रमाणात फ्लॅटचे क्षेत्र प्रत्येक अपार्टमेंट धारकास स्वतंत्रपणे विकले जाते.
१२.	फ्लॅटधारकांची को-ऑपरेटिव्ह सोसायटी प्रमोटर अथवा फ्लॅटधारक करू शकतात.	बिल्डर-प्रमोटर अथवा मालक अपार्टमेंटची योजना रजिस्टर्ड दस्ताने घोषित करतो. त्यास घोषणा पत्र (Deed of Declaration) असे म्हणतात. या घोषणेमध्ये प्लॉटचे क्षेत्र, अपार्टमेंटची संख्या, एकत्रित सोयीसुविधा (common amenities), रिझर्व राईट्स, फ्लॅटची प्रमाणित मालकी इत्यादींचा उल्लेख असतो. प्रत्येक अपार्टमेंटचे हक्क ठरवून दिलेले असतात.
१३.	ओनरशिप फ्लॅट ॲक्टचा कारभार को-ऑपरेटिव्ह सोसायटीमार्फत चालत असेल, तर त्यास महाराष्ट्र को-ऑपरेटिव्ह सोसायटीज ॲक्टच्या तरतुदी लागू होतात. कंपनीतर्फे कारभार चालत असल्यास त्यास कंपनी ॲक्टच्या तरतुदी लागू होतात.	अपार्टमेंट पद्धतीमध्ये अपार्टमेंट ओनरशिप कायद्याच्या तरतुदी लागू होतात.
१४.	को-ऑपरेटिव्ह हाउसिंग सोसायटीतील सभासदांमधील अंतर्गत वाद को-ऑपरेटिव्ह कोर्टात चालतात.	अपार्टमेंटमधील सभासदांचे अंतर्गत दावे दिवाणी कोर्टात चालतात.

वरीलप्रमाणे दोन्ही संस्थांमध्ये कायद्याच्या दृष्टीने फरक असला तरी दोन्ही कायदे एकमेकांना पूरक आहेत.

को-ऑपरेटिव्ह हाउसिंग सोसायटीमध्ये दोन प्रकाराने घरे धारण करता येतात :

१. फ्लॅट पद्धतीची को-ऑपरेटिव्ह हाउसिंग सोसायटी
२. प्लॉट पद्धतीची को-ऑपरेटिव्ह हाउसिंग सोसायटी

फ्लॅट पद्धतीची को-ऑपरेटिव्ह हाउसिंग सोसायटी

फ्लॅट पद्धतीच्या सोसायटीला 'टेनंट को-पार्टनरशिप हाउसिंग सोसायटी' म्हणतात. अशा सोसायटीच्या बिल्डिंगमध्ये प्रत्येक फ्लॅटधारक हा पार्टनर असतो. संपूर्ण इमारत व प्लॉट हा सोसायटीच्या मालकीचा असतो.

फ्लॅट पद्धतीच्या सोसायटीमध्ये प्रमोटर-बिल्डर यांचा मुख्य सहभाग असतो. आपल्याकडे बिल्डर हाच बहुतेक वेळा प्रमोटर असतो. सोसायटी स्थापन करण्याची जबाबदारी प्रमोटरची असते. बिल्डर एखाद्या प्लॉटवर फ्लॅट्स असलेली बिल्डिंग बांधतो, जाहिरात करून त्यातील फ्लॅट्स अनेकांना विकतो. त्यानंतर प्रमोटरवर फ्लॅट्सची सोसायटी किंवा अपार्टमेंट असोसिएशन करण्याची जबाबदारी असते. बांधकाम योजना पूर्ण झाल्यावर बिल्डरने प्लॉट व त्यावरील इमारत सोसायटीच्या नावाने हस्तांतरित करणे कायद्याने आवश्यक आहे. यानंतर प्रमोटरची जबाबदारी संपते. परंतु अनेक ठिकाणी असे आढळून येते की, बिल्डर-प्रमोटर, सोसायटी किंवा अपार्टमेंट असोसिएशन स्थापन करत नाहीत आणि प्लॉट वा बिल्डिंग सोसायटीस हस्तांतरित करत नाहीत. अशी परिस्थिती वर्षानुवर्षे अनेक ठिकाणी चालू राहिली आहे. त्यात बिल्डरचा असा स्वार्थी हेतू दिसतो की, बिल्डिंगची कागदोपत्री मालकी बिल्डरची राहते. त्या बिल्डिंगमधील एखादा फ्लॅट कोणा फ्लॅटधारकाला विकायचा झाल्यास बिल्डरची संमती लागते. त्यासाठी बिल्डर विनाकारण पैसे घेतात.

प्लॉट पद्धतीची को-ऑपरेटिव्ह हाउसिंग सोसायटी

प्लॉट पद्धतीच्या को-ऑपरेटिव्ह हाउसिंग सोसायटीस 'टेनंट ओनरशिप सोसायटी' म्हणतात. अशा सोसायटीमध्ये सभासदांना प्लॉट्स, मोठ्या मुदतीने नाममात्र भाड्याने दिलेले असतात. अशा प्लॉटवर प्लॉटधारक स्वतः खर्च करून घर बांधतो. एका सोसायटीमध्ये प्लॉट्स मोठे असल्यास, त्यातील एखाद्या प्लॉटमध्ये मोठी इमारत बांधून त्यातील फ्लॅट्सधारकांची स्वतंत्र सोसायटी होऊ शकते. अशा फ्लॅट्सची सोसायटी तयार केल्यास, त्या फ्लॅट्सच्या सोसायटीचा चेअरमन प्लॉट्सच्या सोसायटीचा सभासद असतो. असे करण्यापूर्वी प्लॉट्सचे सोसायटीच्या प्लॉटमध्ये, फ्लॅट बांधण्यासंबंधी व त्याची स्वतंत्र सोसायटी स्थापन करण्यासंबंधी ठराव मंजूर झालेला असणे आवश्यक आहे.

अशी परिस्थिती येऊ नये, म्हणून फ्लॅटधारकांनी कायदेशीर कारवाई करून प्रमोटर-बिल्डरचा, सोसायटी स्थापन करून, प्लॉट व बिल्डिंग सोसायटीच्या नावे हस्तांतरित करण्यासाठी पाठपुरावा करावा. असे बिल्डरने न केल्यास त्याच्यावर फौजदारी कारवाई करता येते.

कायद्याने सांगितलेल्या प्रमोटरच्या काही जबाबदाऱ्या

१. प्रमोटर-बिल्डरने ज्या प्लॉटवर इमारत बांधायची आहे, त्याच्या मालकीबाबत, त्याच्या बांधकामाच्या अधिकाराबाबत पूर्ण माहिती देणे आवश्यक आहे. त्यासाठी वकिलांकडून टायटल रिपोर्ट करून घेणे जरुरीचे आहे.
२. प्लॉटवर कर्जाचा बोजा, इतर कोणाचा हक्क असेल, तर तोही माहीत करून देणे आवश्यक आहे.
३. इमारतीच्या बांधकामाचा नकाशा मंजूर करून घेऊन मागणी केल्यापासून सात दिवसांच्या आत फ्लॅटधारकाला दाखवणे आवश्यक आहे.

४. बिल्डरने फ्लॅटधारकाला देण्यात येणाऱ्या सोयीसुविधांची माहिती देणे आवश्यक आहे.
५. बिल्डर स्वतः प्रमोटर असल्यास फ्लॅटधारकाने मागणी केल्यास त्याने नियोजित इमारतीचा आराखडा, वापरात येणारे साहित्य याबद्दल माहिती देणे आवश्यक आहे.
६. प्रमोटर हा बिल्डर नसल्यास त्याने आर्किटेक्ट अथवा इंजिनिअरकडील डिझाईन्स व मटेरिअलची माहिती असलेले करार फ्लॅटधारकांना दाखवणे आवश्यक असते.
७. फ्लॅट बांधून त्याचा ताबा देण्याची तारीख निश्चित केली पाहिजे व तसा ताबा दिला पाहिजे.
८. त्या इमारतीतील काही फ्लॅट्स विकले असल्यास त्याची यादी करून त्याच्या किमती नमूद करून त्यातील अटींची माहिती इतरांना देणे आवश्यक आहे.
९. फ्लॅटधारकांची सोसायटी करायची किंवा कंपनी स्थापन करायची किंवा अपार्टमेंट असोसिएशन करावयाचे या बाबतीत खुलासा करणे आवश्यक आहे.
१०. भोगवटापत्राशिवाय (Completion Certificate) कोणासही ताबा न देणे प्रमोटरला बंधनकारक आहे.
११. फ्लॅट्संबंधी व प्लॉटसंबंधी येणारे कर, पाणीपट्टी, महसुली कर, गहाण असल्यास त्यावरील माहिती देणे आवश्यक आहे.
१२. याशिवाय आवश्यक ती व इतर सर्व माहिती, कागदपत्रांच्या नकला पुरवणे ही प्रमोटरची जबाबदारी आहे.
१३. महत्त्वाची कागदपत्रे, नकाशे, डिझाईन्स हे तपासणीसाठी फ्लॅटधारकाला दाखवणे आवश्यक आहे. कोणतीही रक्कम स्वीकारण्यापूर्वी त्याची पावती देणे, किमतीच्या २० टक्के रक्कम मिळाल्यावर फ्लॅट विक्रीचा करारनामा करणे व तो रजिस्टर करणे अत्यावश्यक आहे.
१४. करारनामा विहित नुमन्यात असावा. त्यात वकिलांनी दिलेला टायटल रिपोर्ट, प्लॉटच्या प्रॉपर्टी कार्डाचा उतारा किंवा ७/१२चा उतारा किंवा मंजूर नकाशा हे कागद जोडलेले असावेत.

काही महत्त्वाचे

- एखादा फ्लॅटचा करार रजिस्टर करावयाचा राहिल्यास, तोही पुरावा म्हणून ग्राह्य धरण्याची तरतूद १९८४मध्ये केली आहे.
- एकदा प्लॅन, बांधकामाचा नकाशा मंजूर झाल्यावर व तो फ्लॅटधारकांना माहीत करून दिल्यावर फ्लॅटधारकांच्या संमतीशिवाय तो बदलता येत नाही.
- कोणत्याही कारणाने प्रमोटरला फ्लॅटचा ताबा विहित मुदतीत देता आला नाही, तर त्याने फ्लॅटधारकास ९ टक्के व्याजासह घेतलेली सर्व रक्कम परत देणे आवश्यक आहे.

को-ऑपरेटिव्ह हाउसिंग सोसायटीची नोंदणी

प्रमोटरने प्लॉट व बिल्डिंग सोसायटीकडे हस्तांतरित केल्यानंतर सोसायटीची त्यावर मालकी होते व प्रमोटरचा संबंध संपुष्टात येतो. सोसायटीच्या कारभारास महाराष्ट्र को-ऑपरेटिव्ह सोसायटीज अॅक्ट लागू होतो. सोसायटीची नोंदणी, 'रजिस्ट्रार ऑफ को-ऑपरेटिव्ह सोसायटी' यांच्याकडे होते. अनेक प्रकारच्या व कारभाराच्या सोसायट्या या कायद्याखाली रजिस्टर होतात. उदाहरणार्थ, क्रेडिट सोसायटी, लेबर सोसायटी, को-ऑपरेटिव्ह सोसायटी, धंद्यासाठी सोसायट्या वगैरे. घरासंबंधी सोसायटी को-ऑपरेटिव्ह हाउसिंग सोसायटी या सदराखाली येते. हाउसिंग सोसायटीसाठी स्वतंत्र नियम कायद्यात दिलेले आहेत. प्रत्येक नोंदणीकृत हाउसिंग सोसायटीस एक प्रमाणपत्र, ती सोसायटी रजिस्टर आहे, यासाठी ते दिले जाते. त्यात नोंदणी क्रमांक (रजिस्ट्रेशन

नंबर), सोसायटीचे नाव, मिळकतीचा क्रमांक, मिळकतीचे ठिकाण इत्यादी लिहिलेले असते. एकाच क्षेत्रात एकाच नावाच्या दोन सोसायट्या अपेक्षित नसतात. नोंदणी क्रमांकावरून कोणत्या प्रकारची सोसायटी आहे, ते समजते.

को-ऑपरेटिव्ह हाउसिंग सोसायटीचा कारभार महाराष्ट्र सरकारच्या को-ऑपरेटिव्ह खात्याच्या अखत्यारीतील अधिकाऱ्यांच्या नियंत्रणाखाली चालतो. सोसायटीचा कारभार नीटपणे चालावा, एवढ्या मर्यादेपर्यंतच हा अधिकार आहे. सोसायटीच्या निवडणुका, लेखापरीक्षण (ऑडिट), सभासदत्व (मेंबरशिप), ठराव याप्रमाणे सोसायटीच्या अंतर्गत कारभारातील वाद व अपील हे डेप्युटी रजिस्ट्रार, जॉईंट रजिस्ट्रार यांच्यापुढे चालतात; परंतु दोन सभासदांतील, सभासद व सोसायटी यांच्यातील सोसायटीच्या कारभाराशी निगडित असलेले वाद को-ऑपरेटिव्ह कोर्टात चालतात. अनेक जिल्ह्यांत को-ऑपरेटिव्ह न्यायालयांची स्थापना केलेली आहे. या न्यायालयाच्या निर्णयाविरुद्ध अपील करण्यासाठी को-ऑपरेटिव्ह अपिलीय न्यायालय असते. त्याचा कारभार दिवाणी न्यायालयाप्रमाणे चालतो.

सोसायटीचा अंतर्गत कारभार कसा चालतो?

- दर पाच वर्षांनी सोसायटीच्या व्यवस्थापन समितीची निवड सर्व सभासदांकडून होते.
- दर वर्षी किमान एकदा सोसायटीच्या सर्व सभासदांची (जनरल बॉडीची) मीटिंग होणे अपेक्षित असते.
- सभासदांनी घेतलेले निर्णय हे व्यवस्थापन समितीवर बंधनकारक असतात. या निर्णयांची कार्यवाही व्यवस्थापन समितीने करावयाची असते. शिवाय, नेहमीचा कारभारसुद्धा व्यवस्थापन समितीच सांभाळते. व्यवस्थापन समितीमध्ये अध्यक्ष, सचिव (सेक्रेटरी), लेखापरीक्षक (ऑडिटर) व इतर काही सभासद अशी पदे असतात.
- 'एक फ्लॅट, एक सभासद' किंवा 'एक प्लॉट, एक सभासद', अशी योजना सोसायटीत असते. समजा, वडील सभासद असतील आणि त्यांना चार मुले असतील, तर वडिलांच्या निधनानंतर त्यांच्यापैकी एकच मुलगा सभासद होऊ शकतो. वडिलांनी त्यांच्यानंतर कोणी सभासद व्हावे, असे लेखी नामनिर्देशन (नॉमिनेशन) केले असल्यास त्याच मुलास सभासद होता येते. याचा अर्थ त्याच्या मिळकतीत त्या एकट्याचाच हक्क असतो, असे नाही. त्या मिळकतीतील मालकी हक्क सर्व वारसांना कायद्याप्रमाणे मिळतो. तथापि, सोसायटीच्या कारभारात मात्र केवळ नामनिर्देशित सदस्यालाच (नॉमिनेटेड मेंबरलाच) भाग घेता येतो.
- सभासदत्व ही सोसायटीच्या कारभाराच्या सोयीसाठी (to have valid discharge of function) असते. सभासदत्वामुळे संपूर्ण मालकी असते, असे नाही. मूळ सभासदाने त्याच्या पश्चात सभासदत्वासाठी नामनिर्देशन करून ठेवणे, हे मृत्युपत्र होत नाही.
- सोसायटीच्या कारभारात कायद्याच्या तरतुदींना धरून धोरणांसंबंधी ठराव करता येतात. उदाहरणार्थ, हाउसिंग सोसायटीमध्ये समारंभासाठी हॉल बांधणे, खेळण्यासाठी तरतूद करणे, ग्रंथालय उभारणे, रस्ते, स्वच्छता, झाडे लावणे, मनोरंजनाचे कार्यक्रम करणे, धार्मिक उत्सव करणे असे रहिवाशांसाठी विविध कार्यक्रम करता येतात.

महाराष्ट्रात तरी को-ऑपरेटिव्ह हाउसिंग सोसायट्यांमुळे चांगली घरे, चांगल्या वसाहती निर्माण झालेल्या दिसतात. हाउसिंग सोसायट्या आणि हाउसिंग अपार्टमेंटचे कायदे यशस्वी झाल्याचे दिसून येतात.

एखाद्या सभासदाने सोसायटीच्या नियमांचे पालन न केल्यास– उदाहरणार्थ, सोसायटी शुल्क (चार्जेस) न भरणे, ठरावांचे पालन न करणे, अशी कृत्ये केल्यास– सोसायटी त्यांच्याविरुद्ध कारवाई करू शकते. त्याच्या विरुद्ध दावा करून हट्टी व दुराग्रही सभासदास सोसायटीतून बेदखल करण्यापर्यंत कारवाई करू शकते. फ्लॅटधारकांचे हक्क विशिष्ट प्रकारचे असतात. सोसायटीमधील फ्लॅटधारकांची अनेक मजली इमारत असल्यास, वरच्या मजल्यावरील धारकांची जमीन ही त्यांच्या खालच्या मजल्यावरील फ्लॅटधारकांचे छत असते. अशा परिस्थितीत पाणी गळती, ठोकाठोकीचे आवाज, सामाईक दुरुस्त्यांसंबंधी वाद नेहमीच निर्माण होतात. सोसायटीकडे तक्रार केल्यास बऱ्याच वेळा सोसायटी फक्त बघ्याची भूमिका घेते. अशा वेळी होणाऱ्या त्रासासंदर्भात, सभासद को-ऑपरेटिव्ह न्यायालयात जाऊन दाद मागू शकतात.

आमच्याकडे एक केस आली ती अशी :
वरच्या मजल्यावरील बाथरूमचे पाणी खालच्या मजल्यावर गळत राहिल्याने एक खोली वापरण्यास अयोग्य झाली. खोलीतील वायरिंग पाण्याने भिजून त्याच्या भिंतींना शॉक बसू लागला. खालच्या मजल्यावरील फ्लॅटधारकास त्याच्या खर्चाने दुरुस्ती करण्यासाठी वरच्या मजल्यावरील बाथरूमकडे येण्यासही मज्जाव केला. अशा वेळी पक्षकारातर्फे आम्ही को-आपरेटिव्ह न्यायालयात दावा दाखल केला आणि कोर्ट कमिशनर नेमून त्याच्या देखरेखीखाली वरच्या फ्लॅटमध्ये जाऊन बाथरूममध्ये वॉटर प्रुफिंग करून घेतले.

को-ऑपरेटिव्ह हाउसिंग सोसायटी, फ्लॅट पद्धत व अपार्टमेंट पद्धत यामुळे महाराष्ट्रात स्वतःचे घर असण्याबाबत अनेकांची स्वप्ने पूर्ण झाली. चांगल्या सभासदांचे सहकार्य असल्यास हाउसिंग सोसायटी अथवा अपार्टमेंट असोसिएशनमुळे चांगल्या वस्त्या निर्माण होतात. या सर्व दृष्टीने हे दोनही कायदे यशस्वी झाले आहेत.

प्रमोटरने कायद्याने दिलेल्या तरतुदींची पूर्तता न केल्यास, व अशा वेगवेगळ्या तरतुदींचे भंग केल्यास १ वर्ष, ३ वर्षे व ५ वर्षे तुरुंगवासाच्या शिक्षेची, त्याच बरोबर दंडाची कायद्यात तरतूद केली आहे. यातील अनेक गुन्हे दखलपात्र आहेत. परंतु दुर्दैवाने फ्लॅटधारक जागरूक नाहीत. तसेच, दखलपात्र गुन्हे असूनही त्याची दखल पोलीस घेत नाहीत. बिल्डर हे सर्व दृष्टीने तयार असल्याने आणि फ्लॅटधारक गरजू असल्यामुळे बिल्डरशी जुळवून घेण्याचा त्याचा प्रयत्न असतो. ते बिल्डरशी वाकडेपणा घेत नाहीत. उलट, त्यांची मनधरणी करताना दिसतात. कायद्याचे अज्ञान, अन्याय सहन करण्याची वृत्ती, जागेची गरज, कोर्टकचेरीची अनावश्यक भीती या सर्व गोष्टींचा बिल्डर फायदा घेऊ शकतात.

द रियल इस्टेट (रेग्युलेशन ॲण्ड डेव्हलपमेंट) ॲक्ट, २०१६

The Real Estate (Regulation and Development) Act, 2016

भारत सरकारने बांधकाम व्यवसायाबाबत, त्याच्या नियंत्रणाबाबत आणि प्लॉट्स, फ्लॅट्स अथवा अपार्टमेंटसंबंधी नुकताच कायदा केलेला आहे. या कायद्याचे नाव द रियल इस्टेट (रेग्युलेशन ॲण्ड डेव्हलपमेंट) ॲक्ट २०१६ असे आहे. या कायद्यातील तरतुदीप्रमाणे बिल्डर-प्रमोटर आणि खरेदीदार (ग्राहक-फ्लॅट पर्चेसर) यांच्यातील व्यवहार पारदर्शी होण्यासाठी तसेच त्यातील वादाचे निराकरण लवकर होण्यासाठी अनेक तरतुदी केल्या आहेत. या कायद्यांतर्गत मुख्यतः दोन संस्था (ऑथॉरिटीज) निर्माण केल्या आहेत. त्या व्यवहारातील आस्थापना (ॲडमिनिस्ट्रेटिव्ह) कारवाईसाठी, रियल इस्टेट रेग्युलॅरिटी ऑथॉरिटी (रेरा) आणि बिल्डर / प्रमोटर आणि खरेदीदार यांच्यातील वादाचा न्याय करण्यासाठी, ॲडज्युकेटिंग ऑफिसर बिल्डर / प्रमोटर यांना बांधकाम-योजनेची प्रथमपासून माहिती रेग्युलेटरी ऑथॉरिटीकडे नोंदवणे बंधनकारक झाल्यामुळे व्यवहार पारदर्शी होतील. अशा तऱ्हेने बांधकाम-योजना पारदर्शी आहे का? या बांधकाम व्यावसायिकाची बांधकाम-योजना पूर्ण करण्याची त्याच्यात पात्रता आहे का? या सर्व बाबींची माहिती फ्लॅट, प्लॉट इत्यादी खरेदी करण्यापूर्वी खरेदीदाराला होऊ शकेल.

या कायद्याप्रमाणे, प्रत्येक बिल्डरला / प्रमोटरला त्याच्या बांधकाम-योजनेची नोंदणी रिअल इस्टेट ऑथॉरिटीकडे करणे बंधनकारक केले आहे. अशा योजनेची जाहिरात करणे फ्लॅट / प्लॉट विकणे, इमारतीच्या बांधकामाचा नकाशा वगैरे माहितीची नोंदणी बिल्डरने करणे अत्यावश्यक आहे.

सदर रेरा कायदा लागू होण्यापूर्वी काही बांधकामे सुरू झालेली व रेरा कायदा पारित झाल्यानंतरही चालू होती, अशा बिल्डरने / प्रमोटरने तीन महिन्यांच्या आत रेग्युलेटरी ऑथॉरिटीकडे याची नोंदणी करावी, असे बंधन त्यावर होते. (ती मुदत जुलै २०१७ अखेर संपलेली आहे.)

ज्या बांधकाम-योजना प्लॅनिंग एरियाच्या बाहेर असतील, त्याही योजनांना जरुरी वाटल्यास हा कायदा लागू करण्याची तरतूद आहे. वरीलप्रमाणे रजिस्ट्रेशनची अट बंधनकारक असली, तरी पुढील प्रकारच्या बांधकामात अशी अट बंधनकारक नाही.

अ) ज्या क्षेत्रावर बांधकाम करायचे असेल, ते क्षेत्र ५०० चौरसमीटरपेक्षा जास्त नसेल व त्यावर केवळ

आठ फ्लॅटपेक्षा कमी बांधकाम होत असेल, तर अशा बांधकामासाठी या कायद्याखाली रजिस्ट्रेशनची आवश्यकता नाही; परंतु यासंबंधी आवश्यक वाटल्यास सरकार ५०० चौरसमीटर क्षेत्रापेक्षा कमी क्षेत्रावर आठ फ्लॅटपेक्षा कमी बांधकाम होत असेल, तर अशा बांधकामास रजिस्ट्रेशन बंधनकारक करू शकते.

ब) एखाद्या प्रमोटरने / बिल्डरने बांधकामाची योजना पूर्ण केली असेल व त्यास बांधकाम पूर्णत्वाचा दाखला सदर कायदा अमलात येण्यापूर्वी मिळाला असेल, तर त्यास रजिस्ट्रेशनची आवश्यकता नाही.

क) एखाद्या बिल्डरला पूर्वी अस्तित्वात असलेल्या इमारतीचे नूतनीकरण, दुरुस्ती किंवा पुनर्बांधणी करायची असल्यास या कायद्याखाली रजिस्ट्रेशनची आवश्यकता नाही; परंतु अशा योजनेमध्ये नवीन बांधलेल्या फ्लॅटची विक्री करावयाची असल्यास, त्यासाठी जाहिरात करायची असल्यास, रजिस्ट्रेशनची आवश्यकता राहील.

स्पष्टीकरण : जर एखादे बांधकाम अनेक टप्प्यांत केले जाणार असेल तर त्यातील प्रत्येक टप्प्याचे काम करण्यापूर्वी रजिस्ट्रेशन करणे आवश्यक आहे.

रजिस्ट्रेशनची पद्धत

- प्रत्येक बिल्डरने / प्रमोटरने रजिस्ट्रेशन ऑथॉरिटीकडे आपल्या बांधकामासंबंधी ठरावीक मुदतीत योग्य ती फी भरून नोंदणी करणे आवश्यक आहे.
- रजिस्ट्रेशन करतेवेळी रजिस्ट्रेशनच्या अर्जासोबत आवश्यक ती पुढील कागदपत्रे दाखल करणे व माहिती देणे बंधनकारक आहे.

  १. बिल्डरने / प्रमोटरने रजिस्ट्रेशनच्या पूर्वी ५ वर्षे राबवलेल्या योजनांचा सारांश तसेच चालू योजनेचा तपशील, तशी योजना चालू असल्यास कमेन्समेंट सर्टिफिकेट, मंजूर ले-आऊट नकाशा, बांधकाम नकाशा, नवीन बांधकामातील आगप्रतिबंधक योजना व पिण्याच्या पाण्याची योजना, आपत्कालीन परिस्थितीत बाहेर पडण्याचे मार्ग, रेन हार्वेस्टिंग योजना, अशी सर्व माहिती देणे बंधनकारक आहे. याशिवाय, करार, अलॉटमेंट लेटर, खरेदीखत यांचा मसुदा, योजनेमध्ये कार्पेट एरियाची माहिती, तसेच बाल्कनी-व्हरांड्याची, ओपन टेरेसची, गॅरेज असल्यास त्याची माहिती देणे बंधनकारक आहे.

  २. विक्रीसाठी एजंट नेमल्यास त्याचे नाव व पत्ता, याशिवाय कॉन्ट्रॅक्टर-आर्किटेक्ट-स्ट्रक्चरल इंजिनिअरचे नाव व पत्ता अशी सर्व माहिती देणे व सर्व कागदपत्रे देण्याचे बंधन आहे.

  ३. बिल्डरने / प्रमोटरने त्यास बांधकामाचा हक्क असलेली कागदपत्रे, बांधकामाच्या जागेवर कर्जाचा बोजा असल्यास त्याची माहिती, बांधकाम पूर्ण होण्याच्या मुदतीचे हमीपत्र, खरेदीदाराने वेळोवेळी दिलेल्या रकमेपैकी ७० टक्के रक्कम शेड्युल बँकेत स्वतंत्रपणे ठेवल्याबद्दलची माहिती, असा सर्व मजकूर प्रतिज्ञापत्रात समाविष्ट करणे गरजेचे आहे.

  ४. वरीलप्रमाणे रक्कम बँकेत भरली असल्यास बांधकामाच्या खर्चासाठी, बांधकामाच्या प्रगतीप्रमाणे रक्कम काढण्याची मुभा बिल्डर / प्रमोटर यांना राहील.

  ५. तथापि, अशी रक्कम काढण्यापूर्वी त्यांना आर्किटेक्ट आणि चार्टर्ड अकाउंटंटचा दाखला आवश्यक आहे, असे खाते प्रत्येक सहा महिन्याने ऑडिट होणे आवश्यक आहे.

- या कायद्यातील ऑथॉरिटीने सर्व माहिती स्वतंत्रपणे वेबसाईटवर टाकण्याची तरतूद आहे.

- रजिस्ट्रेशनचा अर्ज आल्यानंतर रजिस्ट्रेशन ऑथॉरिटीने एक महिन्याच्या आत अर्जाची नोंदणी करून त्यास रजिस्टर नंबर देऊन, शिवाय माहिती वेबसाईटवर टाकून योजनेचा तपशील देण्याची तरतूद आहे. अर्ज नामंजूर झाल्यास त्याची कारणे द्यायची आहेत. तथापि, असा अर्ज नामंजूर करण्यापूर्वी अर्जदाराचे म्हणणे ऐकून घेणे आवश्यक आहे.
- ॲथॉरिटीने अर्जावर कोणतीही कारवाई न केल्यास योजना रजिस्टर झाली आहे, असे समजण्यात येईल. त्यानंतर मात्र, सात दिवसांत ऑथॉरिटीस रजिस्टर नंबर देऊन लॉग-इन आयडी व पासवर्ड अर्जदारास द्यावा लागेल. बिल्डरने केलेल्या प्रोजेक्टची सर्व माहिती खरेदीदारास नोंदणीक्रमांकावरून इंटरनेटवर मिळू शकते.
- दिलेले रजिस्ट्रेशन, योजना पूर्ण होईपर्यंतच राहील. परंतु सयुक्तिक कारण दिल्यास रजिस्ट्रेशनची मुदत वाढवली जाईल. नैसर्गिक आपत्ती आल्यास मुदत वाढवण्याचा विचार केला जाईल.
- कोणत्याही एका अटीचे पालन न केल्यास रजिस्ट्रेशन रद्द ठरवले जाऊ शकते.
- बिल्डर / प्रमोटर आणि एजंट यांनी रजिस्ट्रेशन झाल्याशिवाय कोणत्याही बांधकाम-क्षेत्राची किंवा प्लॉटची विक्री करण्याची नाही. एजंटनेही त्याच्या व्यवसायाचे रजिस्ट्रेशन करणे बंधनकारक आहे.
- योजनेचे रजिस्ट्रेशन झाल्यानंतर बिल्डर / प्रमोटर यांना विक्रीबद्दल जाहिरात देता येईल. खरेदीदारास मंजूर नकाशा व योजनेसंबंधीची सर्व माहिती द्यावी लागेल.
- एकूण योजनेतील दोन-तृतीयांश ग्राहकांच्या संमतीशिवाय बिल्डर / प्रमोटर यांस योजना दुसऱ्याला विकता येणार नाही. अशी विक्री झाल्यास खरेदीदाराचे हक्क कायम राहतील.
- बिल्डर / प्रमोटर यांस सरकारने ठरवल्याप्रमाणे योजनेबाबत विमा उतरवणे बंधनकारक आहे. तसेच खरेदीदारांची सोसायटी अथवा अपार्टमेंट असोसिएशन करून देऊन जमिनीचे व बांधकामाचे खरेदीखत सोसायटी अथवा अपार्टमेंट असोसिएशनच्या नावे करून देण्याचे आहे.
- मुदतीत ताबा न दिल्यास बिल्डर / प्रमोटर खरेदीदारास नुकसानभरपाई देण्यास जबाबदार राहील.
- ताबा दिल्यानंतर प्रमोटर / बिल्डर यांनी तीन महिन्यांच्या आत खरेदीदारास बांधकाम-क्षेत्राचे स्थानिक कायद्यानुसार हस्तांतरण करून देणे आवश्यक आहे. तसेच मालकी संबंधाची सर्व कागदपत्रे त्यास देणे बंधनकारक आहे.
- ठरलेल्या मुदतीत बांधकाम न केल्यास व खरेदीदाराने रक्कम परत मागितल्यास घेतलेली रक्कम नुकसानभरपाईसह परत देणे बिल्डरवर / प्रमोटरवर बंधनकारक केले आहे.
- निकृष्ट बांधकामासंबंधी नुकसानभरपाई मागण्यास त्याला मुदतीच्या कायद्याची बाधा येत नाही.

खरेदीदाराचे हक्क व जबाबदाऱ्या

हक्क

- ग्राहकास मंजूर नकाशा व बांधकामाची माहिती घेण्याचा अधिकार आहे.
- तसेच बांधकामाचे टप्पे, वेळापत्रक, पाण्याची, स्वच्छतागृहाची सोय, इलेक्ट्रिसिटी याबाबत माहिती घेण्याचा अधिकार आहे.
- ठरलेल्या मुदतीत ताबा मिळाला नाही तर बिल्डर / प्रमोटरकडून खरेदीदारास ताबा मागण्याचा हक्क आहे.

- ठरलेल्या मुदतीत ताबा दिला नाही तर बिल्डर / प्रमोटर यांजकडे खरेदीदाराने दिलेली रक्कम आणि नुकसानभरपाई मागण्याचा हक्क खरेदीदारास आहे.
- बिल्डरकडून / प्रमोटरकडून आवश्यक ती कागदपत्रे म्हणजे मंजूर नकाशा, सामाईक जागेचे (कॉमन एरियाचे) सविस्तर वर्णन इत्यादी घेण्याचा हक्क खरेदीदारास आहे.

जबाबदाऱ्या

- ठरलेल्या मुदतीत किमतीचे हप्ते भरणे.
- खरेदीखताच्या रजिस्ट्रेशनचा खर्च भरणे.
- महानगरपालिकेचे कर, पाणी, इलेक्ट्रिसिटीचे चार्जेस, मेंटेनन्स चार्जेस, जागेचे भाडे देण्याची जबाबदारी खरेदीदाराची आहे.
- खरेदीदाराकडे थकीत रक्कम राहिल्यास त्याने व्याज देणे आवश्यक आहे.
- को-ऑपरेटिव्ह सोसायटी अथवा अपार्टमेंट असोसिएशनमध्ये सहभागी होणे आवश्यक आहे.

रिअल इस्टेट ऑथॉरिटीचे स्वरूप

अशी ऑथॉरिटी स्थापन करण्याचा राज्य सरकारला अधिकार आहे. या अशा ऑथॉरिटीमध्ये कोण-कोण व्यक्ती असाव्यात, त्यांची कार्यपद्धती, त्यांचे अधिकार, त्यांचे स्थान, पगार, वगैरेची सविस्तर माहिती या कायद्यात दिलेली आहे.

- या कायद्यांतर्गत 'सेंट्रल ॲडव्हायजरी काउन्सिल' या नावाने स्वतंत्र संस्था निर्माण केलेली आहे. त्यातील पदसिद्ध अधिकारी कोण, सभासद कोण याचा तपशील कायद्यात दिला आहे. यांचे काम सरकारला या विषयाबाबत सल्ला देण्याचे आहे.
- या कायद्याने न्यायिक काम करण्यासाठी ज्युडिशिअल ऑफिसर व रिअल इस्टेट ॲपेलेट ट्रिब्युनल या नावाने न्यायाधिकरण स्थापन केली आहेत. न्यायाधिकाऱ्याची (ज्युडिशिअल ऑफिसरची) नेमणूक रिअल इस्टेट ऑथॉरिटीने करण्याची आहे. असा ज्युडिशिअल ऑफिसर जिल्हा न्यायाधीश (डिस्ट्रिक्ट जज) यांच्या योग्यतेचा असावा.
- ज्युडिशिअल ऑफिसर व ॲपेलेट ट्रिब्युनल यांचे काम रजिस्टरिंग ऑथॉरिटीएवढेच महत्त्वाचे आहे. राज्य सरकार अशा न्यायाधिकरणाची निर्मिती करणार असून दोन राज्ये मिळून एक न्यायाधिकरण होऊ शकते.
- एखाद्या व्यक्तीस ऑथॉरिटीने केलेल्या हुकुमाविरुद्ध अपील करण्याचे झाल्यास असे अपील करण्यास ६० दिवसांची मुदत आहे. या न्यायाधिकरणाचे अध्यक्ष हायकोर्टाच्या नोकरीतील किंवा निवृत्त न्यायाधीश असावेत.
- इतर सभासदांमध्ये बांधकामाच्या कायदा, तत्संबंधी माहिती असलेली व्यक्ती ॲडिशनल सेक्रेटरीच्या दर्जाची असावी.
- अपिलाच्या ट्रिब्युनलसमोर वकील, चार्टर्ड अकाउंटंट, कंपनी सेक्रेटरी, कॉस्ट अकाउंटंट अशा व्यक्ती प्रतिनिधित्व करू शकतील.
- न्यायाधिकरणाचे सर्व हुकूम दिवाणी कोर्टातील निकालाप्रमाणे अंमलबजावणीस पात्र राहतील.
- न्यायाधिकरणाच्या निकालाविरुद्ध हायकोर्टात अपील करता येईल.

कायद्याखाली होणारे गुन्हे व त्यासाठी होणाऱ्या शिक्षांचा तपशील

- ऑथॉरिटी अथवा न्यायाधिकरणाच्या हुकुमाची अंमलबजावणी न करणे, या गुन्ह्यास तीन वर्षांची अथवा दंडाची तरतूद केली आहे. शिक्षेची मर्यादा १० वर्षांपर्यंत वाढू शकते. वेगवेगळ्या गुन्ह्यांसाठी वेगवेगळ्या शिक्षा या कायद्यात दिलेल्या आहेत.
- या कायद्यातील ऑथॉरिटी अथवा न्यायाधिकरण यांच्या निर्णयाबाबत अथवा कायद्यातील तरतुदींबाबत दिवाणी कोर्टात दाद मागता येत नाही. दिवाणी कोर्टास याबाबत मनाईहुकूमही करता येत नाही.
- या कायद्यांतर्गत होणारे गुन्हे मेट्रोपोलिटीन मॅजिस्ट्रेट किंवा ज्युडिशिअल मॅजिस्ट्रेट वर्ग १ यांच्यासमोर चालण्याची तरतूद आहे.
- हा कायदा अमलात आला तरी महाराष्ट्र राज्यातील ओनरशिप फ्लॅट ॲक्ट किंवा ओनरशिप अपार्टमेंट ॲक्ट हे कायदे रद्द झालेले नाहीत. 'रेरा' कायद्यातील तरतुदी उपरोक्त स्थानिक कायद्यास पूरक असतील. अशा तरतुदी एकमेकांशी विसंगत असल्या तर 'रेरा' कायद्याप्रमाणे कारवाई होण्याची आहे.
- सदर कायद्यामुळे बांधकाम-जगतात मोठा बदल होणार असून त्यासंबंधीच्या व्यवहारात शिस्त व सुसंगतपणा आणण्याचा प्रयत्न केला गेला आहे. या कायद्यामुळे खरेदीदारास मोठा फायदा व दिलासा मिळणार आहे.

महाराष्ट्र भाडेनियंत्रण कायदा, १९९९

The Maharshtra Rent Control Act, 1999

घरमालक-भाडेकरूचा कायदा मुळात आपल्या देशातील नाही. तो ब्रिटिशांकडून आपल्याकडे आला. या कायद्याची मूळ संकल्पना ट्रान्सफर ऑफ प्रॉपर्टी ॲक्टमध्ये दिलेली आहे. या कायद्यामधील सर्व तरतुदी भारतात सर्वत्र लागू आहेत. जेथे भाडेनियंत्रण कायदा लागू नाही तेथे ट्रान्सफर ऑफ प्रॉपर्टीजमधील संबंधी तरतुदी लागू होतात. या कायद्यातील तरतुदींप्रमाणे घरमालकाने भाडेकरूला जागा सोडण्यासाठी पूर्ण १५ दिवस आधी नोटीस देणे बंधनकारक आहे. नोटिसीमध्ये जागा सोडण्यासाठीचा मजकूर स्पष्टपणे लिहिला गेला असला पाहिजे. नोटीस पाठवल्यानंतर, १५ दिवस पूर्ण झाल्यावर भाडेकरूंनी जागा सोडली नाही आणि घरमालकाने भाडेकरूवर दावा दाखल केला, तर भाडेकरूला जागा सोडावीच लागते.

एका घरमालकाने याच कायद्याखाली त्याच्या भाडेकरूवर दावा लावला होता. त्या दाव्याचे समन्स घेऊन तो भाडेकरू आमच्याकडे आला. आम्ही दावा वाचला. त्या दाव्याचे कारण, *आपणास जागा सोडावे अशी नोटीस आम्ही पाठवली होती, तरीही आपण जागा सोडली नाही. सबब सदरचा दावा दाखल करणे आम्हांस भाग पडले.'* असे दिले होते.

पक्षकार खूप घाबरला होता. आता जर लगेच जागा सोडायला लागली, तर आपण कुठे राहायचे? पुढची तजवीज करायला काही वेळ मिळू शकतो का? वगैरे विचाराने तो फार अस्वस्थ झाला होता. त्याला आम्ही म्हटले की, दाव्यापूर्वी आलेली नोटीस दाखवा. ती नोटीस पाहिल्यावर आम्ही त्याला म्हटले, "या दाव्याचा निकाल तुमच्या बाजूने होईल."

तो आश्चर्याने आनंदाच्या भरात जोरात म्हणाला, "हो! पण कसा काय?"

आम्ही त्याला म्हणालो, "या नोटिसीप्रमाणे १५ दिवस पूर्ण होण्यापूर्वीच म्हणजे नोटीस पाठवल्यानंतर दहा दिवसांनीच घरमालकाने दावा दाखल केला आहे. म्हणजे ती नोटीस पूर्ण मुदतीची व कायदेशीर नाही. कायद्यातील मूळ गोष्टच चुकली आहे."

पुढे संपूर्ण दावा चालला. नोटीस पाठवण्याची तारीख, ती भाडेकरूस मिळाल्याची रजिस्टरवरील

आणि पावतीवरची तारीख, दावा दाखल केल्याची तारीख, घरमालकाने मान्य केली होती. भाडेकरार हे सर्व न्यायालयाला दाखवले. यामध्ये उघडउघड कायद्याची तरतूद अवलंबली नव्हती. म्हणजे नोटीस पाठवल्यानंतर १५ दिवस पूर्ण होण्यापूर्वीच दावा दाखल केला गेला होता, म्हणून दाव्याचा निकाल घरमालकाविरुद्ध लागला. भाडेकरूस जागा सोडावी लागली नाही.

मालक-भाडेकरू हे नाते, शेतजमिनीचा मालक आणि त्याचे कूळ याप्रमाणेच असते. हाही मालक-भाडेकरू (Land Lord - Tenant) या नात्याप्रमाणेच एक भाग आहे. परंतु कायद्याच्या दृष्टीने त्याचे स्वरूप वेगळे असल्याने त्याचा विचार या प्रकरणात केलेला नाही. 'कसेल त्याची जमीन' असे घडले; पण 'राहील त्याचे घर' असे होणे सोपे नाही.

घरमालकाच्या घरात भाडेतत्त्वावर राहणारी व्यक्ती ही भाडेकरू असते. त्यांच्यात करार झाला असेल, तर त्यातील कायदेशीर अटींचे पालन भाडेकरूने करणे अपेक्षित आहे. कराराशिवाय घरमालक-भाडेकरूने कसे वागावे यासाठी दोघांच्याही हक्काच्या तसेच जबाबदारीच्या तरतुदी भाडेनियंत्रण कायद्यात आहेत.

यापूर्वी महाराष्ट्रात वेगवेगळ्या भागात स्वतंत्र तीन भाडेनियंत्रण कायदे होते :

१. बॉम्बे रेंट्स हॉटेल अ‍ॅण्ड लॉजिंग हाउस रेंट्स कंट्रोल अ‍ॅक्ट १९४७
२. विदर्भासाठी 'द सेंट्रल प्रॉव्हिंसेस अ‍ॅण्ड बेरार लेंडिंग ऑफ प्रिमायसेस अ‍ॅण्ड रेंट्स कंट्रोल अ‍ॅक्ट १९४९'
३. मराठवाड्यासाठी 'द हैदराबाद हाउसेस (रेंट अ‍ॅण्ड लीज) कंट्रोल अ‍ॅक्ट १९५४'

मात्र, १९९९मध्ये या सर्व कायद्यांचा मेळ बसवून सर्व महाराष्ट्रासाठी एकच कायदा पारित केला गेला. तो म्हणजे, सध्याचा महाराष्ट्र रेंट कंट्रोल कायदा; हा कायदा ३१ मार्च २००० रोजी महाराष्ट्रात लागू झाला.

महाराष्ट्रापुरता विचार केला तर भाडेनियंत्रण कायदा कोठे-कोठे लागू होतो, त्याची यादी भाडेनियंत्रण कायद्यात दिली आहे. हा कायदा विशेषतः शहरी भागात लागू होतो.

जेथे भाडेनियंत्रण कायदा (Rent Act) लागू होत नाही, तेथे सुरुवातीला सांगितल्याप्रमाणे घरमालक-भाडेकरू यांच्या संबंधांविषयी 'ट्रान्सफर ऑफ प्रॉपर्टी अ‍ॅक्ट'मधील तरतुदी लागू होतात. आपण यापैकी आता भाडेनियंत्रण कायद्याचा विचार करू.

भाडेनियंत्रण कायदा

शहरात जागेची टंचाई असते. व्यक्तीला मनासारखी जागा मिळणे, त्या जागेचे भाडेही परवडणारे असणे इत्यादी गोष्टी फार मुश्कील असतात. एखाद्याने खूप प्रयत्न करून एखादी भाड्याची जागा मिळवली आणि घरमालकाने स्वतःची मनमानी करू नये, स्वतःच्या इच्छेप्रमाणे भाडेकरूला अचानक जागा सोडावी लागू नये म्हणून या कायद्यात तरतुदी केल्या आहेत. यानंतर घरमालकाच्या हिताचा विचार करून कायद्यात दुरुस्त्या केल्या गेल्या आहेत. सारांश, मालकाने अतिरेक करून मालकी हक्क गाजवू नये व भाडेकरूने मालकापेक्षा जास्त हक्क गाजवत डोईजड होऊ नये, अशा प्रकारचे बदल या कायद्यात केले गेले.

भाडेकरूकडून ताबा मिळवण्यासाठी भाडेनियंत्रण कायद्यामध्ये काही तरतुदी सांगितल्या आहेत. या कायद्याचे कलम १५मध्ये भाडेकरूने जागेचे भाडे दिले नाही, या कारणावरून भाड्याच्या जागेचा ताबा

घेण्याची तरतूद दिलेली आहे. भाडेकरूने दरमहा (त्यांच्या करारात ठरल्याप्रमाणे) घरमालकाला भाडे देणे बंधनकारक असते. भाडेकरूकडे भाडे बाकी राहिल्यास मालक नोटीस पाठवून भाडे मागू शकतो. नोटीस पाठवल्यानंतर ९० दिवसांत भाडे पाठवणे बंधनकारक आहे. असे भाडे न पाठवल्यास घरमालक जागेचा ताबा मिळावा म्हणून न्यायालयात (Defaultच्या कारणावरून) दावा लावू शकतो. तथापि, भाडेकरूला भाडे भरण्यास आणखी एक सवलत दिली आहे. दाव्याचे समन्स मिळाल्यानंतर ९० दिवसांच्या आत भाडेकरूने कोर्टात भाडेबाकीची सर्व रक्कम व त्यावर ९ टक्के व्याज देऊन दाव्याचा सर्व खर्च दिल्यास भाडेबाकीच्या कारणावरून भाडेकरूला जागा सोडावी लागत नाही. यानंतर भाडेकरूने नियमित भाडे देणे बंधनकारक आहे.

यानंतर भाडेनियंत्रण कायद्यातील कलम १६मध्ये भाडेकरूला कोणकोणत्या कारणांवरून जागा सोडावी लागते, याविषयीच्या तरतुदी सांगितल्या आहेत.

कलम १६–१ अ : मालक-भाडेकरू करारातील अटींचा भंग केल्यास आणि मिळकतीस नुकसान होईल असे कृत्य भाडेकरूने केल्यास जागेचा ताबा मिळण्यासाठी घरमालक भाडेकरूवर दावा लावू शकतात. असे असले तरी टाईल्स बदलणे, बाल्कनीला ग्रील लावणे या गोष्टी प्रॉपर्टीच्या नुकसानीत धरल्या जात नाहीत.

कलम १६–१–ब : मालकाच्या लेखी परवानगीशिवाय भाड्याच्या जागेत कायमस्वरूपी बांधकाम केल्यास भाडेकरूला जागा सोडावी लागते.

आमचे एक पक्षकार-घरमालक सहा महिन्यांसाठी अमेरिकेला मुलाकडे गेले होते. त्या काळात त्यांच्या भाडेकरूने भाड्याने दिलेल्या जागेत खूप सुधारणा केल्या. स्वयंपाकघर आणि हॉल यांच्यातील भिंत पाडून स्वयंपाकघर लहान केले व हॉल मोठा केला. हॉलमधील फोल्डची खिडकी बंद करून हॉलच्या दुसऱ्या बाजूस खिडकी केली. संडास-बाथरूम स्वतंत्र होते ते एक केले आणि बाकी राहिलेली जागा, लगतच्या खोलीत समाविष्ट करून ती खोली मोठी केली.

घरमालक अमेरिकेहून परत आल्यानंतर हे सर्व त्यांना समजले. त्यांनी याविषयी भाडेकरूजवळ चौकशी केली. बोलता-बोलता भाडेकरू त्यांच्यावर खूप चिडून बोलू लागले आणि म्हणाले, "तुमचे आर्किटेक्चर चुकीचे होते. घरात किती अंधार होता. आता ब्लॉक किती चांगला वाटतो. तुमच्या जागेत आम्ही आमच्या खर्चाने नवे रूप दिले तर तुम्ही आमचे आभार मानायला हवे होते. चांगली गोष्ट करण्यासाठी तुमची परवानगी कशाला घ्यायला हवी होती. मालक झालात म्हणून अरेरावीने बोलण्याचे कारण नाही. समजलात!"

ही सगळी वस्तुस्थिती घरमालकाने आमच्याकडे येऊन सांगितली. कायद्यात सांगितल्याप्रमाणे भाड्याच्या जागेत कायमस्वरूपी बदल करताना भाडेकरूने, घरमालकाची लेखी परवानगी घेणे आवश्यक होते. तशी परवानगी न घेता बांधकाम केले. या कारणावरून भाडेकरूने जागेचा ताबा मालकाला द्यावा, यासाठी आम्ही मालकाच्या बाजूने कोर्टात दावा दाखल केला.

या दाव्यात मुळात असलेल्या जागेचा नकाशा कोर्टात दाखल केला. त्यात आता नव्याने केलेला बदल मात्र वेगळ्या रंगाने दाखवला. दाव्याची सुनावणी सुरू झाली. दावा लावणारे घरमालक हे वादी होते. त्यांचे सरतपासाचे प्रतिज्ञापत्र (ॲफिडेव्हिट) दाखल केले. त्यानंतर भाडेकरूच्या बाजूने असलेल्या वकिलाने त्यांची उलटतपासणी केली. मालकाने प्रथम घर कसे होते, आता

काय-काय बदल झाले, ते मी अमेरिकेहून आल्यानंतर समजले. ब्लॉकमध्ये केलेले बदल समजून यावेत म्हणून कोर्टात तसा नकाशा सादर केला आहे, इत्यादी सर्व वस्तुस्थितीबद्दल व्यवस्थित उत्तरे दिली. त्यानंतर शेजारच्या घरात राहणाऱ्या घरमालकाची साक्ष घेतली. त्याच्या उलटतपासणीत त्याने पुढीलप्रमाणे उत्तरे दिली :

''रात्री उशिरापर्यंत काम चाले. इतक्या उशिरापर्यंत काम करू नका, आम्हांला आवाजाचा त्रास होतो म्हणून मी सांगायला गेल्यानंतर, हे भाडेकरू भांडण करत. याचा त्यांना राग आल्यामुळे त्यांनी पाडलेल्या भिंतीचा राडारोडा मुद्दाम आमच्या घरासमोर टाकला. मला दाखवलेल्या नकाशात वेगळ्या रंगानी दाखवलेला भाग नवीन बांधकाम केलेला आहे. मला तो माहीत आहे, कारण उशिरापर्यंत चालणाऱ्या ठोकाठोकीची तक्रार करण्यासाठी मी त्यांच्या ब्लॉकमध्ये अनेक वेळा गेलो होतो.''

आमचा पुरावा संपल्यावर भाडेकरूने ॲफिडेव्हिट दिले. त्यानंतर भाडेकरूचा उलटतपास सुरू झाला. त्याने मूळ नकाशा मान्य केला नाही. त्यानंतर त्यांनी बदल केलेला वेगळ्या रंगात दाखवलेला नकाशाही मान्य केला नाही. असे कोणतेही बदल मूळ जागेत त्याने केलेच नाहीत, असे ते म्हणाले. ''मी जागा सोडावी म्हणून घरमालकांनी हा डाव रचला आहे.'' असेच ते पुन:पुन्हा सांगत राहिले.

यानंतर या दाव्यात आम्ही असा अर्ज केला की, प्रत्यक्ष जागेची पाहणी करण्यासाठी कोर्ट-कमिशनरची नेमणूक करावी. या अर्जावर दोन्ही बाजूच्या वकिलांचे युक्तिवाद झाले. कोर्टाने एका आर्किटेक्टला कोर्ट-कमिशनर म्हणून नेमले. जुन्या अस्सल नकाशापेक्षा वेगळे बदल काय आहेत, खोल्यांची मापे कशी बदलली आहेत, इत्यादी सविस्तर अहवाल दाखल करण्याचा हुकूम केला. त्या हुकमाप्रमाणे सविस्तर अभ्यास करून कोर्ट-कमिशनरने अहवाल (रिपोर्ट) सादर केला. त्या अनुषंगाने कमिशनरची उलटतपासणी भाडेकरूच्या वकिलांनी केली. त्यांची सर्व उत्तरे एक तज्ज्ञ (एक्सपर्ट) म्हणून होती. ती न्यायालयाने ग्राह्य धरली. त्याप्रमाणे वादीने केलेल्या सर्व पुराव्याचा विचार करता आणि कोर्ट-कमिशनरचा अहवाल लक्षात घेता भाडेकरूने मालकाच्या लेखी परवानगीशिवाय कायमस्वरूपी बांधकाम केले आहे, हे सिद्ध झाले आहे, म्हणून प्रतिवादी भाडेकरूने दोन महिन्यात वादी घरमालक यांना भाडेच्या जागेचा खुला व प्रत्यक्ष ताबा द्यावा, असा हुकूम केला. भाडेकरूने यावर जिल्हा न्यायालयात अपील केले. तेथेही त्याच्या विरुद्ध निकाल झाला. उच्च न्यायालयात हे प्रकरण ॲडमीटही झाले नाही. यानंतर मालकाने दरखास्त दाखल करून जागेचा ताबा मिळवला.

कलम १६-१-सी : भाडेकरूमुळे उपद्रव, त्रास होणे.

भाड्याच्या जागेत राहत असताना घरमालकास किंवा लगतच्या, जवळच्या राहणाऱ्या लोकांना भाडेकरूच्या उपद्रवकारक वागणुकीमुळे त्रास होत असेल, तर घरमालक त्याच्यावर दावा लावून भाडेकरूमुळे काय उपद्रव, त्रास होत आहे, हे सिद्ध करू शकला तर भाडेकरूच्या जागेचा ताबा मालकाला मिळतो.

एका इंजिनिअरने एका सोसायटीतील चार खोल्यांचा एक आणि त्याला जोडून तीन खोल्यांचा एक असे दोन ब्लॉक भाड्याने घेतले. नोकरी सोडून क्लासेस घेण्याचे ठरवले. सुरुवातीला क्लासला

येणाऱ्या विद्यार्थ्यांची संख्या खूपच कमी होती. त्यामुळे त्याचा फारसा त्रासही कुणाला होत नसे; पण बुद्धिमान इंजिनिअर सरांची ख्याती दिवसेंदिवस जशी वाढत होती, तशी विद्यार्थ्यांची संख्याही वाढत जाऊ लागली. पुढे तर तीन शिफ्टमध्ये क्लासेस सुरू झाले. विद्यार्थी वेगवेगळ्या टू-व्हिलर गाड्या घेऊन येऊ लागले. विद्यार्थ्यांचे वेळी-अवेळी येणे-जाणे, गोंगाट करणे, वेड्यावाकड्या, कशाही गाड्या पार्क करणे या सर्वांचा त्रास होऊ लागला. या सर्वांचे घरमालकाने शूटिंग केले. आणि भाडेकरूला दाखवले. साध्या शब्दांत चांगलेपणाने 'असे करू नका' म्हणून समजावले. नाहीतर नोटीस पाठवून कोर्ट-कारवाई करावी लागेल, अशी समज दिली. तरीही हा उपद्रव तसाच चालू राहिला.

यानंतर मात्र घरमालक आमच्याकडे आले. आम्ही भाडेकरूविरुद्ध दावा दाखल केला. आमचे म्हणणे असे होते की, भाडेकरूला केवळ राहण्यासाठी जागा भाड्याने दिलेली होती. त्या जागेत त्याने क्लासेस सुरू केले. त्या विद्यार्थ्यांच्या बेशिस्त वागणुकीमुळे ३० फ्लॅट्सच्या संपूर्ण सोसायटीला खूप त्रास सहन करावा लागत आहे. म्हणून या भाडेकरूच्या जागेचा ताबा घरमालकांना मिळावा.

या मालक व भाडेकरू यांच्या करारात 'सदर जागा केवळ राहण्यासाठी दिली आहे.' हा मजकूर ही पहिली अट होती. ती त्याने डावलली होती व त्या जागेत क्लासेस सुरू केले होते. विद्यार्थ्यांची संख्या वाढत गेल्यामुळे सकाळी पाच ते रात्री दहापर्यंत क्लासेस चालू लागले. यानंतर भाडेकरूंनी क्लासबद्दलच्या सूचनांचा मोठा बोर्ड लावल्याने अडथळा येत होता. त्याचा फोटो, वेडीवाकडी वाहने पार्क केल्याचा फोटो, ही वाहने पार्क कशी केली आहेत, हे न समजल्याने एके रात्री एक आजोबा पडून त्यांचा हात फ्रॅक्चर झाला होता. अशा उपद्रवाने त्रासलेल्या दोन साक्षीदारांची साक्ष, पडल्यामुळे हात फ्रॅक्चर झालेल्या आजोबांची साक्ष, फोटोग्राफरची साक्ष, सोसायटीने घरमालकांना एक नोटीस पाठवून क्लासेस बंद करावेत, ती नोटीस असा सर्व तोंडी व कागदोपत्री पुरावा दाखल केला.

इंजिनिअरने प्रतिवादी म्हणून त्यावर एकच उत्तर दिले, ''हे सर्व खोटे आहे.'' अर्थातच त्याला नकारात्मक (negative) पुरावा करण्याची जरुरी नव्हती.

आमचे म्हणणे 'त्रास होतो आहे,' हे आम्ही सिद्ध करायला हवे होते. त्याप्रमाणे आम्ही सगळा पुरावा सादर केलेला होता. कोर्टाने हा पुरावा ग्राह्य धरून दाव्याचा निकाल घरमालकाच्या बाजूने (Suit is Decreed) केला. निकालाच्या तारखेपासून दोन महिन्यांत भाडेकरूने जागा खाली करून जागेचा ताबा वादी / घरमालक यांना द्यावा, असा हुकूम केला. यानंतर भाडेकरूने जिल्हा न्यायालयात अपील केले. तेही फेटाळले गेले. यानंतर घरमालकाने न्यायालयात दरखास्त दाखल करून जागेचा न्यायालयामार्फत ताबा घेतला.

कलम १६-१-डी : भाडेकरूने घरमालकाला नोटीस पाठवून मी तुमची भाड्याची जागा अमुक एक तारखेला सोडत आहे, असे कळवले. त्यावरून घरमालकाने त्या भाड्याच्या जागेबाबत काही इतर योजना केल्या. भाडेकरूने ती जागा सोडली नाही, त्यामुळे घरमालकाला नुकसान झाले. ही गोष्ट यासंबंधीच्या न्यायालयात केलेल्या प्रकरणात, कोर्टाच्या निदर्शनास जर आले, तर भाडेकरूला ती जागा सोडावी लागते.

एका भाडेकरूने घरमालकाला नोटीस पाठवून आजपासून तीन महिन्यांनी मी भाड्याने घेतलेली जागा सोडत आहे, असे कळवले. घरमालकाने त्यांचे घर विकायचे ठरवले. यानंतर एका व्यक्तीबरोबर त्यांनी साठेखत केले आणि व्यवहार पक्का ठरला आहे, याची हमी त्या व्यक्तीला दिली. त्या व्यक्तीने साठेखताच्या वेळी काही रक्कमही दिली. त्यानंतर भाडेकरू जागा सोडणार होता, त्या तारखेला त्याने जागा सोडली नाही, त्यामुळे घरमालकाचा घर विकण्याचा व्यवहार होऊ शकला नाही. शेवटी, घरमालकाने कोर्टात प्रकरण दाखल करून हे सिद्ध केले की, भाडेकरूने स्वतः होऊन नोटीस देऊन अमुक तारखेला भाड्याची जागा सोडणार आहे, हे कळवले होते. त्याप्रमाणे मी घर विकायला काढले. साठेखत केले. पण, आता भाडेकरू जागा सोडत नाही. सर्व पुराव्याचा विचार करून कोर्टाने, भाडेकरूने १५ दिवसात जागेचा ताबा घरमालक / वादी यांना द्यावा, असा हुकूम केला.

कलम १६-१-इ : घरमालकाने ज्याला भाड्याने जागा दिली आहे, त्या भाडेकरूने घरमालकाच्या परवानगीशिवाय पोटभाडेकरू ठेवल्यास मूळ भाडेकरूला या कारणावरून जागा सोडावी लागते.

एका भाडेकरूला त्याची भाड्याची जागा राहण्यास पुरत नव्हती. ही जागा जुन्या वाड्यात होती. परंतु आजूबाजूची वस्ती खूप चांगली होती. हा वाडा पाडून नवीन बिल्डिंग बांधण्याचा विचार घरमालक करत आहेत, ही गोष्ट त्यांना समजली. त्या भाडेकरूने मोठा चांगला ब्लॉक भाड्याने घेतला. पण आता जुनी भाड्याची जागा सोडू नये, असा विचार त्याच्या मनात आला. जुना वाडा पाडून नवीन बांधकाम झाले तर आपल्याला स्वतःची हक्काची जागा मिळेल, आपण भाडेकरू आहोत म्हणून भाड्याच्या जागी इतकी चांगली जागा नॉमिनल किंमत देऊन मिळेल; शिवाय जेवढी जागा कमी पडेल ती जागा चालू बांधकामाच्या भावापेक्षा कमी भावाला घेऊ, असा विचार करून त्याने घरमालकाची परवानगी न घेता जुन्या जागेत आपला हक्क राहावा, यासाठी जुन्या जागेचे भाडेही त्याच भाडेकरूकडून घ्यावे, म्हणजे तो खर्च आपल्यावर पडणार या हेतूने त्याने एक पोटभाडेकरू जुन्या जागेत ठेवला.

घरमालक वाड्यात राहत नसल्याने त्यांना ही गोष्ट काही महिन्यांनी समजली. ते घरमालक आमच्याकडे आले.

आम्ही त्यांना सल्ला दिला, 'तुम्ही तुमचे मूळ भाडेकरू कोणत्या ठिकाणी राहतात, याचा शोध घ्या. तुमच्या वाड्यातील त्यांनी भाड्याने घेतलेल्या जागेत कोण राहतात, त्यांचे नाव काय, त्यांच्याबद्दल सर्व माहिती घेऊन या. या दाव्याला नोटीस पाठवण्याची गरज नाही, त्यामुळे आपण लगेच त्याच्यावर दावा लावू शकतो.'

यानंतर आम्ही घरमालकांच्या बाजूने मूळ भाडेकरूवर, घरमालकाची परवानगी न घेता पोटभाडेकरू ठेवला या कारणाने भाड्याच्या जागेचा ताबा मूळ भाडेकरूने घरमालकांना द्यावा, असा दावा लावला. या दाव्याचे समन्स, मूळ भाडेकरूला तो सध्या ज्या नव्या जागेत राहत होता, त्या पत्त्यावर पाठवले. आणि त्याच्या पोटभाडेकरूला घरमालकांच्या जुन्या वाड्यातील भाड्याच्या जागेवरच्या पत्त्यावर समन्स पाठवले. दाव्याचे समन्स मिळताच ते दोघेही दाव्याच्या कामी वकील देऊन न्यायालयात हजर झाले. दाव्यास उत्तर म्हणजे कैफियत (Written Statement) दाखल

केली. यानंतर दाव्याची सुनावणी सुरू झाली.

घरमालकांनी दावा लावला होता, म्हणून त्यांचे सरतपासाचे ॲफिडेव्हीट आम्ही दाखल केल्यावर त्यांचा उलटतपास झाला. त्यात अनेक प्रश्न विचारले गेले. त्यातील काही उत्तरे अशी होती : ''मूळ भाडेकरूने नव्याने घेतलेला ब्लॉक मी पाहिला. तो चार खोल्यांचा आहे. मी स्वतः त्यांच्या नव्या जागेत गेलो होतो. पोटभाडेकरूने या नव्या जागेचा पत्ता मला दिला होता.'' इत्यादी माहिती घरमालकांनी सांगितली.

यानंतर वाड्यातील जुन्या जागेत राहणारे पोटभाडेकरू यांच्या शेजारी राहणाऱ्या भाडेकरूंची साक्ष घेतली. त्याच्या उलटतपासणीत काही उत्तरे अशी होती : ''मी गेली ३० वर्षे या जागेत राहतो. पूर्वी माझ्या शेजारी राहणारे भाडेकरू एक-दीड वर्षांपूर्वी ही शेजारची जागा सोडून दुसऱ्या जागेत राहायला गेले. त्यांच्या कुटुंबासाठी ही दाव्यातील जागा लहान होती, म्हणून त्यांनी जागा सोडली. दाव्यातील जागेत त्यांच्या ओळखीचे पोटभाडेकरू राहतात. त्यांचे व आमचे ब्लॉक शेजारीशेजारी आहेत. आमचे खूप चांगले संबंध आहेत. आमचे त्यांचे नेहमी जाणे-येणे, गप्पा मारणे चालते. मूळ भाडेकरूने नव्याने घेतलेली जागा मी पाहिली नाही.'' इत्यादी

यानंतर आमच्या पक्षकाराने मूळ भाडेकरूंच्या मुलांच्या शाळेतील पत्त्याची चौकशी केली, तो पत्ता नव्या जागेचा होता, तसेच त्यांच्या नोकरीच्या रेकॉर्डवरही नव्या जागेचा पत्ता होता. म्हणून आम्ही मुलांच्या पत्त्यासाठी शाळेतील कारकुनाची साक्ष घेतली आणि दोघांनीही त्यांच्या रेकॉर्डमध्ये नवीन पत्ता नोंदवलेला आहे, हे सांगितले. याशिवाय, दाव्याचे समन्स नव्या पत्त्यावर त्यांना बजावले होते. त्यामुळे आम्ही आमची बाजू सिद्ध केली होती. याउलट, घरमालकांच्या परवानगीने पोटभाडेकरू ठेवल्याबद्दल कोणताच पुरावा त्यांच्याकडे नव्हता. त्यामुळे मूळ भाडेकरूला त्याची बाजू सिद्ध करता आली नाही. या दाव्याचा निकाल घरमालकांच्या बाजूने झाला. यावर भाडेकरूने अपील केले. तेही त्याच्या विरुद्ध गेले. नंतर त्याने उच्च न्यायालयात रिट पिटीशन रिव्हीजन दाखल केले, तरीही निकाल भाडेकरूच्या विरुद्ध लागला. त्यामुळे भाडेकरूला जागेचा ताबा, घरमालकांना द्यावा लागला.

कलम १६-१-एफ : घरमालकाकडे नोकरीला असल्यामुळे, नोकरासाठी जागा भाड्याने दिल्यास त्याची नोकरी संपल्यावर त्याला भाड्याची जागा सोडावी लागते. तसे न सोडल्यास आणि मालकाने त्याच्यावर दावा दाखल केल्यास त्याला जागा सोडावीच लागते.

एका बंगल्याच्या मालकांनी त्यांची गाडी चालवण्यासाठी एक ड्रायव्हर ठेवला. बंगल्याच्या आऊटहाउसमध्ये त्याला राहायला जागा दिली. काही दिवसांनंतर ड्रायव्हरची बायको त्यांच्याकडे स्वयंपाकाचे काम करू लागली. वर्षभराने बंगल्याचे मालक तीन महिन्यांसाठी अमेरिकेला गेले.

इकडे ड्रायव्हरने रिकामा वेळ मिळाला म्हणून दुसरीकडे ड्रायव्हिंगचे काम सुरू केले. त्याला पगारही चांगला मिळू लागला. बायकोलाही स्वयंपाकाची कामे मिळाली. बंगल्याचे मालक अमेरिकेहून परत आले. ड्रायव्हर म्हणाला, ''मी सकाळी १० ते ५ दुसरीकडे काम करेन. बाकी वेळ तुमच्याकडे काम करेन. बायकोही थोडी बाहेरची कामं करून आली की बंगल्यावर काम करेल.'' हे सर्व ऐकल्यावर मालकाने त्याला नोकरीवरून काढून टाकले आणि त्याला सांगितले, ''ताबडतोब

ही जागा सोडली पाहिजे.

त्याने ते ऐकले नाही, उलट चार माणसांना घेऊन आला आणि त्यांच्यासमोर मालकांना म्हणाला, ''तुम्ही असे मला नोकरीवरून काढू शकत नाही. मी काही एकटा नाही, विचार करा.'' हे ऐकल्यावर घाबरलेले मालक सल्ला घ्यायला आमच्याकडे आले.

आम्ही ड्रायव्हरवर दावा लावताना दाव्यात असे नमूद केले की, या व्यक्तीला ड्रायव्हर म्हणून नोकरीवर ठेवले होते. त्यासाठी त्याला आमच्या आऊटहाउसमध्ये राहावयाचे होते. त्याबाबतचा करार मालक व ड्रायव्हर यांच्यात झालेला आहे. सध्या ड्रायव्हरने १० ते ५ या वेळात दुसरीकडे ड्रायव्हर म्हणून नोकरी धरली आहे. या कारणाने मालकास त्याच्या ड्रायव्हिंगचा उपयोग होत नाही. तो नवीन धरलेली नोकरी सोडण्यास तयार नाही. सबब या नोकरीवरून त्यास काढून टाकले आहे. या नोकरीमुळे त्याला बंगल्याच्या आऊटहाउसमध्ये राहण्याची परवानगी दिली होती. आता नोकरी संपली आहे, म्हणून त्याने जागा मालकांच्या ताब्यात द्यावी, तसेच त्याच्या माणसांना इथे आणून धमक्या देणे बंद करावे, इत्यादी.

दाव्याचे समन्स मिळूनही ड्रायव्हर दाव्यास हजर झाला नाही. दाव्याला उत्तर / कैफियत दाखल केली नाही. दाव्याची सुनावणी एकतर्फी सुरू झाली. मग त्याने उशिरा वकील नेमले. त्यांना बाजू मांडण्यासाठी काही कारणच नव्हते. शेवटी, दाव्याचा निकाल आमच्या बाजूने झाला. ताबा घेण्यासाठी कोर्टाच्या हुकमाने बेलीफ जागेवर गेले असताना त्याच्या पत्नीने अडवले. त्या दिवशी ताबा मिळाला नाही. कोर्टाकडे अर्ज करून महिला-पोलिसांची मदत घेऊन जागेचा ताबा घेतला.

कलम १६-१-एफ : घरमालकाला स्वतःसाठी अथवा कुटुंबीयांसाठी जागेची प्रामाणिक व रास्तपणे आवश्यकता असल्यास भाड्याच्या जागेचा ताबा घरमालकास मिळू शकतो.

बँकेत नोकरी करणाऱ्या एका अधिकाऱ्याने सहा खोल्यांचा फ्लॅट खरेदी केला. अधिकारी, त्यांची पत्नी व दोन लहान मुले यांच्या संसारासाठी हा फ्लॅट मोठा होता. मुले मोठी होईपर्यंत दोन खोल्या भाड्याने द्यायच्या असे त्यांनी ठरवले. भाड्याच्या जागेची गरज असलेली एक व्यक्ती त्यांच्याकडे आली आणि म्हणाली, ''मला सध्या तीन खोल्या भाड्याने द्या. तुम्ही सांगाल ते भाडे देईन. तुम्ही म्हणाल, तेव्हा जागा सोडेन.'' असे गोड बोलून मालकाकडून तीन खोल्या भाड्याने घेतल्या. मालकाची दोन्ही मुले शाळेत जाऊ लागल्यावर त्यांनी भाडेकरूला जागा सोडण्यास सांगितले. जागा सोडण्याची गोष्ट भाडेकरू लांबणीवर टाकत होता. मुलांचे शालेय शिक्षण संपूर्ण झाले, ती कॉलेजमध्ये गेली. मोठा मुलगा पुढचे शिक्षण घेण्यासाठी अमेरिकेला गेला. त्यानंतर त्याच्या लग्नाची बोलणी घरात चालू झाली. आता मात्र जागेशिवाय त्याचे लग्न होणार नाही, अशी परिस्थिती निर्माण झाली. इतके दिवस मालकांना वाटे बँकेत रजा घेणे, पैसे खर्च करणे, त्यासाठी हेलपाटे घालणे, नको ते कोर्ट प्रकरण! भाडेकरूला पटवून देऊ, तो सोडेल जागा! पण भाडेकरू तयारीचा निघाला.

शेवटी तर म्हणू लागला, ''काही करा, मी जागा सोडणारच नाही!''

मग मात्र मालकांनी स्वतःच्या कुटुंबाला राहावयास जागा कमी पडत असल्याने भाडेकरूच्या जागेची नितांत आवश्यकता आहे (Premises are reasonably and bonafide required by the landlord), या कारणाने भाडेकरूवर दावा लावला. मालकांची वारंवार आजारी पडणारी पत्नी, अमेरिकेतून शिक्षण घेऊन आलेल्या, इथे नोकरी करणाऱ्या मुलाचा विवाह आणि धाकट्या मुलाचे मेडिकलचे शिक्षण चालू असल्याने या कुटुंबास राहण्यासाठी तीन खोल्यांची जागा अपुरी पडत आहे, सबब मालकाला भाडेकरूकडील जागेची आवश्यकता आहे, असा दावा केला होता.

पुराव्यासाठी पत्नीच्या आजारपणाची सर्टिफिकेट्स आणि ट्रिटमेंट देणाऱ्या डॉक्टरांची साक्ष घेऊन न्यायालयात मांडले. दोन्ही मुलांसाठी जागेची गरज आहे, हे दाखवण्यासाठी मोठ्या मुलाच्या विवाहासाठी गरज असल्याने त्याची साक्ष घेतली. धाकटा मुलगा मेडिकलचा कोर्स करतो, त्याला अभ्यासासाठी जागेची गरज आहे, त्याची सर्टिफिकेट्स दाखल करून व प्रत्यक्ष साक्ष घेऊन सांगितली.

भाडेकरूची अशी बाजू होती की, त्याचे स्वतःचे साड्यांचे मोठे दुकान अतिशय नावाजलेल्या रस्त्यावर, राहण्याच्या जागेपासून केवळ दहा मिनिटांच्या अंतरावर होते. त्याने त्याच्या दोन्ही मुलांना मोठमोठे अलिशान बंगले घेऊन दिले होते, पण तो स्वतः मात्र ती जागा सोडत नव्हता; कारण या जागेत राहायला आल्यापासून त्याची आर्थिकदृष्ट्या खूपच भरभराट झाली होती. ही जागा आपल्याला लाभली, म्हणून तो जागा सोडत नव्हता. भाडेकरूकडे कोणतेच सबळ कारण नव्हते.

'या जागेमुळे मी श्रीमंत झालो, म्हणून मला जागा सोडायची नाही,' याला कायद्यात काही अर्थ नव्हता. शिवाय, भाडेकरूची आर्थिक परिस्थिती घरमालकांपेक्षा खूपच श्रीमंतीची होती. तो दुसरीकडे कोठेही जादा पैसे देऊन यापेक्षा मोठी जागा केव्हाही सहज घेऊ शकत होता. म्हणजेच भाडेकरूला ही जागा सोडल्याने काहीही त्रास झाला नसता. उलट, घरमालकाला मात्र भाडेकरूने जागा न सोडल्याने खूपच त्रास झाला असता. सध्या होतही होता.

या सर्व पुराव्याचा कोर्टाने विचार करून भाडेकरूने भाड्याच्या जागेचा खुला व प्रत्यक्ष ताबा जागेच्या मालकाला द्यावा, असा निकाल दिला. यानंतर भाडेकरूने जिल्हा न्यायालयात व नंतर उच्च न्यायालयात या निकालाविरुद्ध दाद मागण्याचा प्रयत्न केला, पण खालच्या कोर्टाचा निकाल शेवटपर्यंत कायम राहून भाडेकरूला जागा सोडावी लागली.

कलम १६-१-एच : घरमालकाला बिल्डिंगची दुरुस्ती करण्याची लगेचच गरज असेल आणि ही दुरुस्ती भाडेकरूने जागा सोडल्याशिवाय करणे शक्य नसेल, तर भाडेकरूला जागा सोडावी लागते. दुरुस्ती झाल्यावर भाडेकरूस पुन्हा भाड्याच्या जागेचा ताबा घरमालकाने भाडेकरूस द्यावा लागतो.

कलम १६-१-आय : घरमालकाला त्याची बिल्डिंग नजीकच्या काळात पाडायची असेल, ही इमारत पाडल्यावर त्यावर नवीन इमारत बांधायची असेल, तर या कारणासाठी भाडेकरूला जागा सोडावी लागते. समजा, असलेली इमारत पूर्ण एफएसआय वापरून बांधली नसेल, तर नवी बिल्डिंग पूर्ण एफएसआय वापरून मोठी होते. त्यात राहण्याच्या जागा वाढतात. दुसरे कारण असे की, इमारत जुनी झाली म्हणून पाडली. नवी बिल्डिंग सर्व सोयीसुविधा निर्माण करून बांधली जाते. त्याचा फायदा भाडेकरूलाही होतो. फक्त एक महत्त्वाची गोष्ट अशी आहे की, या नवीन जागेचे भाडे त्या चालू काळातील स्टँडर्ड रेटप्रमाणे मालकाला द्यावे लागते. म्हणजे खूप पूर्वीचे भाडे दहा रुपये असेल, तर तेवढ्याच जागेचे चालू काळातील भाडे स्टँडर्ड रेटप्रमाणे, १०० रुपये झाले तर तेवढे भाडे मालकाला द्यावे लागते.

इमारत पाडून बांधताना त्यातील भाडेकरूबाबत काय कायदा आहे, याची चौकशी करण्यासाठी एक घरमालक आमच्याकडे आले. त्यांना हे काम एका बिल्डरवर सोपवायचे होते. त्याप्रमाणे मालकांना बिल्डरकडून काय हवे आहे, ते त्यांना विचारले. या मालकांनी मागितलेल्या मोबदल्याविषयी बिल्डर व मालक यांच्याशी आम्ही बोलणी केली. त्यांनी चर्चा करून अटी दोघांना मान्य झाल्या. यानंतर बांधकाम करण्यासाठी बिल्डरला कुलमुखत्यारपत्र (Power of Attorney) दिले. बिल्डरने त्याच्या कामास सुरुवात केली. बिल्डिंगमधील सहा भाडेकरूपैकी चार भाडेकरूंना त्याच ठिकाणी नवीन इमारतीत फ्लॅट्स हवे होते. त्याविषयी त्यांचे भाडेकरू व बिल्डर यांच्यात करार करून दिले. पाचव्या भाडेकरूने मात्र बिल्डरकडून पैसे घेऊन जागेचा भाडेकरूपणाचा हक्क सोडला. यातील शेवटची भाडेकरू एक विधवा स्त्री होती. तिने १० x १० फुटाची एक खोली भाड्याने घेतली होती. या एका खोलीच्या बदल्यात ती नवीन बिल्डिंगमध्ये चार खोल्यांचा फ्लॅट मागत होती; नाहीतर मोठी रक्कम मागत होती. व्यवहाराच्या दृष्टीने ही मागणी खूपच अयोग्य होती. तिला आम्ही सर्व समजावून सांगितले. तुम्ही ऐकले नाही तर दावा लावून जागा ताब्यात घेता येते, ही बाबदेखील समजावून सांगितली. दावा जिंकल्यावर काही रक्कम तर मिळणार नाही, जेवढी जागा आहे, तेवढेच देऊ, त्याचे भाडेही आताच्या स्टँडर्ड रेटप्रमाणे तुम्हांला घरमालकांना द्यावे लागेल, असेही सांगितले. शेवटी, मालकांनी दावा दाखल करून त्या खोलीचा ताबा मिळवला. कायद्यातील स्पष्ट तरतुदींमुळे दाव्याचा निकाल मालकांच्या बाजूने लागला.

घरमालकांनी साक्ष देताना, इमारत जुनी आहे. या बांधकामात पूर्ण एफएसआय वापरलेला नाही. तोही या बांधकामात वापरायचा आहे, असे सांगितले. बिल्डरशी झालेला करार कोर्टात दाखल केला. त्यामध्ये आहे त्यापेक्षा दुप्पट बांधकाम करता येणार आहे, हे कोर्टाला दाखवले. नवीन बिल्डिंगचा नकाशा कोर्टात दाखल केला. बांधकाम करणाऱ्याची आर्थिक बाजू भक्कम आहे, हे कागदपत्र दाखल करून सिद्ध केले. इतर भाडेकरूंनी करार करून जागा सोडली आहे, याच भाडेकरूमुळे बांधकाम सुरू करता येत नाही, ही वस्तुस्थिती कोर्टाला समजावून सांगितली. कोर्टाने सदर भाडेकरूबाई यांनी घरमालकांना खोलीचा ताबा त्वरित द्यावा, असा हुकूम केला. बांधकाम पूर्ण झाल्यावर बाईंना १६५ स्क्वेअर फूट जागा भाड्याने दिली व सहानुभूतीने भाडेही चालू रेंटने न लावता कमी लावले.

कलम १६-१-जे : काही भाडेकरू टेरेस फ्लॅट्समध्ये राहत असतील आणि घरमालकाला टेरेसवर एक किंवा त्यापेक्षा जास्त मजल्यांचे बांधकाम करावयाचे असेल, त्यासाठी भाडेकरूंना जागा सोडावी लागते. परंतु बांधकाम पूर्ण झाल्यावर त्या भाडेकरूंना पुन्हा काही अटींवर जागा भाड्याने द्यावी लागते.

कलम १६-१-के : नगरपालिकेसारख्या संस्थेने इमारत धोकादायक झाली आहे, म्हणून पाडण्याची नोटीस मालकाला दिल्यास, त्या इमारतीतील भाडेकरूंना जागा सोडावी लागते. पण, अशी नोटीस देऊन भाडेकरूंनी जागा सोडली नाही तर घरमालक भाडेकरूंवर दावा दाखल करून भाडेकरूंची जागा ताब्यात घेऊ शकतात.

कलम १६-१-एल : मोठ्या प्लॉटवर छोटे बांधकाम असेल व त्यात भाडेकरू राहत असेल, अशा मोठ्या प्लॉटवर मालकांना मोठ्या इमारतीचे बांधकाम करावयाचे असेल, तर भाडेकरूने मालकांना जागा खाली करून द्यावी लागते.

कलम १६-१-एम : भाड्याच्या जागेत भाडेकरूने घरमालकाच्या परवानगीने पोटभाडेकरू ठेवला आणि त्याच्याकडून मालकाने ठरवलेल्या भाड्याच्या रकमेपेक्षा जास्त भाडे घेतले किंवा जेवढे कर प्रत्यक्षात भरावे लागतात, त्यापेक्षा जास्त रकमेचे कर पोटभाडेकरूकडून वसूल केले. अशा वेळी घरमालकाच्या परवानगीने पोटभाडेकरू ठेवला असेल, तरीही भाडेकरूला आणि पोटभाडेकरूला भाड्याची जागा सोडावी लागते.

कलम १६-१-एन : दावा लावण्यापूर्वी भाड्याची जागा कोणतेही सयुक्तिक कारणाशिवाय सलग सहा महिने किंवा त्यापेक्षा जास्त काळ, ज्या कारणासाठी भाड्याने दिली आहे, त्यासाठी उपयोग न करता बंद ठेवली, या कारणावरून घरमालकाने भाडेकरू विरुद्ध दावा लावला, तर भाडेकरूला ती जागा सोडावी लागते.

एक आजोबा, आजी, आणि आजोबांचा अविवाहित भाऊ एका भाड्याच्या जागेत राहत होते. आजोबांचा मुलगा अमेरिकेत स्थायिक झाला होता. एकदा आजोबांना हार्टअॅटॅक आला म्हणून आजींनी त्यांच्या भाच्याला बोलावून घेतले. त्याने आजोबांना लगेच हॉस्पिटलमध्ये अॅडमिट केले. ते तीन-चार आठवडे हॉस्पिटलमध्ये होते. त्यानंतर घरी आणल्यावर दोन-तीन महिन्यांनी त्यांना बरे वाटू लागले. आता आपल्या भाड्याच्या घरी परत जावे, असे आजोबा ठरवत होते. अचानक त्यांचा भाऊ जिना चढताना पडला व त्याच्या मांडीचे हाड मोडले. भाच्याला त्यांच्यासाठी हॉस्पिटलमध्ये १५-२० दिवस जावे लागले; पण भावाची परिस्थिती जास्त गंभीर होती म्हणून ते सर्व जण भाच्याकडेच दहा महिने राहिले.

घरमालकांनी, दावा दाखल करण्यापूर्वी 'दहा महिने घर बंद ठेवले' एवढ्यावरून आजोबांवर दावा लावला. आता ते भावाच्या घरात राहत होते. तेथेच त्यांना समन्स मिळाले. आजी कोणाच्या तरी ओळखीने समन्स घेऊन आमच्याकडे आल्या. आधीच घरात दोन दुखणी, वर जागा सोडायला लागणार, म्हणून त्या घाबरल्या. त्यांनी सांगितलेल्या माहितीवरून दाव्यास उत्तर-कैफियत दाखल केली. त्यातील प्रत्येक गोष्ट सिद्ध करण्यास हॉस्पीटलची बिले, ट्रिटमेंटचे रिपोर्ट कोर्टात सादर केले. ट्रिटमेंट देणारे डॉक्टर, त्यांची साक्ष घेताना हे आजोबा आणि भाऊ दोघांशी संबंधित सर्व कागदपत्रे आणि संबंधित डॉक्टर यांच्या साहाय्याने दुसरीकडे राहण्यास सयुक्तिक कारण होते, हे सिद्ध केले. युक्तिवाद करताना दोघांच्याही आजारपणातील त्यांची परिस्थिती गंभीर होती. आजोबांचे वय ८० वर्षे आणि त्यांच्या भावाचे वय ८४ वर्षे आणि यांना सांभाळणाऱ्या आजीचे वय ७५ वर्षे या वयाचा विचार करताना हॉस्पिटलमध्ये दाखल करणे, सर्व तपासण्या करून घेणे, औषधे आणणे आणि इतर अनेक कामे करण्यास भाच्याची गरज होती, हे कोर्टाने मान्य केले. घर बंद ठेवण्यामागे ही महत्त्वाची कारणे होती, हे सिद्ध झाले, म्हणून घरमालकांचा दावा कोर्टाने रद्द केला.

घरमालक-भाडेकरू यांच्यासाठी मार्गदर्शक तरतुदी

आतापर्यंत आपण भाडेकरूकडून ताबा केव्हा घेता येतो याची कायद्यात दिलेली कारणे पाहिली. याव्यतिरिक्त, ताबा मिळवण्यासाठी अजूनही काही कारणे आहे. तसेच ताबा मिळाल्यानंतर घरमालक-भाडेकरू यांची वागणूक कशी असावी, याबद्दल काही तरतुदी सांगितल्या आहेत. त्या कोणत्या आहेत, ते आपण पाहू.

कलम १६-२ : घरमालकाला स्वतःला राहण्यासाठी जागा पाहिजे असेल, ताबा मिळवण्यासाठी तसे कारण

असल्यास, ताबा दिल्यास किंवा न दिल्यास कोणाला जास्त त्रास होईल, याचा विचार केला जातो. अशा वेळी घरमालक हा जागेचा मालक आहे, याचा प्रथम विचार केला जातो. दोघांनाही सारखाच त्रास होणार असेल, तर भाडेकरूच्या काही जागेचा ताबा कोर्ट घरमालकाला देऊ शकते.

कलम १६-३ : कँटोन्मेंटमधील जागा घरमालकाने सेंट्रल गव्हर्नमेंटला भाड्याने दिली व त्यात सैनिक किंवा त्याचे कुटुंब राहत असेल, तर त्याचा ताबा सैनिक राहत असेपर्यंत घेता येत नाही.

कलम १६-४ : घरमालकाला घरदुरुस्तीसाठी घराच्या जागेच्या ताब्याची आवश्यकता असेल, तर तेवढ्या भागाची दुरुस्ती करण्याची आहे, तेवढ्याच जागेचा ताबा दिल्यास दुरुस्ती होऊ शकते, असे कोर्टाचे मत झाल्यास तेवढ्याच भागाच्या जागेचा ताबा देण्याचा कोर्ट हुकूम करते. तसेच जुनी इमारत पाडून त्यावर नवीन इमारत बांधायची असल्यास, तेवढा भाग पाडून, बांधायचे काम पूर्ण होऊ शकते, असे कोर्टाचे मत झाले तर तेवढ्याच जागेचा ताबा कोर्ट घरमालकास देऊ शकते.

कलम १६-५ : घरमालकाच्या बाजूने ताबा घेण्याचा हुकूमनामा झाला असल्यास तो हुकूमनामा प्रॉपर्टीसह मालक विकू शकतो; पण काही बाबतीत विकू शकत नाही. जर स्वतःसाठी राहण्यास जागा पाहिजे, जागा दुरुस्तीसाठी जागेचा ताबा पाहिजे, जुनी जागा पाडून नवी इमारत बांधण्यास ताबा पाहिजे किंवा टेरेसवर मजले बांधण्यासाठी जागा पाहिजे, या कारणावरून ताब्याचा हुकूमनामा झाला असल्यास तो विकता येत नाही.अशी विक्री बेकायदेशीर होते.

कलम १६-६ : जर जागेचा ताबा, जुनी इमारत पाडून नवीन इमारत बांधण्यासाठी किंवा टेरेस फ्लॅटच्या ठिकाणी नवीन मजला बांधायचा असेल, तर मालकास बरीच कसरत करावी लागते. मालकाची बांधकाम करण्याची आर्थिक परिस्थिती आहे का? बांधकामाचा नकाशा तयार केला आहे का? महानगरपालिकेचे नियम मालकाकडून पाळले जातील का? याची शहानिशा केल्यानंतरच जागेच्या ताब्याचा हुकूम कोर्टाकडून होतो. अशा दाव्याच्या कामी घरमालकाने कोर्टात काही हमीपत्र द्यावी लागतात. ती पुढीलप्रमाणे :

- भाडेकरूस आहे तेवढी जागा नवीन इमारतीत देऊ.
- नवीन इमारत बांधल्यावर भाडेकरूस कळवू.
- ताबा मिळाल्यापासून एक महिन्यात जुनी इमारत पाडण्यास सुरुवात करू व हे पाडापाडीचे काम तीन महिन्यांत पूर्ण करू.
- इमारत पाडल्यावर १५ महिन्यांत नवीन बांधकाम पूर्ण करू. अशी मुदत पूर्ण झाल्यावर काम झाले नाही तर योग्य कारण दाखवल्यास कोर्ट मुदत वाढवून देऊ शकते.

कलम १६-७ : बांधकाम चालू असताना जागा विकायची ठरल्यास भाडेकरूच्या हक्कासकट मालकाच्या जबाबदारीसकट नवीन मालकाला ती घ्यावी लागते.

जुनी इमारत पाडून नवीन इमारत बांधणे, टेरेसवर बांधकाम करणे, दुरुस्ती करणे किंवा महापालिकेने नोटीस दिल्यावर ताबा मागणे, या कारणावरून संबंधित सर्व भाडेकरूंवर एकच दावा करता येतो.

लीव्ह ॲण्ड लायसेन्स-तत्त्वावर जागा वापरण्यास देणे

पूर्वीच्या भाडेनियंत्रण कायद्यात लायसेन्स-तत्त्वावर जागा देण्याची तरतूद नव्हती. भाडेकरूला काढण्याची

पद्धत त्रासदायक वाटू लागल्याने अनेक घरमालकांनी जागा भाड्याने देण्यापेक्षा रिकामी ठेवणे पतकरले. म्हणून घरमालकासही खातरीने ताबा मिळेल व लोकांनाही राहण्यास जागा उपलब्ध होतील, अशी तरतूद करणे, कायदा करणाऱ्यांना आवश्यक वाटले. म्हणून जागा लायसेन्स-तत्त्वावर देण्याची स्पष्ट तरतूद महाराष्ट्र भाडेनियंत्रण कायद्यात केली आहे. राहण्यासाठी जागा लायसेन्स-तत्त्वावर दिली असल्यास त्या जागेचा ताबा मिळवण्यासाठी कोर्टात जावे लागत नाही. त्यासाठी 'सक्षम अधिकारी' (Competant Authority)ची सक्षम यंत्रणा निर्माण केली आहे. अशा ऑथॉरिटीपुढे लायसेन्सचा लेखी करार असल्यास ताबा खातरीने मिळू शकतो. अशा लायसेन्सीला ताबा टिकवण्याचे कोणतेही संरक्षण नाही. झालेल्या निकालावर अपीलही नाही. उलट, निकाल आल्यापासून ताबा देण्यापर्यंत दुप्पट लायसेन्स फी देण्याची तरतूद केली आहे. महाराष्ट्र भाडेनियंत्रण कायद्यातील तरतुदींप्रमाणे लीव्ह ॲण्ड लायसेन्स अथवा भाडेकरार सबरजिस्ट्रार यांच्या कचेरीत रजिस्टर करणे आवश्यक आहे. तसे न केल्यास घरमालकांवर दंडाची तरतूद केली आहे.

कलम २९ : कायद्याप्रमाणे भाडेकरूला योग्य रीतीने राहण्यासाठी ज्या सुविधा घरमालकाने दिलेल्या असतील त्या सुविधा व सोयी सयुक्तिक कारणाशिवाय घरमालकास बंद करता येत नाहीत. अशा अत्यावश्यक सुविधा म्हणजे संडास, इलेक्ट्रिसिटी, नळ, लिफ्ट इत्यादी आहेत. अशा प्रकारे सुविधा सयुक्तिक कारणाशिवाय बंद केल्यास त्याला तीन महिने कारावास, एक हजार रुपये दंड यापैकी एक किंवा दोन्हीही शिक्षा होऊ शकते. अशा सोयी-सुविधा बंद केल्यास त्या कोर्टामार्फत पुन्हा सुरू करता येतात. तसा एकत्रित अर्ज सर्व भाडेकरूंना करता येते.

कलम ३० : घरमालकाने राहण्याची जागा किंवा भाडेकरूने राहण्याची जागा धंद्यासाठी वापरल्यास, तो गुन्हा होतो. अशा गुन्ह्यास सहा महिने कारावास किंवा एक हजार रुपये दंड अशी शिक्षा आहे. कारण या कायद्यात राहण्याच्या जागेस जास्त महत्त्व दिले आहे.

कलम ३१ : घरमालकाने भाडेकरूला पावती देणे कायद्याने बंधनकारक आहे. अशी पावती न दिल्यास त्याला प्रत्येक दिवशी १०० रुपये दंड होऊ शकतो.

कलम ३३ : ज्या ठिकाणी स्मॉल कॉज कोर्ट आहे, त्या ठिकाणी स्मॉल कॉज कोर्ट ॲक्टप्रमाणे त्या कोर्टाच्या कक्षेत येणारे घरमालक-भाडेकरूचे दावे त्याच कोर्टात दाखल करावे लागतात. जिथे स्मॉल कॉज कोर्ट नाहीत, तिथे असे दावे दिवाणी न्यायालयात (सिव्हिल कोर्टात) चालवावे लागतात.

द निगोशिएबल इन्स्टुमेंट्स ॲक्ट, १८८१
The Negotiable Instruments Act, 1881

ज्या आर्थिक व्यवहाराची कागदपत्रे परस्पर दुसऱ्यास त्याच किमतीत हस्तांतरित करता येतात, त्याला निगोशिएबल इन्स्टुमेंट (Negotiable Instrument) असे म्हणतात. अशा व्यवहारासाठी स्वतंत्र कायद्याची गरज निर्माण झाली, म्हणून द निगोशिएबल इन्स्टुमेंट्स ॲक्ट १८८१ हा कायदा झाला. या कायद्यात हुंडी, धनादेश (चेक), ड्राफ्ट, प्रॉमिसरी नोट इत्यादी बिल ऑफ एक्सचेंजच्या विविध प्रकाराचा विचार केला आहे.

ब्रिटिश राजवटीपूर्वी भारतात फक्त हुंडी हा प्रकार बिल ऑफ एक्सचेंज या स्वरूपात प्रचलित होता. हुंडी हा एका व्यक्तीने दुसऱ्या व्यक्तीला दिलेला पैशासंबंधीचा लेखी हवाला असे. हुंडीची पद्धत 'बिल ऑफ एक्सचेंज' म्हणून समजली जाते. अशा हुंड्या लेखी फॉर्मच्या स्वरूपातही असत. त्याचा चेकसारखा वापर होत असे. ब्रिटिश राजवटीपूर्वी देशात बँका नव्हत्या. सावकारांकडून किंवा पतपेढीसारख्या संस्थांकडून हुंड्या दिल्या जात. बँका अस्तित्वात आल्यानंतर बँकांकडून धनादेशच्या स्वरूपात व्यवहार होऊ लागले. एखाद्याचे बँकेत खाते असल्यास व त्यात पुरेशी रक्कम असल्यास, बँकेत धनादेश घेऊन येणाऱ्या व्यक्तीला रक्कम देणे बंधनकारक केलेले आहे.

एक धनादेश शेरा मारून परस्पर दुसऱ्यास सही करून देता येतो. धनादेशासंबंधी, तो वटण्यासंबंधी, जर तो वटला नाही तर त्यासंबंधी अशा अनेक सविस्तर तरतुदी या कायद्यामध्ये केल्या आहेत. बँकेचे बहुतेक सर्व व्यवहार या कायद्याप्रमाणे चालतात. प्रॉमिसरी नोट हे निगोशिएबल इन्स्टुमेंट आहे. परंतु त्याचा वैयक्तिक वापर फार कमी प्रमाणात होत आहे. प्रॉमिसरी नोट ही लेखी वचनचिठ्ठी असते. ज्यामध्ये विनाअट ठरावीक रक्कम, ठरावीक काळात एखाद्याला देण्याचे वचन स्वतः सही करून कबूल केलेले असते. तथापि, व्यवहारातील रुपयांच्या नोटा या प्रॉमिसरी नोटा नसतात.

हल्लीच्या व्यवहारात धनादेश हा निगोशिएबल इन्स्टुमेंट म्हणून प्रचलित आहे. इलेक्ट्रॉनिक माध्यम येण्यापूर्वी तो कॅशलेस व्यवहाराचा एकमेव प्रकार सर्वत्र प्रचलित होता. आजही अनेक आर्थिक व्यवहार हे धनादेशाद्वारेच केले जातात.

आपण धनादेशासंबंधी असलेल्या कायद्याचा विचार करू.

बँकेत खाते असल्यास बँकेच्या नियमानुसार चेकबुक मिळते. धनादेश देणाऱ्याच्या खात्यात धनादेशावर लिहिलेल्या रकमेइतके पैसे असावेत. धनादेश नियमाप्रमाणे रीतसर असल्यास, धनादेश घेणाऱ्याच्या खात्यात ती रक्कम जमा होते. याउलट, धनादेशावरील रकमेइतके पैसे खात्यात नसल्यास, धनादेश लिहिताना काही चूक झाल्यास, सही जुळत नसल्यास, पेमेंट स्टॉप केले असल्यास, अथवा धनादेश मुदतीत भरला नसल्यास अशा विविध कारणाने धनादेश न वटता (dishonour) परत येऊ शकतो.

बरेच वेळा खातरीने पैसे मिळावेत म्हणून अनेक लोक डिमांड ड्राफ्टने रकमेची मागणी करतात. धनादेश व ड्राफ्टमध्ये विशेष फरक नाही. परंतु ड्राफ्ट हा नक्की वटणारा एका अर्थी धनादेशच असतो. आणखी एक गोष्ट लक्षात घेतली पाहिजे, की धनादेशाद्वारे दिलेली रक्कम (पेमेंट) स्टॉप करता येते; परंतु ड्राफ्टद्वारे दिलेली रक्कम स्टॉप करता येत नाही. असा ड्राफ्ट खात्यातील पैशांतून अथवा रोख रक्कम भरून कोणत्याही बँकेतून घेता येतो. त्यासाठी बँक कमिशन आकारते. हा एक प्रकारे एखाद्या बँकेने ज्याला रक्कम द्यायची आहे त्या व्यक्तीस दिलेला ड्राफ्टच्या स्वरूपातील क्रॉस चेक असतो. कारण तो खात्यात भरावा लागतो. फरक इतकाच, की तो, पैसे कमी, सही न जुळणारी, इत्यादी धनादेशाप्रमाणे शेरे न येता लगेच खात्यात जमा होतो.

एखाद्या व्यक्तीने दुसऱ्या व्यक्तीस धनादेश दिल्यास तो कोणत्यातरी व्यवहारापोटी दिला आहे असे गृहीत धरले जाते. व्यवहारापोटी धनादेश दिलेला नसेल, आणि तो जर वटला नाही, तर कायद्याच्या दृष्टीने तो दोष होत नाही.

दुकानात एखाद्या वस्तूवर मिळालेला 'गिफ्ट चेक' बँकेत भरला व तो वटला नाही, तर त्यावर कोणतीही कायदेशीर कारवाई या कायद्याखाली करता येत नाही. कारण तो धनादेश अशा व्यवहारासाठी दिलेला नसतो.

धनादेशाद्वारे व्यवहार करणे सोपे वाटू लागल्याने अशा धनादेशाच्या व्यवहारांची संख्या वाढू लागली. पुढे मात्र दिलेले धनादेश न वटण्याचे प्रमाण वाढू लागले, खात्यात पुरेशी रक्कम नसतानाही केवळ वेळ मारून नेण्यासाठी धनादेश देण्यात येऊ लागले, म्हणून १९८८मध्ये कायद्यात विशेष शिक्षेची व दंडाची तरतूद केली गेली. त्यामुळे धनादेश न वटल्याने फौजदारी न्यायालयात (ज्युडिशियल मॅजिस्ट्रेट) खटले दाखल होऊ लागले. परंतु या मागचा जो हेतू, धनादेश न वटण्याचे प्रमाण कमी व्हावे, हा होता, तो सफल झालेला दिसत नाही. कारण अशा प्रकारचे असंख्य खटले फौजदारी न्यायालयात चालू आहेत. अशा खटल्यांची संख्या खूप असल्याने निकालही लवकर लागत नाहीत.

खटला दाखल करण्यापूर्वी पूर्ण कराव्या लागणाऱ्या तांत्रिक (Procedural) बाबी

- धनादेश मुदतीत बँकेत भरल्यानंतर तो, देणाऱ्याच्या खात्यात पुरेशी रक्कम नाही (insufficient funds) अशा तत्सम शेऱ्यानिशी परत आल्यास, ज्या बँकेच्या खात्यात तो भरला आहे ती बँक, न वटलेल्या धनादेशाबरोबर स्वतंत्र पत्र पाठवून वरील शेऱ्यानिशी धनादेश भरणाऱ्यास कळवते.
- असे कळवल्यानंतर, धनादेश घेणाऱ्याने एक महिन्याच्या आत रक्कम मागण्याची नोटीस, धनादेश देणाऱ्याला पाठवावी लागते. अशी नोटीस मिळूनही धनादेश देणाऱ्याने १५ दिवसांच्या आत धनादेशाची रक्कम न दिल्यास, धनादेश न वटल्याचा गुन्हा होतो.
- अशा परिस्थितीत, धनादेश दिल्याप्रमाणे खात्यात पुरेशी रक्कम नव्हती, हे माहीत नव्हते, असा बचाव धनादेश देणारी व्यक्ती घेऊ शकत नाही. कारण नोटिसीनंतर १५ दिवसांपर्यंत रक्कम देण्याची संधी त्याला दिलेली असते.

- नोटीस मिळाल्यावर धनादेशाचे पैसे १५ दिवसांत दिले नाहीत, तर धनादेश घेणाऱ्या व्यक्तीस एक महिन्याच्या आत फौजदारी खटला धनादेश देणाऱ्यावर दाखल करता येतो. असा खटला दाखल झाल्यानंतर आरोपीस न्यायालयात बोलावण्यापूर्वी, फिर्यादीने (धनादेश घेणारा) रक्कम मागण्याची लेखी नोटीस पाठवण्याची, ती आरोपीस (धनादेश देणारा) मिळाल्याची व विहित मुदतीत कारवाई केली आहे काय, याची खातरी करूनच आरोपीस समन्स (Issue of Process) पाठवले जाते.
- कंपनीचा धनादेश न वटता परत आला तर ज्याच्या अखत्यारीत धनादेश दिला गेला त्याच्यावर व कंपनीच्या कारभारात जबाबदार असलेल्या सर्वांवर (संचालक) फौजदारी खटला दाखल केला जातो. तथापि, एखादा पदसिद्ध अधिकारी संचालक असल्यास किंवा सरकारच्या मालकीच्या कंपनीचा संचालक असल्यास, त्याच्या विरुद्ध असा खटला दाखल करता येत नाही.
- भागीदारी संस्थेतील सर्व भागीदारसुद्धा त्याच्या फर्मचा धनादेश अशा प्रकारे न वटल्यास या गुन्ह्याखाली जबाबदार असतात.
- हा गुन्हा दखलपात्र (cognizable) नाही. हा गुन्हा वैयक्तिक असतो. म्हणून ज्याला धनादेश दिला तीच व्यक्ती धनादेश वटला नाही तर असा खटला करू शकते. हा गुन्हा तडजोडीने पूर्णपणे मिटवता (compoundable) येतो. हा खटला जरी फौजदारी कोर्टात चालत असला तरी तो दिवाणी स्वरूपाचा (quasi civil) असतो, म्हणून असा खटला दाखल करताना त्यास कोर्ट फी स्टँप भरावा लागतो. असा स्टँप प्रत्येक दहा हजार रुपयांस २०० रुपये असा आहे.
- या खटल्याचा पुरावाही, पुराव्याचे ॲफिडेव्हीट दाखल करून (दिवाणी केसप्रमाणे) घेतला जातो. खटल्यामध्ये दाखल केलेली कागदपत्रे प्रथमदर्शनी खरी समजली जातात.
- गुन्हा सिद्ध झाल्यास न्यायालय आरोपीस एक वर्षापर्यंत तुरुंगवासाची शिक्षा आणि ५०० रुपयांपेक्षा जास्त दंड करू शकते. कायद्याप्रमाणे असा खटला सहा महिन्यांपर्यंत संपावा, अशी अपेक्षा असली; तरी अशा खटल्यांची संख्या खूप मोठी असल्यामुळे हे खटले तीन वर्षांपेक्षाही जास्त काळ चालतात.
- असे खटले चालण्यासाठी ज्या बँकेच्या शाखेचा धनादेश दिला ते ठिकाण, धनादेश न वटलेल्या बँकेच्या शाखेचे ठिकाण, व तो ज्या व्यक्तीस मिळाला त्याचे राहण्याचे ठिकाण किंवा व्यवसाय करण्याचे ठिकाण, अशा तीनही ठिकाणी धनादेश न वटण्याचा खटला यापूर्वी करता येत असे. परंतु सुप्रीम कोर्टाच्या एका निकालामुळे १८८१च्या कायद्यात २०१५मध्ये सुधारणा करण्यात आली. त्या सुधारणेनुसार, ज्या बँकेत पेयी (payee) किंवा होल्डरचे खाते आहे, त्या खात्यातून धनादेश न वटता परत आला, तर ती बँक ज्या कोर्टाच्या हद्दीत येत असेल, त्या कोर्टात असा खटला दाखल करू शकते.
- असा खटला दाखल केल्यावर धनादेशाची सर्व रक्कम वसूल होईल अशी अनेकांची समजूत आहे. परंतु फौजदारी कोर्ट केवळ दंड किंवा शिक्षा करू शकते. त्यामुळे ज्याचा धनादेश वटला नाही त्याला धनादेशाची रक्कम तडजोडीशिवाय मिळेलच, असे सांगता येत नाही. अशा वेळी दिलेल्या धनादेशाच्या रकमेबाबत दिवाणी न्यायालयात, धनादेशाच्या तारखेपासून तीन वर्षांच्या आत दावा दाखल करता येतो. तो लवकर चालण्यासंबंधी (summery suit) दिवाणी कायद्यात तरतूद आहे. दिवाणी दाव्यास बॉम्बे कोर्ट फी ॲक्टमधील कोष्टकाप्रमाणे स्टँप लावावा लागतो. तो धनादेशावरील रकमेवर अवलंबून असतो.

मोठा आर्थिक व्यवहार करताना धनादेशाऐवजी डिमांड ड्राफ्टने रक्कम घेणे फार सोईचे आणि सुरक्षित असते.

लॉ ऑफ टॉर्ट्स
Law of Torts

एखाद्या व्यक्तीच्या हातून एखादी चूक, मनात कोणताही हेतू नसताना, अनवधानाने किंवा निष्काळजीपणाने घडली व त्यामुळे तिऱ्हाईत व्यक्तीचे काहीही नुकसान झाले, तर त्या नुकसानभरपाईची जबाबदारी चूक करणाऱ्या व्यक्तीवर येते. अशी झालेली नुकसानीची गोष्ट हेतूपूर्वक केली नसल्यामुळे तो गुन्हा नसतो. तसेच अशी चूक एकमेकांमधील झालेल्या करारभंगामुळेही घडून आलेली नसते. अशा प्रकारच्या घटना मानवी व्यवहारात अनेक प्रकारे, अनेक ठिकाणी सतत घडत असतात. या घटना इतक्या विविध प्रकारच्या आहेत, की त्यासाठी सर्वसमावेशक कायदा करणे शक्य नाही. असे असले तरी, अशी घटना घडल्यावर चूक कोणाची व नुकसानभरपाई कोणाला द्यायची, याबाबत काही मार्गदर्शक तत्त्वे दिली आहेत.

अशा चुकांमुळे निर्माण झालेल्या नुकसानभरपाईच्या कायद्यास लॉ ऑफ टॉर्ट्स (Law of Torts) असे म्हणतात. 'टॉर्ट्स' या शब्दाला मराठीत प्रतिशब्द नाही. लॉ ऑफ टॉर्ट्सनुसार कारवाई करण्यासाठी, व्यक्तीचे नुकसान झालेले असले पाहिजे. थोडक्यात, लॉ ऑफ टॉर्ट्स हा नुकसानभरपाईचा दिवाणी कायदा आहे. हा नुकसानभरपाईचा कायदा करारभंगातून अथवा फौजदारी गुन्ह्यातून निर्माण झालेला नसतो. (Tort is a Civil Wrong, which does not arise from Breach of Contract or any Criminal Act). टॉर्ट्ससंबंधीचा कायदा लिखित स्वरूपात नाही.

रस्त्यावर होणाऱ्या स्वयंचलित वाहनाच्या (auto vehicle) अपघाताचा या कायद्यात विचार केला जातो. मात्र वारंवार घडणाऱ्या या अपघातांची संख्या खूप असल्याने याबाबत स्वतंत्र कायदा (Motor Vehicle Act) केलेला आहे. यासारखीच कामगार-मालक या नात्याने काम करताना, कामगारांच्या होणाऱ्या अपघातांची संख्या भरपूर आहे. अशा वेळी कामगारांच्या नुकसानीसाठी, कामगार नुकसानीचा भरपाई कायदा (Workmans Compensation Act) केला आहे. अशा नेहमी अपघातातून होणाऱ्या नुकसानीचा विचार होऊन नुकसानभरपाईसाठी विम्याची (Insurance) पद्धत सुरू झाली.

या कायद्यांतर्गत कितीतरी विविध घटनांतून नुकसानभरपाई मागता येते. ते आपण पाहू या.

१९६१मध्ये पुण्यातील पानशेतचे धरण फुटले. त्यामुळे पुण्यातील असंख्य लोकांचे अगणित नुकसान

झाले. या कारणावरून अनेक व्यक्तींनी स्वतःच्या नुकसानभरपाईसाठी पुणे येथील दिवाणी न्यायालयात दावे दाखल केले. पुणे येथील सिव्हिल जज सिनियर डिव्हिजन श्री. राजेसाहेब यांच्यापुढे ते दावे चालले. त्या वेळी दावा करणाऱ्यांतर्फे महानगरपालिकेचे माजी सिटी इंजिनिअर श्री. ठोसर यांची महत्त्वाची भूमिका होती. जजसाहेबांनी दाव्यात झालेल्या साक्षी-पुराव्यांचा अभ्यास करून अनेकांना नुकसानभरपाई मंजूर केली होती.

या सारखीच मध्य प्रदेशातील भोपाळ येथील विषारी वायू गळतीची घटना घडली. या वायू गळतीने लाखो लोकांच्या जिवाला धोका निर्माण झाला होता. अनेकांना श्वसनाचा आजार झाला होता. या सर्व दुर्घटनाग्रस्त लोकांनी, भोपाळच्या विषारी वायू गॅस कंपनीच्या (अमेरिकन कंपनीच्या) विरोधात नुकसानभरपाईसाठी दावे लावले होते. त्यांना, त्यांच्या नुकसानीचा विचार करून नुकसानभरपाई दिली गेली.

आपल्या रोजच्या व्यवहारात कितीतरी घटना अगदी सहज घडतात; पण त्यामुळे एखाद्याचे खूप मोठे नुकसान होऊ शकते.

एकदा एका बिल्डिंगच्या वरच्या मजल्यावरील गॅलरीच्या कट्ट्यावरील वीट खाली पडली. ती एका ९-१० वर्षांच्या मुलाच्या डोक्याला लागली. तो जागच्या जागी बेशुद्ध पडला. त्याला रुग्णालयात दाखल करण्यात आले. तो दहा दिवसांनी शुद्धीवर आला. त्याच्या मेंदूस धक्का बसल्याने त्याच्या एका पायाच्या हालचालीवर परिणाम झाला. तो चालू शकत नव्हता. या सर्व घटनेत आजारी मुलावर उपचार करण्यासाठी विविध स्पेशालिस्ट डॉक्टरांची ट्रिटमेंट घ्यावी लागली. त्यासाठी मुलाच्या पालकांना खूपच खर्च आला. नुकसानभरपाई मिळेल का, याबाबतचा सल्ला विचारण्यासाठी ते आमच्याकडे आले. या नुकसानभरपाईसाठी आम्ही वडिलांच्या नावावर दावा लावला. कारण मुलगा सज्ञान नव्हता. ज्यांच्या गॅलरीच्या कट्ट्यावरून वीट पडली होती, त्यांना दाव्यात प्रतिवादी केले होते. घटना घडताना ज्यांनी पाहिले होते, त्यांची साक्ष, तसेच ट्रिटमेंट देणाऱ्या सर्व तज्ज्ञ डॉक्टरांची साक्ष घेतली. मुलगा खूप हुषार होता. या घटनेनंतर त्याच्या मनावर परिणाम झाला, म्हणून मानसरोगतज्ज्ञांची साक्ष घेतली. याशिवाय, अभ्यास भरून काढून पुन्हा रँकवर आणण्यासाठी प्रयत्न करणाऱ्या शिक्षकांची साक्ष, मुलाच्या आईने 'विदाऊट पे' आठ महिन्यांची रजा घेऊन सतत त्याच्याबरोबर राहून प्रत्येक ट्रिटमेंटला त्याला उचलून नेताना तिच्या हाताचे झालेले दुखणे, त्यानंतर कायमची एक गाडी भाड्याने घेऊन ट्रिटमेंटला नेणे, या सगळ्यांच्या साक्षी झाल्या. याबरोबर रुग्णालयात दाखल केल्याचा खर्च, डॉक्टरांच्या फीज, औषधांची बिले, शिक्षक घरी येऊन शिकवण्याची फी, पाण्यातून चालण्याच्या व्यायामासाठी पोहण्याच्या तलावाचा खर्च, सतत गाडी ठेवण्याचा खर्च इत्यादी. ही सर्व कागदपत्रे, बिल्स अतिशयपणे काटेकोरपणे आम्ही कोर्टात सादर केली. त्याचा विचार करून आमच्या अपेक्षेप्रमाणे, न्यायालयाने नुकसानभरपाई देण्याचा हुकूम केला.

अशीच आणखी एक केस आमच्याकडे आली होती. दुसऱ्या मजल्यावर राहणाऱ्या वकीलसाहेबांच्या गॅलरीतील कट्ट्यावर ठेवलेली कुंडी धक्का लागून खाली पार्क केलेल्या गाडीच्या टपावर पडली. टपाला मोठा पोचा आला, खड्डा पडला. गाडीचे मालक आमच्याकडे आले व ही हकिकत त्यांनी आम्हांला सांगितली. गाडीचे मालक, आम्ही व ज्यांच्या कट्ट्यावरून कुंडी पडली ते मालक वकील

असे आम्ही सगळे एकत्र भेटून या घटनेवर बोललो. गाडीच्या मालकांची एकच अपेक्षा होती, की वकीलसाहेबांनी गाडीचा टप नीटपणे दुरुस्त करून द्यावा. त्याचा खर्च वकीलसाहेबांनी करावा. अर्थातच समोरासमोर हे बोलणे झाले. वकील कायदा जाणत होते. त्यांनी लगेच गाडी नीट करून दिली. अगदी समजूतदारपणे व्यवहार पूर्ण झाला.

एका बंगल्यासमोरच्या रस्त्यावरून जाणाऱ्या व्यक्तीच्या अंगावर बंगल्यातील नारळाच्या झाडाची झावळी पडली. त्या व्यक्तीला जबर मार लागलेला होता. बंगल्याच्या मालकाने हे पाहिले होते; परंतु तो मदत करण्यासाठी पुढे आला नाही. जबर मार लागल्याने ती व्यक्ती प्रथम डॉक्टरांकडे गेली. प्रकृती बरी झाल्यावर त्याने बंगल्याच्या मालकांवर नुकसानभरपाईचा दावा केला. दाव्याचा निकाल देताना जजसाहेबांनी जजमेंटमध्ये म्हटले होते – 'झाडे लावून त्यापासून होणारे फायदे झाडाचा मालक घेत असतो, त्याचप्रमाणे झाडांमुळे होणाऱ्या अपघाताने निर्माण होणाऱ्या जबाबदारीची जाणीवही त्याला असली पाहिजे. त्याकडे दुर्लक्ष करणे हे माणुसकीला अशोभनीय असे वर्तन आहे.' या दाव्यात जजसाहेबांनी नुकसानभरपाईची रक्कम वादीला देण्याचा हुकूम केला.

एका रस्त्यावर म्युनिसिपल कॉर्पोरेशनच्या कामगारांकडून ड्रेनेज दुरुस्तीचे काम चालू होते. रस्त्यावर मोठा खड्डा झाला होता. संध्याकाळ झाली, म्हणून कामगार काम तसेच ठेवून निघून गेले. रात्री एक मोटरसायकलवाला त्या रस्त्यावरून जात असताना त्या खड्ड्यात पडला. त्याचा पाय फ्रॅक्चर झाला व मोटरसायकलचेही खूप नुकसान झाले.

या घटनेत मोटरसायकलस्वाराचे म्हणणे असे होते की, ड्रेनेजचे काम करणाऱ्या कामगारांनी संध्याकाळी अर्धवट केलेले काम तसेच ठेवले. परंतु रस्त्यावर काही धोका आहे, असे रस्त्यावरून जाणाऱ्या-येणाऱ्यांना समजावे, यासाठी रस्त्यावर खड्ड्याच्या बाजूला दोर बांधून, त्याला लाल कापड लावून 'खड्ड्याचा धोका असल्याचे' सूचित केले नाही. काम चालू असल्याचा बोर्डही तेथे लावला नाही. ही जबाबदारी पालिकेच्या कर्मचाऱ्यांची होती. ती त्यांनी पार पाडली नाही. या त्यांच्या चुकीमुळे मोटरसायकलस्वार जबर जखमी झाला. गाडीचेही नुकसान झाले. या अचानक झालेल्या संकटाने त्याच्या मनाला मोठा धक्का बसला. या नुकसानीसाठी कॉर्पोरेशनने भरपाईची रक्कम द्यावी. न्यायालयाने त्याचे म्हणणे मान्य केले.

संध्याकाळच्या वेळी एक बाई रस्त्याचा वापर न करता एका घराच्या बाजूने असलेल्या जागेतून दळण आणण्यासाठी चालल्या होत्या. तिथे खांब उभारण्यासाठी घरमालकाने खड्डा खणला होता. तो जाण्या-येण्यासाठीचा रस्ता नव्हता. रात्रीच्या वेळी नीट दिसत नसताना अशा आडवाटेने जाण्याचा धोका बाईंनी स्वतःच्या जबाबदारीवर पत्करला. म्हणून या गोष्टीची जबाबदारी बाईंचीही आहे. घरमालकाने खड्ड्यावर काहीच संरक्षक व्यवस्था केली नव्हती. या घटनेत, घरमालक आणि जखमी बाई या दोघांचीही जबाबदारी होती. उलट, या दोघांनीही निष्काळजीपणा (Contributory Negligence) केलेला आहे. त्यामुळे बाईंनी मागितलेली नुकसानभरपाईची सर्व रक्कम त्यांना दिली गेली नाही. निम्मीच रक्कम देण्याचा कोर्टाने हुकूम केला.

एका शेतकऱ्याने शेताच्या कडेला बांध घातला. नेमका त्या वर्षी भरपूर पाऊस झाला. शेतात पाणी साठू लागले. त्याच्या दाबामुळे बांध फुटला. सगळे पाणी शेजारच्या शेतात वाहून गेले. त्यातील पिकांचे नुकसान झाले. खूप माती वाहून गेली. या नुकसानभरपाईसाठी शेजारच्या शेतकऱ्याने दावा केला. आवश्यक असलेला सर्व पुरावा सादर केला. आपले नुकसान झाल्याचे सिद्ध केले. बांध घालणाऱ्या शेतकऱ्याने शेजारच्या शेतकऱ्याला झालेल्या नुकसानीची भरपाई करून द्यावी, असा न्यायालयाचा निर्णय झाला.

एकदा रामभाऊ नावाचे पक्षकार त्यांच्या मुलाला घेऊन आमच्या ऑफिसमध्ये आले आणि म्हणाले, ''दुसऱ्यांच्या चुकीमुळे आपलं खूप नुकसान झालं तर आपण कोर्टात केस दाखल करू शकतो का?''

मी म्हटले, ''हो. पण काय झालं ते सविस्तरपणे सांगा.''

ते म्हणाले, ''हा माझा मुलगा राहुल. वय आठ वर्षे आहे. दोन महिन्यांपूर्वी दिवाळीच्या सुट्टीत हा मित्रांबरोबर आमच्या घराच्या गच्चीवर पतंग उडवायला गेला. पतंग उडवायच्या नादात राहुलचा हात एका वीजवाहक तारेला लागला. त्याला जबरदस्त विजेचा धक्का बसला आणि तो जोरात फेकला गेला. तेव्हा तो बेशुद्ध झाला होता. त्याचा तारेला लागलेला उजवा हात काळानिळा पडला होता. मुलांनी आरडाओरडा केला. लोक धावत आले. त्याला गाडीत घालून लगेच दवाखान्यात नेले. डॉक्टर म्हणाले, 'याचा हात दंडाच्या खालून लगेच कापून टाकावा लागेल. जास्त वेळ दवडता कामा नये. त्याच्या प्रकृतीला ते घातक आहे.' हात कापून टाकायची ही कल्पना मनाला सहन होत नव्हती; तरी म्हटले ऑपरेशन करा. ऑपरेशन बराच वेळ चालले.''

''गच्चीवरून गेलेली तार जास्त व्होल्ट्सची होती का? उच्च दाबाची (हाय टेन्शनची) तार होती का?'' आम्ही विचारले.

''हो, हो, ती उच्च दाबाची तार आहे. ती गच्चीवर लोंबत होती.''

''मग नक्कीच तुमच्या मुलाला नुकसानभरपाईसाठी दावा करता येईल.'' आम्ही रामभाऊंना सांगितले, ''तुमच्या मुलाला हा जीवघेणा अपघात झाला. जीव वाचवण्यासाठी त्याचा उजवा हात कापावा लागला. या घटनेला एकूण तीन व्यक्ती जबाबदार आहेत. पहिली व्यक्ती घराचा मालक. घराच्या गच्चीवरून उच्च दाबाची तार गेलेली असताना त्याने त्याची काळजी नीटपणे घेतली नाही. अशा वेळी कोणत्याही व्यक्तीला या तारेपासून धोका संभवू शकतो, हे त्यांना माहीत होते. तरीही, त्यांनी तारेच्या बाबतीत संरक्षणात्मक काळजी घेतली नाही.

''दुसरी जबाबदारी महाराष्ट्र इलेक्ट्रिसिटी बोर्डाची. ही उच्च दाबाची तार घराच्या गच्चीवर लोंबत राहिलेली असताना, असा धोका असतानासुद्धा तो दूर केला नाही. हा निष्काळजीपणा बोर्डाच्या इंजिनिअरने केलेला आहे.

''हे घर ग्रामपंचायतीच्या हद्दीत येते. ग्रामपंचायतीने उच्च दाबाच्या तारेजवळ घर बांधायला परवानगी कशी काय दिली? अशा उच्च दाबाच्या तारेपासून ठरावीक अंतर राखूनच घर किंवा कोणत्याही प्रकारचे बांधकाम करायचे असते. त्या बाबतीत ग्रामपंचायतीने निष्काळजीपणा केलेला आहे. म्हणून दाव्यातील तिसरा प्रतिवादी ग्रामपंचायत.''

झालेल्या अपघातामुळे राहुलला आलेले अपंगत्व, ते दूर करण्यासाठी करावी लागणारी ऑपरेशन्स, त्याला येणारा खर्च, त्याचा उजवा हात तोडावा लागल्याने आयुष्यभरासाठी सहन करावा लागणारा शारीरिक आणि मानसिक त्रास, या सर्वांची नुकसानभरपाई करून देण्यासाठी आम्ही घरमालक, एमएसईबीमधील या घटनेशी संबंधित इंजिनिअर, आणि सरपंच या तिघांविरुद्ध हा दाव लावला.

दाव्याचे समन्स या तिन्ही प्रतिवादींना न्यायालयाच्या बेलीफांनी बजावले. ते दाव्यास हजर झाले. या तिघांनीही दाव्याला उत्तर देताना, या अपघाताची जबाबदारी आमची नाही, असे कैफियतीत सांगितले.

यानंतर वादीने दाव्यात काय सिद्ध करायचे आहे, प्रतिवादींनी त्यांच्या कैफियतीत दाव्याला उत्तर देताना काय म्हटले आहे, ते सिद्ध करायचे आहे, असे मुद्दे काढले. यानंतर वादीची साक्ष सुरू झाली. अपघात राहुलला झाला होत. पण त्याचे वय आठ वर्षांचे होते. तो अज्ञान होता, म्हणून त्याचा पालक– पिता या नात्याने रामभाऊंनी हा दावा लावला. ते या दाव्यात वादी होते. त्यांचे सरतपासाचे ॲफिडेव्हीट दाखल केले. उलटतपासणीत सर्वच वादींनी त्यांची जबाबदारी कशी नव्हती, यावर भर दिला. यानंतर राहुलची साक्ष घेतली. राहुल अज्ञान असल्यामुळे त्याच्या सरतपासणीसाठी ॲफिडेव्हीट दाखल करता येत नाही, म्हणून तो साक्षीदाराच्या पिंजऱ्यात उभा राहिल्यावर सरतपासासाठी प्रश्न विचारले गेले. ते पुढीलप्रमाणे –

प्रश्न : तुझ्या उजव्या हाताला काय झाले?

उत्तर : दिवाळीच्या सुट्टीत पतंग उडवायला शेजारच्यांच्या गच्चीत आम्ही सर्व मित्र गेलो होतो. तिथे माझ्या उजव्या हाताला विजेच्या तारेचा धक्का बसला. मी बेशुद्ध पडलो.

प्रश्न : तू बेशुद्ध पडलास. पुढे काय झाले, ते तुला केव्हा समजले?

उत्तर : मला भूल दिली होती. ती हळूहळू कमी होत होती. तेव्हा मला एकदम उजवा हात अर्धाच दिसला. मग मी पप्पांना, असे का केले म्हणून विचारले.

प्रश्न : ते काय म्हणाले?

उत्तर : ते म्हणाले, तुला मोठ्ठा शॉक बसला. तुझा उजवा हात काळानिळा झाला. डॉक्टर म्हणाले, 'जिवाला धोका आहे, लगेच अर्धा हात कापावा लागेल. लवकर ऑपरेशन करा.' म्हणून अर्धा हात कापला आहे.

प्रश्न : हे आपल्याला काय झाले म्हणून तुला किती वाईट वाटले?

उत्तर : कसे होते की, माझ्या डाव्या हातालाही थोडे भाजल्यासारखा शॉक बसला आहे. त्या हाताचे हे बघा असे कातडे जळले आहे. आता माझ्या कोपराची हाडे वाढतात, पण हे जळलेले कातडे असते ना, त्यात जीव नसतो. ते वाढत नाही. मग वाढलेली हाडे टोचायला लागतात. मग प्लास्टिक सर्जरीने तिथे मांडीचे कातडे काढून बसवतात. या ऑपरेशनचा फार कंटाळा येतो, ते दुखतेपण खूप. पण पप्पा म्हणतात, आपण कोर्टात दावा लावलाय ना. त्याचा निकाल होईल. मग ज्यांनी लक्ष दिले नाही त्यांना नुकसान झाल्याबद्दल साहेब पैसे भरायला सांगतील. मग आपण ऑटोमॅटिक हात बसवू. तो हात बोटात पेन धरतो, लिहू शकतो, तो माझ्या हाताला बसवायचा आहे. मग मी मोठ्ठा झालो की हा त्रास थांबेल, असे पप्पा म्हणाले.

प्रश्न : तू खूप हुशार आहेस. शाळेत कितवा नंबर मिळवतोस?

उत्तर : हो, पहिला नंबर मिळवतो; पण हात तोडल्यावर अभ्यास कमी झाला. मग पहिला नंबर नाही आला.

प्रश्न : पण मग तू त्या वर्षी परीक्षा कशी दिलीस?

उत्तर : मी एका मुलाला उत्तरे सांगितली. त्याने पेपरवर लिहिले. उत्तरे बरोबर होती, पण त्याचे अक्षर माझ्या अक्षरासारखे चांगले नव्हते. फार हळूहळू लिहीत होता तो. त्यामुळे कमी गुण पडले.

प्रश्न : आता कशी परीक्षा देतो?

उत्तर : पप्पांनी एक शिक्षक ठेवले आहेत शिकवायला. डाव्या हाताने कसे लिहायचे ते शिकवतात. आता मी डाव्या हाताने छान लिहितो.

प्रश्न : मित्र शाळेत, घरी तुला खेळायला घेतात का?

उत्तर : म्हणजे कसे की, दोन हाताने बॉल वगैरे खेळायला मी जात नाही. आपण कशाला जायचे? नाही का? त्यांनाच त्रास. पण मी लंगडी, फुटबॉल, शिवणापाणी खेळायला जातो.

प्रश्न : तुला अर्ध्या हाताचा खूप त्रास वाटतो का?

उत्तर : पप्पा म्हणाले, जिवावर गेले असते. मग वाटते ठीक आहे. हाताचे कसेतरी सांभाळू आपण. नाहीतर असे झाल्यावर काय करणार?

प्रश्न : तुला लहानपणापासूनच इंजिनिअर व्हावे असे वाटते ना?

उत्तर : हो, मी ठरवलं आहे. आता बघू ऑटोमॅटिक हात घ्यायला पैसे खूप लागतात, असे म्हणतात. मिळाले तर मला हात बसवतील पप्पा. मग होईल सगळे चांगले.

राहुलच्या केसमध्ये यानंतर आम्ही विविध साक्षीदार तपासले. नेमका अपघात घडला, तेव्हा तेथे असणारे, नंतर दवाखान्यात नेणारे, या सर्वांची साक्ष घेतली. ट्रिटमेंट देणारे, ऑपरेशन ज्यांनी केले, त्या सर्व डॉक्टरांची साक्ष घेतली. प्लास्टिक सर्जरीचा खर्च, पुढे होणाऱ्या याच ऑपरेशनचा खर्च, याव्यतिरिक्त त्याचा उजवा हात नसल्यामुळे आयुष्यभर या अपंगत्वाचा मानसिक त्रास व नुकसान या सगळ्यांचा साकल्याने विचार करून आम्ही नुकसानभरपाईचा दावा केला आहे. अगदी व्यवस्थितपणे खर्चाचे कोष्टक मांडून, मागणी केलेली रक्कम रास्त आहे. ती आमच्या पक्षकाराला मिळावी, ही अपेक्षा व्यक्त केली.

आमच्या म्हणण्याप्रमाणे घराचे मालक, ग्रामपंचायत व इलेक्ट्रिसिटी कंपनी या तीनही प्रतिवादींनी निष्काळजीपणा केलेला आहे. त्यामुळे ते अपघातास कारणीभूत झालेले आहेत. ते एकत्रितरीत्या या नुकसानभरपाईस जबाबदार (Joint Tort Feasers) आहेत. नुकसानभरपाई देण्याची त्यांची स्वतंत्र व एकत्रित (Joint and Several) जबाबदारी आहे.

आतापर्यंत नुकसान करणारा व नुकसानीची भरपाई मागणारा यांच्या प्रत्यक्ष संबंधांतून निर्माण झालेल्या केसेसचा आपण विचार केला. पण, नेहमी असेच घडते असे नाही. यापेक्षाही वेगळ्या प्रकारच्या घटना घडत असतात. म्हणजे, लहान मुलाच्या हातून दुसऱ्याला नुकसान होणारी घटना घडू शकते. अशा वेळी लहान मूल हे नुकसानभरपाई देण्यास असमर्थ असते. अशा वेळी नुकसानभरपाई त्याच्या पालकांना करावी लागते. त्याचप्रमाणे नोकराने चूक केल्यास किंवा निष्काळजीपणा केल्यास दुसऱ्या व्यक्तीला नुकसान झाले, तर नुकसानीची भरपाई मालकाला करून द्यावी लागते. अशा संबंधाच्या जबाबदारीस व्हिकॅरीअस लायबिलीटी (Vicarious Liability) असे म्हणतात.

विक्रम नावाचा छोटा मुलगा सकाळपासूनच 'सायकल फिरवायची आहे, तू आणून दे' म्हणून आईजवळ हट्ट करत होता. शेवटी आईने दुकानातून छोटी सायकल भाड्याने आणून दिली.

'कॉलनीतच फिरव. बरोबर तुझा मित्र शुभंकर आहे ना? दोघेही नीट सायकल फिरवा.' असे सांगून ती घरात काम करायला निघून गेली. दुपारची वेळ होती. रहदारी कमी होती, म्हणून विक्रमने कॉलनीच्या बाहेर लांबवर सायकल नेली. तिकडे तो पडला. सायकल त्याच्या पायावर पडली. पायाला जखम झाली. रक्त येऊ लागले. तो घाबरला, रडू लागला. तो घराकडे येत असताना शुभंकरने त्याला पाहिले. त्याने त्याचा हात धरून त्याला घरी आणले. आईने त्याला शांत केले. जखमेला औषध लावले. दोघांना खाऊ दिला. जरा वेळ झाल्यावर शुभंकरने विचारले, ''तुझी सायकल कुठे आहे?''

इतका वेळ विक्रम सायकल विसरूनच गेला होता.

तो एकदम म्हणाला, ''मी पडलो म्हणून रडत आलो. सायकल तिथेच रस्त्यात पडली होती.''

मग विक्रम, शुभंकर व आई सायकल आणायला बाहेर पडले. खूप शोधली; पण सायकल सापडेना. आईलाही काही सुचेना. सगळे परत आले, तर दारात सायकलच्या दुकानातला नोकर उभा. एका तासाचे पैसे दिले आणि पाच-सहा तास झाले, तरी सायकल परत केली नाही म्हणून तो चौकशीसाठी आला होता. विक्रमच्या आईने झालेला प्रकार त्याला सांगितला. तो म्हणू लागला, ''एक तर आतापर्यंत झालेल्या भाड्याचे पैसे आणि सायकल द्या, नाहीतर ती हरवली म्हणून तशीच सायकल आणून द्या, नाहीतर दुकानात चला व मालकांना सांगा.''

शेवटी दुकानाचा मालक विक्रमच्या घरी आला, म्हणाला, ''शाळांना सुट्टी मिळाली की भाड्याच्या सायकलवर बराच धंदा होतो. सध्या धंदा चांगला चालण्याचे दिवस. त्यात तुम्ही एका तासाचे पैसे दिलेत. पाच-सहा तास सायकल परत दिली नाहीत. अजून दोन दिवस सायकल शोधणार म्हणता. आम्हांला मात्र तीन दिवसांची खोटी होईल. आत्ताच तुम्ही सायकलचे पैसे द्या.''

शेवटी त्याने विक्रमच्या आईकडून सायकलचे पैसे घेतले.

चूक विक्रमची होती. पण तो लहान होता. त्याने निष्काळजीपणा केला होता, म्हणून सायकल हरवली होती. लहान मुलाच्या चुकीने, निष्काळजीपणाने झालेले नुकसान त्याच्या पालकांना म्हणजे या घटनेत आईला भरून द्यावे लागले.

ही घटना किती साधी होती पाहा –

संध्याकाळी मुले घराजवळच शिवणापाणी खेळत होती. अंगाने जाड असलेल्या एका मुलावर राज्य आले. तो मित्रांपैकी कोणालातरी आऊट करण्यासाठी धावत होता. एक मुलगा त्याच्यापासून थोड्या अंतरावर पळत होता. याने त्याला जोरात पाठीत मारले. तो खाली पडला. त्याच्या हाताला फ्रॅक्चर झाले. सुरुवातीला हे कळले नाही. त्याच्या हाताला जोरात लागल्याने तो हात धरून रडू लागला. हात सुजला आणि खूपच दुखू लागला. त्याची आई आली. 'काय झाले, कोणी केले' वगैरे चौकशी सुरू झाली. पाडणाऱ्या मुलाची आई तेथे आली.

दोघांच्या आया जोरजोरात बोलू लागल्या. मुलांना काय करावे समजेना. शेवटी, अजून दोघीजणी तिथे आल्या. हाताला लागलेला मुलगा, त्याची आई, पाडणाऱ्याची आई डॉक्टरांकडे

गेले. हात फ्रॅक्चर झाला, असे डॉक्टरांनी सांगितल्यामुळे प्लास्टर घातलेला हात गळ्यात अडकवून बिचारा तो मुलगा मुकाट्याने घरी आला. तिथे मात्र, पाडणाऱ्या मुलाच्या आईने डॉक्टरांचे बील स्वतःच्या हातात घेतले आणि 'पैसे आणून देते हं!,' असे स्वतःहूनच म्हणाली.

या दोन्ही घटना अगदी साध्या. त्यात नुकसानभरपाईसुद्धा फार मोठ्या रकमेची नाही. फक्त ती कोणी द्यायची यावर मतभेद होता. कायदा माहीत नसला तरी माणुसकीच्या विचारामुळे ही भांडणे मिटली. फार मोठे स्वरूप धारण न करता, न्यायालयात न जाता, सरळ व्यवहाराचा विचार करून काही भांडणे सोडवली जातात. मला व्हिकॅरिअस लायबिलीटी या कायद्याचा विचार या दोन घटनांद्वारे स्पष्ट करायचा होता. यासाठी मुलांची जबाबदारी पालकांवर, त्यांच्या आईवडिलांवर कशी येऊ शकते, याबाबत उदाहरणाद्वारे सांगायचे होते.

व्हिकॅरिअस लायबिलिटी (Vicarious Liability)

दुसऱ्याकरिता जबाबदारी सोसणारी, दुसऱ्याची जागा घेणारी व्यक्ती, या कायद्याचा विचार करताना लहान मुले आणि त्यांचे पालक यांच्या नात्याचा विचार आपण केला.

या दुसऱ्या प्रकारात मालक आणि नोकर या नात्याचा विचार केलेला आहे. नोकराच्या चुकीमुळे दुसऱ्याचे नुकसान झाले तर त्याची भरपाई मालकाकडून वसूल करता येते. अशा वेळी नुकसानभरपाई करणाऱ्या व्यक्तीची जबाबदारी प्रातिनिधिक (vicarious) असते.

समजा, एक ड्रायव्हर गाडी चालवत असताना त्या गाडीला अपघात झाला, त्यामुळे प्रवाशांपैकी एक-दोन जण मृत्युमुखी पडले, काहींना दुखापत झाली. ज्या प्रवाशांचे नुकसान झाले, त्यांना त्या नुकसानीची भरपाई मालकाकडे मागता येते. गाडीच्या मालकाने गाडीचा इन्शुरन्स केलेला असेल, तर मालकाची जबाबदारी इन्शुरन्स कंपनीकडे जाते. पण, गाडीचा इन्शुरन्स काढलेला नसेल, तर मालकाला नुकसानभरपाईसाठी किती त्रास होऊ शकतो, ते आपण पाहू.

ही ॲक्सिडेंट क्लेमची केस १७-१८ वर्षांपूर्वीची आहे. एक २९-३० वर्षांच्या बाई एका जुन्या लुनावरून रस्त्यावरून चालल्या होत्या. वेळ दुपारची असल्याने रस्त्यावर गर्दी नव्हती. एक पाठीत वाकलेले आजोबा डोक्यावर छोटीशी टोपली घेऊन जांभळे विकत चालले होते. आजोबांनी, बाईंना न पाहता रस्ता ओलांडण्याचा प्रयत्न केला. बाईंनी गाडीला लगेच ब्रेक लावण्याचा प्रयत्न केला, पण पुढच्या टायरचा पुसटसा धक्का लागून आजोबा खाली पडले व बेशुद्ध झाले. रस्त्यावरच्या लोकांनी लगेच त्यांना जवळच्या दवाखान्यात नेले. बाईपण दवाखान्यात गेल्या होत्या. त्या घाबरल्या होत्या. संध्याकाळी तीन-चार माणसे घरी आली आणि म्हणाली, "ताबडतोब ५०० रुपये द्या."

बाई लहान मुलांच्या शिकवण्या घेत होत्या. त्यांचे पती खासगी नोकरी करत होते. आर्थिक परिस्थिती बेताची होती. त्यांनी कसेबसे पैसे गोळा करून दिले. पुन्हा दुसऱ्या दिवशी संध्याकाळी माणसे येऊन पैसे मागू लागली आणि म्हणाली, "नाही दिलेत, तर तुमचा मुलगा कोणत्या मॉन्टेसरीत जातो, ते आम्हांला माहीत आहे."

हे ऐकल्यावर ते पती-पत्नी घाबरले व सल्ल्यासाठी आमच्याकडे आले.

त्यांना आम्ही सांगितले की, "असे रोज येऊन पैसे मागणारे लोक कोण आहेत, हे आपल्याला

माहीत नाही. तेव्हा, तुम्ही त्यांच्या घरातील कोणालातरी घेऊन या. त्यांना कोर्टात ॲक्सिडेंट क्लेम दाखल करायला सांगू. एकदा प्रकरण कोर्टात गेले की न्यायालय नुकसानभरपाईचा जो हुकूम देईल, त्याप्रमाणे आपण पैसे भरू. म्हणजे रोजची पैसे मागण्याची गोष्ट राहणार नाही.''

आजोबा दवाखान्यात असताना दोन दिवसांतच मृत्यू पावले. त्यांच्या पत्नीच्या वतीने न्यायालयात क्लेम दाखल केला गेला. अशा क्लेममध्ये इन्शुरन्स कंपनी, मालक आणि ड्रायव्हर यांना विरुद्ध पार्टी म्हणून घ्यावे लागते. पण, या बाईंच्या गाडीचा इन्शुरन्स नव्हता. तसेच मालक आणि ड्रायव्हर त्या स्वतःच होत्या. म्हणून फक्त त्यांच्याविरुद्ध हा क्लेम दाखल केला गेला.

असा क्लेम दाखल करताना एक नुकसानभरपाईचा अंतरिम अर्जसुद्धा (Interim Application) दाखल केला जातो. विरुद्ध पार्टीच्या व्यक्तीला (opponents) या वादाची नोटीस बजावली गेली. अशा अर्जावर दोन्ही वकिलांचे युक्तिवाद झाल्यावर न्यायालय हुकूम करते. ज्याने क्लेम दाखल केला आहे, त्याला गंभीर दुखापत झाली असेल, तर न्यायालय कोणाची चूक आहे, याचा विचार न करता (No Fault Claim) ज्याच्या विरुद्ध हा क्लेम केला आहे त्याने २५ हजार रुपये द्यावेत, असा हुकूम होतो.

एखाद्या अपघातात व्यक्ती मरण पावली असेल, तर त्या वेळी त्याच्यावर अवलंबून असलेल्या (dependent) व्यक्तींना असा क्लेम दाखल करता येतो. पती अपघातात मृत्यू पावल्यास त्याची आई, पत्नी आणि मुले हा क्लेम दाखल करू शकतात. अशा वेळी नो फॉल्ट क्लेमची रक्कम ५० हजार रुपये असते.

या क्लेममध्ये आजोबांचा मृत्यू झाला होता. म्हणून त्यांच्यातर्फे हा क्लेम दाखल केलेला होता. त्याबरोबर अंतरिम अर्ज दाखल केला होता. ती नोटीस बाईंना बजावल्यावर या अर्जाची सुनावणी झाली. या केसमध्ये आजोबांचा मृत्यू झाला होता. म्हणून अपघाताप्रमाणे ५० हजार रुपये बाईंनी, क्लेमंट (आजी) यांना द्यावेत, असा हुकूम केला गेला.

बाईंनी गाडीचा इन्शुरन्स काढलेला नव्हता, म्हणून पैसे भरण्याची जबाबदारी मालक म्हणून त्यांच्यावर आली होती. ही रक्कम बाईंना त्या काळात भरणे फारच त्रासदायक झाले. कर्ज काढून कोणाकडून उसने पैसे आणून त्यांनी ते कोर्टात भरले. त्यानंतर या क्लेममध्ये कोणीच क्लेमंटतर्फे न्यायालयात आले नाही. कालांतराने तो क्लेम निकाली झाला. ही केस टॉर्ट्सच्या कायद्याप्रमाणे, केवळ नुकसानभरपाईसाठीची केस होती.

अशा केसेसमध्ये दुसरा भाग असा असतो, की ड्रायव्हरने अति वेग आणि निष्काळजीपणा केला यासाठी पोलीस त्याच्यावर फौजदारी गुन्हा दाखल करतात. लुनाच्या ड्रायव्हरही बाई होत्या. त्यामुळे त्यांच्यावर फौजदारी खटला दाखल झाला. क्लेममधून बाईंची जबाबदारी संपली होती. पण या फौजदारी केसच्या न्यायालयात तारखा चालू होत्या.

एकदा या बाई आमच्या ऑफिसमध्ये आल्या व म्हणाल्या, ''या फौजदारी खटल्याचे काम केव्हा सुरू होणार? कारण मी सहा-सात महिन्यांची प्रेग्नंट आहे. पुढे मला कोर्टात येणे मुश्कील होईल. तर मग आपण काय करू शकतो?''

मी जजसाहेबांना बाईंची अडचण सांगून खटल्याचे कामकाज लवकर घेण्याची विनंती केली. त्याप्रमाणे खटला लवकर सुरू झाला. सरकारतर्फे या खटल्यात प्रत्यक्षदर्शी दोन साक्षीदार होते.

पैकी एक साक्षीदार नोकरीतील बदलीमुळे पुण्याहून दूर असल्याने कोर्टात साक्षीला आला नाही. दुसऱ्या साक्षीदाराला घटनेचे जे तपशील उलटतपासणीत विचारले, ते सांगता आले नाहीत. एका प्रश्नाचे उत्तर देताना ते म्हणाले, ''अपघाताच्या वेळी मी त्यांच्या मागून बऱ्याच अंतरावरून येत होतो. बाईंच्या गाडीचा धक्का आजोबांना लागला की नाही, हे मला दिसले नाही.''

याशिवाय, जागेचा पंचनामा झाला होता. त्यातील एक साक्षीदार साक्ष देण्यास कोर्टात आला. त्याने उलटतपासात पुढीलप्रमाणे उत्तरे दिली : ''घटना घडल्यानंतर दोन दिवसांनी पंचनामा आला. जागेवर गाडीच्या टायरचे मार्क्स दिसत नव्हते. बाईची गाडी रस्त्याच्या डाव्या बाजूने जात होती, हे म्हणणे मला बरोबर वाटते. गाडी वेगाने चालली नव्हती, हे म्हणणे बरोबर आहे. मी गाडी पाहिली आहे. ती खूपच जुनी आहे, हे म्हणणे बरोबर आहे.''

यानंतर फिर्यादी सरकारचे साक्षीदार संपले. खटल्यातील फिर्यादीच्या वकिलांच्या साक्षीतून बाईंच्या गाडीचा धक्का आजोबांना लागला व ते पडले ही घटना सिद्ध झाली नाही. तसेच पंच यांच्या साक्षीतून आरोपी बाई रस्त्याच्या मधोमध अतिशय वेगाने आणि निष्काळजीपणाने गाडी चालवत होत्या, हेही सिद्ध झालेले नाही. आरोपी बाईंवर फिर्यादी सरकारी पक्षाला कोणताच गुन्हा सिद्ध करता आलेला नाही. सबब आरोपीला निर्दोष ठरवून तिची सुटका केली आहे, असा जजसाहेबांनी निकाल दिला.

इतके दिवस झालेला प्रचंड मानसिक ताण मनात साठवून निकाल काय होणार म्हणून घाबरून आरोपीच्या पिंजऱ्यात बसलेल्या बाईंना रडू आवरेना. त्या पुढे आल्या आणि श्री. देवांना नमस्कार करण्यासाठी वाकल्या, तिथेच त्या बेशुद्ध झाल्या. पहिलाच अपघात, क्लेम, कर्ज, पैशांसाठी केलेली धावपळ, नंतर हा फौजदारी खटला. त्यांना हा ताण सहन झाला नाही.

अशी वेळ त्यांच्यावर का आली? आपण वाहने चालवतो. पण त्याचा इन्शुरन्स संपलेला नाही ना, याकडे नीट लक्ष देतो का? देत नसल्यास आणि इन्शुरन्स नसलेली गाडी चालवण्यात केवढा धोका आहे, ते नीट लक्षात घेतले पाहिजे. लक्षावधी रुपयांचे नुकसानभरपाईचे क्लेम असतात. इन्शुरन्स नसेल, तर खूप मोठ्या रकमेची जबाबदारी, नुकसानभरपाई करणाऱ्यावर येऊ शकते. त्याचप्रमाणे गाडी चालवण्याचे लायसेन्स चालू आहे ना, याचीही दक्षता बाळगणे आवश्यक आहे. लायसेन्स नसेल, तर इन्शुरन्सचा उपयोग नाही. निष्काळजीपणा व बेफिकीरपणा अनेक दुर्घटना घडण्यास कारणीभूत होतो. हे दोष नुकसान करणाऱ्याबरोबर नुकसान होणाऱ्याचेही असू शकतात.

नुकसानभरपाई ठरवण्यासाठी मार्गदर्शक तत्त्वे

- **मिळकतीचे नुकसान झाल्यास :** प्रत्यक्ष झालेले नुकसान, मानसिक त्रास वगैरेचा विचार करून व्याजासह नुकसानभरपाई मिळू शकते.
- **शारीरिक दुखापत झाल्यास :** ती बरी होण्यासाठी लागणारा खर्च, दुखापतीमुळे झालेली शारीरिक हानी, अपंगत्व, त्यामुळे पुढील आयुष्यात होणारे आर्थिक नुकसान, मानसिक त्रास वगैरेचा विचार केला जातो. अशा व्यक्तीच्या वयाचा व त्याच्या उत्पन्नाचा किंवा पगाराचा विचार केला जातो. नुकसानभरपाईची रक्कम ठरवताना गणिती काटेकोरपणा नसतो, त्याचा ढोबळमानाने विचार होतो.

- **अपघातात मृत्यू झाल्यास :** नुकसानभरपाईसंबंधी वेगळ्या पद्धतीने विचार केला जातो.
  १. मृत्यू पावलेल्या व्यक्तीचे वय, त्याचे महिन्याचे उत्पन्न किंवा पगार, त्याच्यावर अवलंबून असणाऱ्या व्यक्तींची संख्या, त्याच्या कमवत्या आयुष्याची मर्यादा यांचा मुख्यत्वे विचार होऊन दवाखान्यातील उपचारांचा (त्याला दवाखान्यात ॲडमिट केले असेल तर) खर्च, मृत पावला असेल तर अंत्ययात्रेचा खर्च वगैरेचा विचार केला जातो.
  २. अपघातात मृत्यू पावलेल्या व्यक्तीवर अवलंबून असलेल्या व्यक्तींचा प्रामुख्याने विचार केला जातो. मुलींची लग्ने, मुलांचे शिक्षण, म्हाताऱ्या आईवडिलांचा खर्च याचा विचार होऊन नुकसानभरपाईची रक्कम ठरवली जाते.
  ३. मृत्यू पावलेल्या व्यक्तीने, अवलंबून असलेल्या व्यक्तींना किती वर्षे आर्थिक आधार दिला असता याचा सरासरीने गुणक (multiplyer) काढला जातो. उदाहरणार्थ, ३५ वर्षांची कमावती व्यक्ती अपघातात मृत्यू पावल्यास, ६० वर्षांपर्यंत त्याने आर्थिक कमाई केली असती, असे गृहीत धरून, त्याच्यावर पत्नी, दोन मुले आणि आईवडील अवलंबून असतील तर त्यांचा खर्च आणि त्याने स्वतः साठी किती खर्च केला असता, याचा विचार करून गुणक काढला जातो. अशा गुणकाचे कोष्टकही दिलेले असते.
  ४. नुकसानभरपाई ठरवताना मृत्यू पावलेल्या व्यक्तीने त्याचा स्वतःचा जीवन विमा (लाईफ इन्शुरन्स) काढलेला असेल, तर त्या रकमेचा विचार, नुकसानभरपाईची रक्कम ठरवताना केला जात नाही.

मोटारवाहन चालवताना हेल्मेट घालणे, दारू न पिता गाडी चालवणे, वाहतुकीचे नियम पाळणे आवश्यक आहे.

या कायद्याप्रमाणे नुकसानभरपाई मिळाली, तरी अपघाताने आलेले अपंगत्व किंवा कोणाचा मृत्यू झाला, असे कधीही न भरून निघणारे अनेक प्रकारचे नुकसान होते.

इतर कायद्यांच्या मानाने लॉ ऑफ टॉर्ट्स या कायद्याखाली खूपच कमी केसेस न्यायालयात दाखल होतात. वाचकांना या कायद्याची विस्ताराने माहिती व्हावी, यासाठी विविध प्रकारच्या केसेसचा समावेश या प्रकरणात केला आहे. त्यामुळे या कायद्याची संकल्पना वाचकांना सहज समजू शकेल.

मुदतीचा कायदा, १९६३
Law of Limitation, 1963

मुदतीचा कायदा (Law of Limitation) प्राचीन भारतात नव्हता; मात्र काही प्रमाणात मुदतीचे नियम होते. त्या वेळी भारतात मुख्यत्वेकरून जमीन अथवा शेतजमीन एवढीच स्थावर मिळकत समजली जात असे. स्थावर मिळकतीवर २० वर्षांचा ताबा असल्यास ती व्यक्ती मालक होत असे. कोणी तक्रार न केल्यास दुसऱ्याची मिळकत एखाद्या व्यक्तीच्या ताब्यात असल्यास २० वर्षांनी ती व्यक्ती त्या मिळकतीची (प्रॉपर्टीची) मालक ठरत असे. त्याला बोलीभाषेत 'जंगल वहिवाट' असा शब्दप्रयोग आहे.

मात्र, ब्रिटिश राजवटीत मुंबई, चेन्नई, कोलकाता या तीन प्रेसिडेन्सी टाऊनमध्ये मुदतीचा कायदा प्रथम अमलात आला. नंतर तो हळूहळू इतर प्रांतातही लागू झाला. प्रथमतः १८७१मध्ये सर्वांना लागू होईल असा मुदतीचा कायदा अस्तित्वात आला. तो नंतर १८७७, १८८८, अशा दुरुस्त्या होऊन शेवटी १९०८मध्ये मुदतीचा नवीन कायदा अस्तित्वात आला. त्यानंतर जवळजवळ ५० वर्षांनी सध्याचा मुदतीचा कायदा, लॉ कमिशनच्या शिफारशीनुसार १९६३मध्ये अस्तित्वात आला.

मुदतीचा कायदा हा समाजस्वास्थ्य (Public Policy) आणि कामात दिरंगाई न होता गतिमानता यावी म्हणून केला. या कायद्याने कोणतीही जबाबदारी किंवा कोणताही हक्क निर्माण होत नाही. उलट, जबाबदारीवर किंवा हक्कावर निर्बंध येतात. दावे दाखल करणाऱ्याने आपल्या हक्काबाबत जागरूक राहावे हे सयुक्तिक आहे. जे आपल्या हक्काबाबत जागरूक नसतात, त्यांना कायदा मदत करत नाही.

मुदतीचा कायदा हक्काबाबत बंधनकारक असतो, तो बचावासाठी नसतो. हा कायदा केवळ तांत्रिक किंवा प्रोसिजरचा नाही. या कायद्याने प्रत्येक हक्काच्या मागणीसाठी ठरावीक मुदत घातली आहे. जर ठरावीक मुदतीत हक्काबाबत कारवाई केली नाही, तर त्या हक्कावरील उपाय संपुष्टात येतो. जुनाट मागण्या कायद्याने मान्य केल्यास न्यायाऐवजी अन्यायच होईल. (एखाद्याने दुसऱ्या व्यक्तीस उसने पैसे दिले. आणि ते त्याने परत केले नसतील तर देणाऱ्याने ती रक्कम तीन वर्षांच्या आतच त्याला मागावी लागते. तशी न दिल्यास तीन वर्षांच्या आत त्या व्यक्तीवर दावा दाखल करावा लागतो). मुदतीचा कायदा उपाय करण्याची मुदत वाढवत नाही; तर हक्कावर मुदतीचे बंधन आणतो.

हा मुदतीचा कायदा (लिमिटेशन ॲक्ट) दोन भागांत विभागला गेला आहे. पहिल्या भागात मुदतीचा कायदा कसा लागू होतो याची माहिती (त्यातील कलमांद्वारे) दिलेली आहे. दुसऱ्या भागात कोणत्या दाव्यासाठी किती मुदत असते व ती केव्हा सुरू होते, याचे मोठे कोष्टक दिले आहे.

१. समजा, एखाद्या दाव्यासाठी एक वर्षाची मुदत असेल आणि ती मुदत ज्या दिवशी संपते त्या दिवशी न्यायालयाला सुट्टी असेल तर तो दावा त्याच्या दुसऱ्या दिवशी दाखल करता येतो किंवा एक वर्षाची मुदत संपते त्याच्या दुसऱ्या दिवसापासून जितके दिवस न्यायालयाला सुट्टी असेल, ती सुट्टी संपल्यावर न्यायालय सुरू होण्याच्या पहिल्याच दिवशी असा दावा दाखल करता येतो. अशा दाव्यास मुदतीची बाधा येत नाही.

२. मूळ कोर्टात दाव्याचा निकाल ज्याच्या विरुद्ध होतो त्याला अपील करायचे असल्यास, त्याला दाव्याच्या निकालाच्या (Judgment and Decree) सही-शिक्क्याच्या (certified) नकला न्यायालयात निकाल झाल्यावर अर्ज करून घ्याव्या लागतात, असा अर्ज निकालानंतर लगेच, लवकरात लवकर म्हणजे निकालाच्या दिवशी किंवा दुसऱ्या दिवशी करता येतो. यानंतर नकला मिळण्यास जेवढे दिवस लागतील, त्यानंतर ३० दिवसांच्या आत जिल्हा न्यायालयात अपील करता येते. याच पद्धतीने जिल्हा न्यायालयाच्या निकालावर उच्च न्यायालयात अपील करायचे असल्यास, निकाल मिळालेल्या तारखेस, नकलांसाठी अर्ज केला असल्यास नकला मिळाल्यानंतर, ९० दिवसांत अपील करायचे असते.

   समजा, दाव्याच्या किंवा अपिलाच्या नकला वेळेवर मिळाल्या; परंतु काही अडचणींमुळे मुदतीत अपील दाखल केले गेले नाही, तर अपील दाखल करायला का उशीर झाला, याबाबत सयुक्तिक कारण दिल्यास व ते कोर्टात सिद्ध झाल्यास अपील दाखल करण्यास झालेला उशीर माफ (Delay Condon) होऊ शकतो.

दाव्यासाठी मुदतीचे बंधन कधी येते किंवा येत नाही?

- कोणत्याही हक्काबाबत दावा करण्यासाठी मुदतीचे बंधन असते. असा दावा दाखल करण्यासाठी मुदतीच्या कायद्यात सांगितल्याप्रमाणे ठरावीक काळातच तो दाखल करावा लागतो. मुदतीबाहेर गेलेला दावा कितीही सत्य असला, तरी तो 'दिलेल्या मुदतीच्या बाहेर गेला' या कारणावरून रद्द होऊ शकतो.
- समजा, दाव्याच्या निकालानंतर पुढील कारवाई करण्यास उशीर झाला, तर उशीर होण्याचे सयुक्तिक कारण दिल्यास व ते न्यायालयात सिद्ध झाल्यास, असा उशीर माफ होऊ शकतो.
- एखाद्या गोष्टीतील वाद अनेक वर्षे सतत चालू राहिल्यास बरेच वेळा मुदतीच्या कायद्याचे बंधन येत नाही. उदाहरणार्थ, वाटपाच्या संबंधात अनेक वर्षे वाद चालू असला, तर वाटपाचा दावा केव्हाही करता येईल किंवा मालकाच्या ताब्यास सतत हरकत चालू असल्यास, ती थांबवण्यासाठी केव्हाही दावा करता येईल.
- लाभार्थींना ट्रस्टींविरुद्ध दावा करण्यास मुदत लागत नाही. त्याचे सयुक्तिक कारण असे आहे की, ट्रस्टी कधीच मिळकतीचा मालक नसतो. लाभार्थी हाच खरा मालक असतो. त्याचे मालकीबाबतचे हक्क कालातीत असतात. म्हणून त्याला ट्रस्टीविरुद्ध दावा करण्यास मुदतीची बाधा येत नाही.
- दावा दाखल करताना तो चुकीच्या न्यायालयात दाखल झाल्यानंतर तो योग्य न्यायालयात दाखल करावा लागल्यास, चुकीच्या न्यायालयात दावा केलेली तारीख विचारात घेतली जाते. कारण वादीने जरी चुकीच्या

न्यायालयात दावा दाखल केला, तरी ती कारवाई मुदतीतच केली आहे, ही गोष्ट गृहीत धरली जाते.

- दावा करण्यास किंवा हुकूमनाम्याची कारवाई करण्यास न्यायालयाने मनाईहुकूम (injunction) केला असेल किंवा तहकूब (stay) केला असेल, तर असा हुकूम रद्द होईपर्यंत दरम्यानचा काळ प्रकरण दाखल करण्यासाठी मुदतीसाठी धरला जात नाही.
- एखाद्या व्यक्तीस त्याची फसवणूक केली गेली, या कारणावरून दावा करायचा असेल तर फसवणुकीची माहिती मिळाल्यानंतर त्या दाव्याची मुदत सुरू होते.
- प्रत्येक दावा दाखल करण्यासाठी या कायद्यात मुदत दिलेली आहे. ती मुदत संपण्यापूर्वी व्यवहार पूर्ण करणाऱ्याची जबाबदारी असते. अशी जबाबदारी असणाऱ्याने लेखी स्वरूपात कबुली दिल्यास त्यानंतर कायद्यात दिलेली मुदत पुन्हा सुरू होते.
- बँकेत किंवा दुकानदाराकडे खाते चालू असल्यास त्याचे शेवटच्या व्यवहारापासून मागील कितीही वर्षांची बाकी असली, तरी शेवटच्या व्यवहारापासून कायद्याप्रमाणे मुदत लागू होते.
- एखादी घटना घडल्यावर, त्याच वेळी नुकसान झालेले नसेल; परंतु कालांतराने त्या घटनेच्या परिणामामुळे नुकसान झाले असेल, तर नुकसान झालेल्या दिवसापासून न्यायालयीन कारवाईची मुदत सुरू होते.
- झालेल्या व्यवहाराच्या दस्तांमध्ये इतर कोणत्याही कालमापनाप्रमाणे (तिथी, सन) मुदत घातली असली तरी इंग्लिश कॅलेंडरप्रमाणे त्याची कालमर्यादा ठरवली जाते.
- वहिवाटीचा हक्क, कुठल्याही हरकतीशिवाय, विरोधाशिवाय सतत २० वर्षे चालू असेल तर तो हक्क कायम होतो. वहिवाटीच्या हक्कावर कोणी वाद केल्यास वहिवाटीचा हक्क प्राप्त झाल्यावर (२० वर्षांनंतर) जेव्हा वाद होईल तेव्हापासून दोन वर्षे पूर्ण होण्याच्या आत दावा दाखल करावा लागतो.

प्रत्येक व्यवहारात कोर्ट-कारवाई करण्यासाठी कालमर्यादा निश्चित केलेली आहे. त्या मर्यादेनंतर कार्यवाही करता येत नाही. कारण, कालमर्यादेनंतर हक्क संपुष्टात येतो. हे तत्त्व मुदतीच्या कायद्यामध्ये स्पष्ट केले आहे. त्यामुळे दावा दाखल करताना मुदतीचे भान ठेवणे आवश्यक आहे. दावा मुदतीत कसा आहे, हे कोर्टात दाखल करण्याच्या प्रत्येक प्रकरणात स्पष्ट करावे लागते.

वेगवेगळ्या कारवायांसाठी वेगवेगळी पद्धत

आतापर्यंत आपण कोर्ट प्रकरणात मुदत कशी लागू होते याबद्दल माहिती घेतली. आता काही महत्त्वाच्या व्यवहारांमध्ये कोणत्या कारवाईसाठी किती मुदत दिलेली आहे व ती केव्हापासून सुरू होते, याची माहिती घेऊ.

पैशाच्या वसुलीच्या व हिशेबाच्या व्यवहारांमध्ये सर्व ठिकाणी तीन वर्षांची मुदत दिलेली असून, ती लागू होण्याचा काळ वेगवेगळा दिलेला आहे. उदाहरणार्थ, एखाद्या कामाच्या मोबदल्याची वसुली असेल, तर ते काम पूर्ण झाल्यानंतर मुदत सुरू होते. तसेच उसने दिलेले पैसे ठरलेल्या मुदतीत न दिल्यास त्यानंतर तीन वर्षांत वसुलीसाठी दावा करता येतो. भाड्याच्या वसुलीसाठी भाड्याच्या थकीत तारखेपासून तीन वर्षांत भाड्याची मागणी करता येते.

कराराची पूर्तता करण्यासाठी करारात दिलेल्या तारखेपासून किंवा अशी तारीख नसल्यास, व्यवहाराची पूर्तता करण्यास नकार दिलेल्या तारखेपासून तीन वर्षांत कारवाई करता येते. तसेच करारासंबंधी कोणतीही कारवाई करायची झाल्यास किंवा कराराप्रमाणे वसुली करायची झाल्यास तीन वर्षांची मुदत दिली आहे. तथापि, अशी मुदत सुरू होण्याची वेळ पुढीलप्रमाणे वेगवेगळी आहे :

१. कराराप्रमाणे उसनवार रक्कम दिली असेल आणि परत करण्यासाठीची मुदत त्या करारात घातली नाही, तर रक्कम दिल्यापासून तीन वर्षांत कारवाई करावी लागते. मुदत दिली असेल तर ती संपल्यावर तीन वर्षाच्या आत रक्कम मागता येते.
२. जीवन विमा (इन्शुरन्स पॉलिसी) परिपक्व (मॅच्युअर) होण्यापूर्वी ती व्यक्ती मृत्यू पावली, तर त्याच्या मृत्यूच्या दिवसापासून तीन वर्षांच्या आत रक्कम मागता येते किंवा विमा कंपनीने पॉलिसी नाकारल्यावर तीन वर्षांच्या आत रक्कम मागता येते.
३. एखादा दस्त फसवणूक करून घेतला असल्यास, 'फसवणूक करून घेणाऱ्यास' फसवले गेल्याचे कळल्यानंतर तीन वर्षांच्या आत दस्त रद्द करण्याचा दावा करता येतो.
४. हुकूमनाम्यासंबंधी व दस्तासंबंधी दावे-दस्त अथवा हुकूमनामा रद्द करण्यासंबंधी तो बेकायदेशीर असल्याचे माहीत झाल्यावर तीन वर्षांच्या आत दावा करावा लागतो. वडिलांनी अज्ञान व्यक्तीची प्रॉपर्टी विकल्यानंतर अज्ञान व्यक्तीने तो सज्ञान झाल्यावर तीन वर्षांच्या आत दावा दाखल करावा लागतो.
५. **स्थावर मिळकतीसंबंधीचे दावे :** गहाण (mortgage) ठेवलेली प्रॉपर्टी सोडवण्यासाठी ३० वर्षांच्या आत दावा करावा लागतो. मालक नसताना एखाद्या व्यक्तीच्या ताब्यात एखादी स्थावर प्रॉपर्टी असेल आणि बळजबरीने दुसऱ्याने त्याचा ताबा घेतला, तर तो ताबा परत मिळवण्यासाठी ती व्यक्ती १२ वर्षांत दावा दाखल करू शकते.
६. **जंगम वस्तूबद्दल (movable property) दावे करण्याबाबत :** चोरलेल्या / बळकावून घेतलेल्या वस्तू परत घेण्यासाठी तीन वर्षांच्या आत दावा करावा लागतो.
७. **नुकसानभरपाईसंबंधीचे दावे करण्याबाबत :** नुकसानीची घटना घडल्यापासून एका वर्षाच्या आत.

ट्रस्टसंबंधीच्या अथवा ट्रस्ट प्रॉपर्टीसंबंधीच्या दाव्याबाबत वेगवेगळ्या मुदती आहेत.
१. अग्रहक्काने (Right of Pre-emption) एखादी प्रॉपर्टी खरेदी करण्याचा अधिकार एखाद्या व्यक्तीला असताना दुसऱ्या व्यक्तीने ती प्रॉपर्टी खरेदी केली, तर अग्रहक्काने खरेदी घेणारी व्यक्ती एका वर्षाच्या आत त्याच्या अग्रहक्कासाठी दुसऱ्यावर दावा लागू शकते.
२. वेडेपणात विकलेली प्रॉपर्टी परत घेण्यासाठी, ती वेडी व्यक्ती, शहाणी झाल्यावर तीन वर्षांच्या आत दावा करू शकते.

ज्या दाव्यासाठी कायद्यात मुदत दिलेली नसेल त्यासाठी तीन वर्षांची मुदत असते.

न्यायालयात विविध दावे, अपील, अर्ज वगैरे दाखल करण्याच्या प्रोसिजरला मुदती दिल्या आहेत. मूळ किंवा सुरुवातीच्या (Trial Court) कोर्टात दाव्याचा निकाल झाल्यानंतर त्याच दिवशी न्यायनिर्णय व हुकूमनामा मिळवण्यासाठी कोर्टात अर्ज केला, तर अशा कोर्टाच्या सही-शिक्क्याच्या नकला मिळाल्यानंतर ३० दिवसांच्या आत जिल्हा न्यायालयात अपील करता येते. नकला मिळण्यासाठी कोर्टात अर्ज करण्यासाठी जेवढा उशीर होईल, तितके दिवस नकला मिळाल्यावर अपील करण्याच्या ३० दिवसांच्या मुदतीतून वजा करून अपील वेळेत दाखल करावे लागेल.

उच्च न्यायालयात अपील दाखल करण्यासाठी जिल्हा न्यायालयाचा निकाल मिळाल्यानंतर ९० दिवस मुदत दिलेली आहे.

अशी मुदत कायद्यात दिलेली असताना अपील वेळेत दाखल करणे एखाद्या सयुक्तिक कारणामुळे शक्य

झाले नाही, तर तसे योग्य सयुक्तिक कारण न्यायालयापुढे मांडले आणि ते सिद्ध केल्यानंतर न्यायाधीशांना पटले, तर अपिलासाठी झालेला उशीर माफ होऊ शकतो.

दावा करताना मुदतीच्या कायद्याचा पुरेपूर विचार करणे आवश्यक आहे. दावा कितीही खरा असला तरी तो ठरलेल्या मुदतीबाहेर असेल तर त्याच्या खरेपणाचाही विचार होत नाही. मुदतीनंतर दावा केल्यास 'बैल गेला झोपा केला' अशी अवस्था होऊ शकते.

महाराष्ट्र महसूल अधिनियम

Maharashtra Land Revenue Code

भारतातील महसूल पद्धतीचा इतिहास

ब्रिटिशांचा कारभार भारतात सुरू होण्यापूर्वी भारतात अनेक स्वतंत्र राज्ये होती. संपूर्ण भारताला जोडणारी अशी कोणतीही एक कार्यपद्धती नव्हती. पूर्वी स्थावर मिळकत म्हणजे शेतजमीन, भूभाग ही मोठी मिळकत समजली जात असे. अशा जमिनींवर व पिकांवर राजाचा कारभार चालत असे. प्राचीन काळापासून कोणताही राज्यकारभार जनतेने दिलेल्या करांवर चालत असे. लढाईच्या अथवा संकटाच्या दरम्यान असा कर वाढवला जाई. सुमारे ३००-४०० वर्षांपूर्वी पिकाच्या स्वरूपात कर घेतला जात असे. लढायांमध्ये होणाऱ्या तहांमध्ये जेत्या पक्षास, हरलेल्या पक्षाने राज्यातील कराचा काही भाग (चौथाई वगैरे) देण्याविषयी अटी असत. राज्याचा कारभार मुख्यतः महसुलीची पद्धत, महसूल वसुलीवर चालत असे. अनेक ठिकाणी उत्पन्नाचा सहावा हिस्सा राज्यकर्त्याला द्यावा लागत असे. राज्यकर्त्यांच्या अखत्यारीतील सर्व प्रदेश त्यांच्या मालकीचा असे व शेतकरी राजाच्या वतीने शेती करत असत, म्हणून त्यासाठी राजाला उत्पन्नाचा काही भाग देणे आवश्यक असे.

सम्राट अकबराच्या राज्यात तोडरमल नावाच्या अधिकाऱ्याने जमिनीची मोजणी करण्यासाठी प्रमाण ठरवले व त्या प्रमाणानुसार कराची रक्कम कायम केली. मोठ्या मुसलमानी राज्यांमध्ये महसुलाची योजना चांगल्यापैकी स्थिर झाली होती, असे दिसते. मराठ्यांच्या राज्यात छत्रपती शिवाजी महाराजांच्या कारकिर्दीत जहागिरदारी पद्धत रद्द करून थेट शेतकऱ्याकडूनच कर वसूल करण्याची पद्धत अमलात आली. मराठ्यांच्या राज्यामध्ये 'मिराशी' व 'उपरी' अशा वार्षिक कर आकारणीच्या दोन पद्धती होत्या. पेशव्यांच्या काळात 'मामलेदार' या हुद्द्याचे अधिकारी नेमून त्यांच्या समक्ष ठरलेल्या क्षेत्राच्या कर वसुलीसाठी लिलाव होत असत.

पुढे ईस्ट इंडिया कंपनीचे राज्य आल्यानंतर काही फरकाने तीच व्यवस्था पुढे चालू राहिली. त्यानंतर मात्र जमिनीची रीतसर मोजणी होऊन क्षेत्राची मालकी ठरवून करवसुली होऊ लागली. कर आकारणीसाठी ब्रिटिश राजवटीप्रमाणे एकर, गुंठे अशा प्रमाणात मोजणी होऊन जमिनीची प्रतवारी करून प्रत्येक जमिनीची कर आकारणी ठरवली गेली. त्यालाच महसूल आकारणीची पद्धत (Revenue Settlement) असे म्हणतात.

पुणे जिल्ह्यातील इंदापूर तालुक्यात सगळ्यात प्रथम मोजणी व महसुली आकारणी झाली. त्यानंतर त्याच

धर्तीवर १९०१पर्यंत सर्व ठिकाणी ती पूर्ण झाली. खासगी व इनामी जमिनी मोजल्या गेल्या व सर्व जमिनीची हक्कपत्रे (Record of Rights) तयार झाली.

आधुनिक महसुली कायदा

१९६६मध्ये सध्याचे महसुली अधिनियम (Land Revenue Code) तयार झाले. जेव्हा एखाद्या कायद्यास code म्हणून संबोधले जाते, तेव्हा त्या कायद्यासंबंधीची कलमे, व्यवहाराची पद्धत, अधिकाऱ्याच्या नेमणुका, प्रकरणातील वाद, त्यांची अपिले, अधिकारी व सरकारचे हक्क असा सर्वांगीण विचार त्यात केला जातो. अशा सर्वांगीण पद्धतीचा कायदा (Code) महाराष्ट्र महसूल अधिनियम १९६६मध्ये आहे. या कायद्यात सर्वात तळातील अधिकारी म्हणजे 'तलाठी' या पदापासून सुरुवात होते. ती वर चढत महसुली विभागीय आयुक्त व महाराष्ट्र सरकार यांचे अधिकार, त्यांच्या कार्यपद्धती व त्यांना करावयाची कामे या संबंधीच्या सर्वांगीण तरतुदींचा त्यात समावेश आहे. तसेच कायद्याच्या तरतुदीला अनुसरून अनेक नियम केले आहेत.

कायद्याच्या अंमलबजावणीसाठी वारंवार सरकारी ठराव (Government Resolution) गॅझेटमध्ये प्रसिद्ध होतात. हे सर्व नियम, सरकारी ठराव हा महसुली कायद्याचाच भाग आहे. महसुली कारभारासाठी गावपातळीपासून गाव, सजा, मंडल, तालुका, उपविभाग (प्रांत), जिल्हा, विभाग व राज्य अशी योजना केलेली आहे. महसुली कारभारात गावपातळीपासून तलाठी, मंडल अधिकारी, तहसीलदार, उपविभागीय अधिकारी (प्रांत साहेब), जिल्हाधिकारी, विभागीय आयुक्त व राज्य अशी अधिकाऱ्यांची नेमणूक केलेली असते.

संपूर्ण देशातील प्रत्येक राज्याचे महसुली अधिनियम वेगवेगळे असू शकतात. गुजरात राज्य व मुंबई राज्य पूर्वी एकत्र असल्यामुळे या दोन्ही राज्यांतील बरेच स्थानिक कायदे एकसारखे आहेत.

महसुली कारभारात महसुली दप्तराचे (Record of Rights) अनन्यसाधारण महत्त्व आहे. त्यावरून जमिनीची मालकी कुणाची आहे, हे नीट समजते. समजा, महसुली रेकॉर्ड नष्ट झाले, तर कोणी कोणाच्याही जमिनीवर मालकी हक्क सांगू शकेल. अशा वेळी संबंधित अधिकाऱ्यास अथवा न्यायालयासही जमिनीच्या मालकीबाबत, हक्काबाबत किंवा वारसाबाबत निर्णय करता येणार नाही. म्हणूनच महसुली हक्कपत्रके, सुरक्षित, व्यवस्थित व अद्ययावत असणे अतिशय महत्त्वाचे आहे. महसुली अभिलेखावर लक्ष ठेवण्यासाठी, क्षेत्राची मोजणी करण्यासाठी, महसुली कामाबरोबरच भूमीलेखाबाबत स्वतंत्र यंत्रणा कार्यरत असते. या यंत्रणेस तालुका पातळीवर भूमापन अधिकारी व उपअधीक्षक (Deputy Superitendence of Land Record) उपसंचालक, भूमी अभिलेख (Deputy Director of Land Record) व यावरचे अधिकारी जमाबंदी आयुक्त (Settlement Commissioner) असे अधिकारी असतात. या सर्वांवर राज्य सरकारचे अधिपत्य असते.

गाव दप्तर, गावासंबंधी माहितीचे नमुना नंबर व रजिस्टरे

ज्या ठिकाणी तलाठ्याचे कार्यालय असते, त्या ठिकाणी कायमस्वरूपी २१ प्रकारच्या नमुन्यात गावाच्या जमिनीची व इतर माहिती असते. ७/१२चा उतारा, खाडाखोडीचा उतारा, '८ अ'चा उतारा असे शब्द आपण नेहमी ऐकतो; परंतु ७/१२ हे आकडे का आहेत, खाडाखोड म्हणजे काय किंवा '८ अ' म्हणजे काय, हे कोणाला समजत नाही. हे आकडे तलाठ्याच्या दप्तरी असलेल्या २१ प्रकारच्या नमुन्यातील आकडे आहेत. त्याला 'गावचा नमुना नंबर' म्हणजे संक्षिप्त रूपाने 'गा. न. नं' असे लिहितात. त्याचप्रमाणे तलाठ्याकडे कायमस्वरूपी काही रजिस्टरेही ठेवलेली असतात. त्यात हक्कपत्रे व पिकाचे रजिस्टर, हक्कपत्रात झालेल्या बदलाचे (वारस, हस्तांतरण) रजिस्टर, कुळाचे रजिस्टर व कुळाकडे किती जमीन आहे, याचे रजिस्टर ठेवलेले

असते. गावच्या रेकॉर्डसाठी, अर्जाच्या (फॉर्मच्या) स्वरूपात बरीच माहिती कायम स्वरूपात ठेवली जाते. असे फॉर्म जाड कागदाच्या कार्डाच्या स्वरूपात ठेवले जातात. त्या अर्जांची संख्या १ ते २१ असते. यापैकी व्यवहारात येणाऱ्या, नेहमी उपयोगी पडणाऱ्या गावच्या काही नमुन्यांचा (फॉर्म्स) आपण विचार करू.

फॉर्म नंबर ६ : यालाच 'खाडाखोडीचा उतारा' असे म्हणतात. हक्कामध्ये बदल (खरेदी-विक्री इत्यादी) झाल्यास पूर्वीच्या धारकाऐवजी नवीन धारकाचे नाव उताऱ्यात येते, अशा वेळी जुने नाव खोडले जाते, म्हणून या उताऱ्यास 'खाडाखोडीचा उतारा' हे नाव प्रचलित आहे; परंतु प्रत्यक्षात जुनी नावे खोडली जात नाहीत. कारण पूर्वीचे नाव कोणते होते, हे संदर्भासाठी दिसून येणे आवश्यक असते. म्हणून जुन्या नावास खोडण्याऐवजी कंस केलेला असतो. अनेकदा वारसाबाबत व हस्तांतरणाबाबत वाद निर्माण होतो, अशा वेळी वादाच्या केसच्या नोंदी ठेवण्यासाठी स्वतंत्र रजिस्टर ठेवले जाते, त्यास 'तक्रार रजिस्टर' असे म्हटले जाते. त्या रजिस्टरला नमुना नंबर '६ अ' असेही म्हटले जाते. कोणत्याही नोंदी हक्क निर्माण झाल्यापासून ९० दिवसांत करणे आवश्यक असते. तथापि, उशीर झाल्यास दंड भरून नोंदी होतात. अशा दंड भरलेल्या नोंदीचे रजिस्टर '६ ब'मध्ये ठेवले जाते. वारस नोंदीसाठी ठेवलेल्या रजिस्टरला नमुना '६ क' म्हणतात. नमुना नंबर '६ ड' म्हणजे पोटहिश्शाच्या नोंदी असतात. अशा पोटहिश्शाच्या नोंदीसाठी वेगळे रजिस्टर केले जाते.

गावचा नमुना नंबर ७ : यामध्ये हक्काचे रेकॉर्ड असते. त्यामध्ये गावाचे नाव, जमिनीचा नंबर, पोटहिस्सा क्षेत्र, पोटखराब्याची जमीन, जमिनीची आकारणी, मालकाचे / कब्जेदाराचे नाव असते. हे सर्व गा. न. नं. ७ मध्ये येते. अनेक वेळा जमिनीवर बँकेचे कर्ज, सरकारी कर्ज, जप्ती, पोटगीचे हक्क, कुळाचे हक्क असे बोजे असतात. ते जमीनधारकाच्या जमिनीशी थेट संबंधित असतात. अशा नोंदी नमुना नंबर '७ अ'मध्ये असतात. म्हणून या नोंदी '७ अ'च्या रजिस्टरमध्ये ठेवल्या जातात.

गावचा नमुना नंबर १२ : 'नमुना नं. ७'बरोबर 'नमुना नं १२'चा फॉम एकत्रित दिला जातो. म्हणून या नमुना नं. १२मध्ये प्रत्यक्ष जमीन कोण कसतो, कशा पद्धतीने कसतो, किती क्षेत्रात पीक घेतले जाते, याचा प्रत्येक वर्षाचा तपशील असतो. ७, ७ अ व १२ च्या उताऱ्याचा एकत्रित विचार केला असता जमिनीबाबतची बरीच स्पष्ट कल्पना येते. पूर्वी जमिनीच्या मगदुरावरून आकारणी ठरवली असल्याने त्या आकारणीवरून जमिनीचा मगदूर (Quality of Land) समजतो. ७/१२चा उतारा हा जमिनीच्या अनेक बाबी दर्शवणारा आरसा असतो. जमिनीचा मालक, क्षेत्र, पोटखराबा, आकार, त्यावरील बोजे, प्रत्यक्ष ताबा, होणारी पिके हे एकत्रित समजण्यासाठी ७/१२चा उतारा एकत्रित दिला जातो. असे असले तरी, महसुली हक्कपत्रकातील नोंदी (Revenue Record) या मालकीच्या नोंदी असतात. हे सकृतदर्शनी खरे असले तरी तो मालकीचा अपूर्ण अथवा चुकीचा पुरावा असू शकतो. नोंदी वेळेवर न होणे, त्या चुकीच्या असणे, त्यात हेतुपुरस्सर बदल करणे (सर्व वारसांची नावे न घालणे), असे अनेक दोष उताऱ्यात असू शकतात. याशिवाय, महसुली हक्कपत्रके तयार करताना मूळ हेतू, कोणाकडून किती कर जमा करणे हाच असतो.

कोणाही व्यक्तीस मालकी हक्क दोनच प्रकाराने मिळतात : एक वारसा हक्काने व दुसरा हस्तांतरणाच्या दस्ताने. मिळकत खरेदी करताना केवळ ७/१२चा उतारा बघून घेणे योग्य नाही. जमीनधारकास मालकी कशी प्राप्त झाली, याची खोलवर चौकशी करणे यासाठी इतरही कागदपत्रे तपासून घेणे अपेक्षित आहे.

गावच्या एकूण नमुन्यामध्ये '८ अ'चा नमुना हा शेतीचा खातेउतारा असतो. त्यामध्ये त्या गावी असलेल्या धारकाच्या सर्व जमिनींची व एकूण साऱ्याची नोंद असते. तलाठ्याकडील गावचे इतर नमुने सामान्य माणसाच्या इतर उपयोगाचे नसतात. उदाहरणार्थ, कॅश रजिस्टर – नमुना नं. ८, आवक-जावक रजिस्टर – नमुना नं. १५, तलाठ्याकडील पुस्तके मॅन्युअल व स्टँडिंग ऑर्डरची यादी – नमुना नं ११, लँड रिव्हेन्यूचे चलन – नमुना नं. १०. याशिवाय, तलाठ्याकडे वार्षिक अहवाल, गावचा नकाशा, कमी-जास्त पत्रक, सरकारी मिळकतीचे रजिस्टर, तलाठ्याचा चार्ज रिपोर्ट, मासिक डायरी, अशी कागदपत्रे ठेवलेली असतात.

यापैकी कोणत्याही उताऱ्याच्या नकला घेण्याचा अधिकार कोणत्याही नागरिकाचा आहे.

आतापर्यंत आपण जमिनीचे रेकॉर्ड कसे ठेवले जाते, याचा विचार केला. जमिनीचे मालक जी जमीन धारण करत आहेत, त्या जमिनी पूर्वी वेगळ्या स्वरूपात (different category) धारण केल्या जात होत्या. त्या जमिनी इनाम (त्याचे अनेक प्रकार होते), रयतवारी, धार्मिक कारण वगैरे पद्धतीने धारण केलेल्या होत्या.

भारताच्या राज्यघटनेनंतर मात्र लोकशाही अस्तित्वात आल्यामुळे सर्वांची जमीन धारणेची पद्धत एकच असली पाहिजे, याची आवश्यकता वाटल्यामुळे विविध प्रकारच्या इनामी जमिनी १९५२पासून पुढे पाच-सहा वर्षांच्या काळात, रद्द करण्याचे (खालसा करण्याचे) कायदे मंजूर झाले.

इनामे व वतने अनेक प्रकारची होती. गावाची कामे करण्यासाठी रामोशी वतन, महार वतन अशी वतने होती. गावचा कारभार करण्यासाठी पाटील व कुलकर्णी अशी वतने होती. काही सरंजामी वतने होती. सर्व समाजाला एका पातळीवर आणण्यासाठी वतने रद्द केली गेली. वतन नष्ट करण्याच्या कायद्यानुसार तांत्रिकदृष्ट्या सर्व जमिनी सरकारने परत घेतल्या. त्या जमिनी सरकारला ताब्यात घ्यायच्या नव्हत्या. त्या वतनदारास काही अटींवर परत कसण्यास देण्याच्या होत्या. अशा जमिनी वतनदारांना पुन्हा काही अटींवर दिल्या. म्हणून त्यांना 'नवीन शर्तीवर' धारण कराव्या लागल्या. अशी स्पष्ट नोंद हक्कपत्रकात केली गेली. या नवीन शर्तीमुळे जमीन मालकांना ती विकण्यास सरकारची परवानगी घ्यावी लागे.

सर्वसाधारण जमीन विभागणी

आता सन २०००पासून काही इनामे सोडून, जमीन विकण्यास सरकारी परवानगी लागत नाही. असे जरी असले तरी विक्री करणाऱ्यावर ज्या नव्या शर्तीच्या अटी लागू होत्या, त्याच खरेदीदारासही लागू होतात. नवीन शर्तीवर ज्या जमिनी धारण केलेल्या असतात, त्यापैकी बऱ्याच कूळकायद्याने कुळाला मिळालेल्या, सरकारने कबुलायतीवर दिलेल्या, सरकारतर्फे भूमिहीनास मिळालेल्या, जमिनीचाही यात समावेश आहे. ज्या जमिनीवर कोणतीही शर्त नसते, त्या जमिनीच्या हक्कपत्रकात (७/१२ उतारा), भोगवटा नं. १ असे वर्गीकरण केले जाते व ज्या जमिनीवर अटी असतात, त्याचे भोगवटा नं. २ असे वर्गीकरण केले जाते.

साधारणपणे गावामध्ये तीन प्रकारे जमीन विभागणी असते :

१. गावठाण : जिथे गाव वसलेले असते, त्याचा कारभार ग्रामपंचायत पाहते.
२. खासगी शेतकऱ्यांच्या शेजारच्या जमिनी, त्यावर महसूल खात्याचे नियंत्रण असते.
३. सरकारी जमिनी उदाहरणार्थ, गायरान व वन (फॉरेस्ट) या जमिनी सरकारच्या मालकीच्या असतात. तिथे शेतीही होत नाही व नागरी वस्तीही होत नाही. त्याचे नियंत्रण थेट सरकारकडे असते.

हक्कपत्रकातील शेतीच्या काही भागाचे रूपांतर घरासाठी किंवा वस्तीसाठी करायचे असल्यास त्या

मिळकतीचे स्वरूप तसे ठरवले जाते व कराची आकारणी मोठी व स्वतंत्ररीत्या केली जाते. असा बदल करण्यासाठी स्वतंत्र पद्धत असते. मानवी वस्तीसाठी आवश्यक असणाऱ्या सर्व गोष्टींची छाननी करून, उपविभागीय अधिकारी, जमीन 'बिगर शेती वापरासाठी' जादा दराची आकारणी करून घेतात.

शेतकरी नसलेल्या व्यक्तीस शेतीची जमीन परस्पर घेता येत नाही. त्यासाठी जिल्हाधिकाऱ्याची परवानगी घ्यावी लागते. याचे कारण असे, की परवानगीच्या वेळी जमीन घेणारा खरोखरीच शेती करणारा आहे काय? त्याने खरेदी-विक्रीचा धंदा करण्यास शेतजमीन घेतली आहे काय? इत्यादी गोष्टींची छाननी होते. आपला देश शेतीप्रधान असल्यामुळे शेतीचे क्षेत्र कमी होऊ नये, शेतकऱ्यांना कोणी नाडू नये, यासाठी ही काळजी घेतली जाते.

जमिनीशी संबंधित विवादांची सोडवणूक

हक्कपत्रकातील नोंदींवरून अनेक वाद निर्माण होतात. अशा तक्रारीची दखल प्रथम तहसीलदार घेतात. अनेकदा तहसीलदाराचे हे अधिकार, मंडल अधिकाऱ्याकडे वर्ग केलेले असतात. त्याचा निर्णय दोन्ही बाजूंचे म्हणणे ऐकून घेऊन दिला जातो. अशा निर्णयावर उपविभागीय अधिकाऱ्याकडे (Sub-Divisional Officer) पहिले अपील करता येते. तेथेही दोन्ही बाजूंचे म्हणणे ऐकून घेऊन निर्णय दिला जातो. त्या विरुद्ध जिल्हाधिकारी यांच्याकडे दुसरे अपील करता येते. यानंतर अपील होऊ शकत नाही. तरीही रिव्हिजन करता येते. (रिव्हिजनमध्ये फक्त कायद्याच्या मुद्द्यांचा पुनर्विचार होतो.)

याशिवाय, 'महाराष्ट्र महसूल न्यायाधिकरण' (Maharashtra Revenue Tribunal) अशा नावाची, जमीन महसूल कायद्यानुसार एक स्वतंत्र ऑथॉरिटी आहे. त्यामध्ये न्यायाधिकरणाचे अध्यक्ष व इतर सभासद असतात. न्यायाधिकरणाची व्याप्ती (Jurisdiction) संपूर्ण महाराष्ट्रासाठी असून, त्याची मुख्य कार्यालये व कामकाज औरंगाबाद, नागपूर, मुंबई व पुणे येथून चालते. त्याचे कामकाज दिवाणी न्यायालयाप्रमाणे चालते. बहुतेक कामकाज अपिलाच्या स्वरूपात असते. कूळ कायद्यातील अपिले व रिव्हिजन त्यांच्यापुढे चालतात. यातील सभासदांची व अध्यक्षांची नेमणूक महाराष्ट्र सरकार करते. बऱ्याच वेळेला निवृत्त न्यायाधीश अथवा निवृत्त सरकारी अधिकारी यांची या कामी नेमणूक होते.

कूळ कायदा

देशाला स्वातंत्र्य मिळाल्यानंतर अन्नधान्यांच्या बाबतीत देश स्वावलंबी व्हावा, यासाठी अनेक कायदे केले गेले. त्यामध्ये कूळ कायदा, गटवारीचा कायदा (The Bombay Prevention of Fragmentation and Consolidation of Holdings Act 1947) वगैरे कायदे झाले. जमीन कुळाकडे असताना कूळ जमिनीत सुधारणा करत नसे. मालकाकडे जास्त जमिनी असल्यामुळे आणि मालक त्या स्वतः कसत नसल्याने, मिळेल त्या उत्पन्नावर तो खूश असे. कुळासही मालकाला उत्पन्नाचा वाटा द्यावा लागत असल्याने अथवा खंड द्यावा लागत असल्याने कुळाच्या वाट्याला जे येईल, त्यात त्याचे कसेतरी भागत असे. त्यामुळे कुळाची प्रगती होत नसे. म्हणून १९४८मध्ये कूळ कायदा मंजूर झाला व काही अटी वगळता 'कसेल त्याची जमीन' या तत्त्वानुसार कुळांना मालकी हक्क प्रदान केले गेले. दिनांक १ एप्रिल १९५७ पूर्वी जे कूळ म्हणून जमीन कसत होते, त्यांना मालक मानण्यात आले.

कूळ मालक कसे होतात, कुळांनी मालकी हक्कासाठी किती किंमत मालकाला द्यावी, वगैरे सविस्तर तरतुदी कूळ कायद्यात केलेल्या आहेत. कायदा लागू झाल्यापासून असंख्य खटले, दावे, प्रकरणे होऊ लागली.

त्याचा निपटारा करण्यासाठी 'ॲग्रिकल्चरल लँड ट्रिब्यूनल' (ALT) या पदाचे तहसीलदार दर्जाचे स्वतंत्र अधिकारी नेमले गेले. प्रकरणांची संख्या जास्त असल्याने असे अधिकारी गावोगावी जाऊन पक्षकारांना नोटिसा देऊन प्रकरणांची चौकशी करत असत. त्यांच्या निर्णयावर उपविभागीय अधिकारी यांच्याकडे अपील होई व होते. त्यानंतर महसूल न्यायाधिकरणाकडे रिव्हिजन होते. एखादी व्यक्ती कूळ आहे की नाही, असल्यास ती व्यक्ती जमीन घेण्यास पात्र आहे की नाही, तशी पात्र असल्यास त्याने जमिनीची रक्कम किती भरावी, याचा निर्णय 'ॲग्रिकल्चरल लँड ट्रिब्यूनल' करते. समजा, कुळाकडे त्याच्या मालकीची इतर बरीच जमीन असल्यास ती कुळास न देता सरकार-दप्तरी जमा करण्यात येते, अशी जमीन भूमिहीनांना देण्याबाबत या कायद्यात तरतूद आहे.

या कायद्याप्रमाणे शेतजमिनीबाबत महाराष्ट्र सरकारने शेतजमीन धारण करण्यास (holding) मर्यादा आणणारा कायदा म्हणजे Maharashtra Agricultural Lands (Ceiling on Holding) Act 1961 हा कायदा पारित केला. या कायद्याप्रमाणे बारमाही, आठमाही, सहामाही, बागायती जमिनीसाठी व जिराईत जमिनीसाठी प्रत्येकास अनुक्रमे १२ एकर, १८ एकर, ३६ एकर, ५४ एकर या सिलिंगपेक्षा जादा असलेल्या जमिनी सरकारजमा करण्याची तरतूदही केली आहे.

ग्राहक संरक्षण कायदा, १९८६

Consumer Protection Act, 1986

सन १९८०च्या दशकानंतर ग्राहकांना संरक्षण मिळावे अशी चळवळ सक्रियपणे सुरू झाली. या चळवळीत पुण्यातील (कै.) बिंदुमाधव जोशी यांचा मोठा सहभाग होता. शेवटी, १९८६मध्ये भारत सरकारने ग्राहक संरक्षण कायदा केला. सदर कायद्याचा उद्देश ग्राहकांचे संरक्षण करणे, ग्राहकांच्या तक्रारीबाबत निवाडा करणारी यंत्रणा निर्माण करणे, धंद्यातील अप्रामाणिकपणामुळे ग्राहकांच्या झालेल्या नुकसानीचे निराकरण करणे हा होता.

या कायद्याचे स्वरूप समजून घेण्यापूर्वी, ग्राहक कोणाला म्हणायचे, ते पाहू :

१. जो किंमत देऊन किंवा किंमत देण्याचे वचन (उधार) देऊन वस्तू अथवा माल खरेदी करतो, त्याला ग्राहक म्हणतात.

२. जो मोबदला देऊन दुसऱ्याकडून सेवा घेतो, अशा व्यक्तीस ग्राहक समजले जाते. या सेवांमध्ये सरकारी सेवाही समाविष्ट केल्या आहेत.

वस्तू विकणारा किंवा सेवा पुरवणारा आणि ग्राहक यांच्यात एखाद्या व्यवहाराबाबत जी तक्रार होते, त्याला वाद असे म्हणतात.

विकत घेतलेल्या वस्तूत कोणताही दोष म्हणजे संख्यात्मक दोष किंवा गुणात्मक (quality) दोष असल्यास त्यास कमी गुणवत्ता (डिफेक्टिव्ह) असलेली वस्तू म्हणावे. असा दोष वस्तूच्या क्षमतेत, शुद्धतेत अथवा कायद्याने ठरवून दिलेल्या मानकांपेक्षा कमी असल्यास तोही दोष ठरतो. सेवेबाबतचा दोष, कमतरता, कमी दर्जाची सेवा व इतर गोष्टीने ठरतो. सेवेबाबतच्या कराराप्रमाणे सेवा न दिल्याने सेवेबाबतचा दोष निर्माण होतो. धंद्यामध्ये अप्रामाणिकपणाचे वर्तन झाल्यामुळे ग्राहकाचे नुकसान झाल्यास ग्राहकाला तक्रार करता येते.

वस्तू विकताना ती उच्च दर्जाची आहे, असे सांगून कमी दर्जाची वस्तू विकणे, वस्तूवर अमुक एक वस्तू भेट आहे, असे सांगून ती भेटवस्तू न देणे, खूप नावाजलेल्या उद्योगाचे प्रायोजकत्व (स्पॉन्सरशिप) आहे, असे सांगून दुसराच कमी दर्जाचा माल विकणे, वस्तूबद्दल हमी देऊन त्यात कबूल केल्याप्रमाणे वर्तन न करणे, जुन्या वस्तूवर संस्कार करून त्या नव्या भासवून विकणे, अशा प्रकारे अनेक कारणांनी अप्रामाणिकपणे धंदा करून ग्राहकाला फसवल्याची अनेक उदाहरणे आहेत.

अशा प्रकारे फसवला गेलेला ग्राहक आणि वस्तू किंवा सेवा पुरवणारा यांच्यात वाद झाला तर त्या वादाचा निवाडा करण्यासाठी जिल्ह्यातील तक्रारीसाठी जिल्हा ग्राहक मंच (District Forum)ची राज्य सरकारने स्थापना केलेली आहे, तसेच राज्यातील वादांचे निवाडे, निर्णय करण्यासाठी राज्य ग्राहक मंच (State Forum) आणि राष्ट्रीय आयोगाची स्थापना दिल्ली येथे केली आहे.

जिल्हा ग्राहक मंचापुढे २० लाख रुपयांपर्यंतचे वाद-तक्रारी दाखल करता येतात. २० लाख ते एक कोटीपर्यंतचे वाद राज्य आयोगापुढे दाखल केले जातात आणि एक कोटींच्या पुढील वाद राष्ट्रीय आयोग, दिल्लीसमोर दाखल केले जातात.

एक लाखापर्यंतच्या वाद-तक्रारीसाठी १०० रुपयांची पोस्टल ऑर्डर तक्रारीसोबत मंचाकडे दाखल केली जाते. एक लाख ते पाच लाखांसाठी ४०० रुपयांचा ड्राफ्ट व १० ते २० लाखांसाठी ५०० रुपयांचा ड्राफ्ट दाखल करावा लागतो. दिवाणी कोर्टात दावा दाखल करताना जो खर्च येतो, त्यापेक्षा ग्राहक मंचाकडे तक्रार दाखल करताना खूपच कमी खर्च येतो. त्यामुळे सर्वसाधारणपणे कोणत्याही ग्राहकाला ग्राहक संरक्षण कायद्याखाली तक्रार दाखल करून न्याय मिळावा, हेच धोरण यामागे असावे.

जिल्हा ग्राहक मंचाकडे जिल्ह्यातील तक्रारींचा निवाडा करण्याबाबत काम चालते. जिल्हा ग्राहक मंचामध्ये जिल्हा न्यायाधीश या पात्रतेची व्यक्ती अध्यक्ष पदासाठी नेमली जाते. त्यांच्याबरोबर दोन सभासद असतात. यामध्ये एक स्त्री सभासद असते. हे सभासद वय वर्षे ३५ खालील नसावेत. ते पदवीधर असावेत. सभासदांना अर्थशास्त्र, कायदा, हिशेब, उद्योग आणि पब्लिक अफेअर्सची माहिती असणे अपेक्षित आहे. या व्यक्तींना तुरुंगवासाची शिक्षा झालेली नसावी. ते नादार ठरवलेले नसावेत. सरकारने कोणत्याही पदावरून काढून टाकलेले नसावेत. जे प्रकरण त्यांच्यापुढे दाखल झालेले असते, त्यात त्यांचे हितसंबंध गुंतलेले नसावेत. एकदा त्यांची निवड झाल्यावर त्यांची नेमणूक पाच वर्षांकरिता असते. वयाच्या ६५ वर्षांनंतर ते या जागी काम करू शकत नाहीत.

राज्य आयोगासाठी उच्च न्यायालयाकडून सेवानिवृत्त न्यायाधीश यांची मुख्यत्वेकरून नेमणूक केली जाते. त्यांच्याबरोबर काम करण्यासाठी दोन सभासदांची नेमणूक केली जाते. एक उच्च न्यायालयाचे वकील आणि दुसरी व्यक्ती सामाजिक कार्य करणारी असते. याशिवाय, जिल्हा ग्राहक मंचातील दोन सभासदांप्रमाणेच या दोन सभासदांची पात्रता असावी लागते.

राष्ट्रीय आयोग दिल्ली येथे असून त्यातील पीठासन अधिकारी केंद्र सरकारकडून नेमले जातात.

जिल्हा ग्राहक मंचापुढे ग्राहकांच्या तक्रारींचे कामकाज कशा पद्धतीने चालते?

ग्राहकाने आपला तक्रार-अर्ज तीन संचांमध्ये करणे आवश्यक आहे. पहिली लेजर पेपरवर केलेल्या अर्जाची प्रत अध्यक्ष यांच्यासाठी व दुसरी आणि तिसरी प्रत दोन सदस्यांसाठी दाखल केली जाते. तक्रार-अर्जात घटनेबद्दलची सविस्तर माहिती असावी. यासोबत केवळ महत्त्वाच्या गोष्टी सारांश स्वरूपात असाव्यात. यानंतर आवश्यकता भासली तर वकील नेमण्यासाठी अर्ज दाखल करता येतो. ग्राहक मंचासोबत चालणाऱ्या प्रकरणांसाठी तक्रारदाराने स्वतःच ते प्रकरण चालवावे अशी अपेक्षा आहे. परंतु, जर तक्रारदाराला वकील नेमण्याची आवश्यकता भासली तर वकील नेमण्याच्या परवानगीचा अर्ज दाखल करून तशी परवानगी मिळाली, तर त्यांचे वकीलपत्रही दाखल करावे लागते.

यानंतर तक्रारदाराने केलेले प्रतिज्ञापत्र, तक्रारीबाबतची सर्व कागदपत्रांची यादी, तक्रारदाराने आपला पत्ता

कोणता आहे, याबाबत केलेली पुरसिस (पत्ताविषयक दिलेली माहिती) असे सर्व एकत्र असलेले तीन संच मंचापुढे दाखल करावे लागतात. याशिवाय, ज्यांच्या विरोधात ही तक्रार दाखल केली जाते, त्यांची संख्या जेवढी असेल, त्या प्रत्येकासाठी एक प्रत दाखल करावी लागते. मात्र, कंपनीविरुद्ध तक्रार असेल तर सर्व संचालकांना एकच संच देतात.

अर्जाबरोबर सारांश लिहून तोही दाखल करावा लागतो. अर्ज दाखल केल्यावर तो दाखल करून घ्यायचा का नाही (admission) यासाठी अध्यक्षांपुढे तो काढला जातो. अर्ज दाखल करून घ्यावा, असा हुकूम झाला की अर्जावर कामकाज सुरू होते.

यानंतर विरुद्ध पक्षकाराला नोटिसा पाठवल्या जातात. विरुद्ध पक्षकाराला नोटिसा मिळाल्या की ते प्रकरणात हजर होतात. तक्रारदाराच्या अर्जाबद्दल त्यांचे म्हणणे काय आहे, याचा जबाब देतात. यानंतर प्रत्यक्ष सुनावणीला सुरुवात होते. यानंतर तक्रारदार आपले पुराव्याचे प्रतिज्ञापत्र (Re-jonder) दाखल करतात. याशिवाय, कागदोपत्री काही पुरावा असल्यास तोही दाखल करतात. यानंतर विरुद्ध पक्षकाराचा पुरावा सुरू होतो. तक्रारदाराच्या पुराव्याच्या ॲफिडेव्हिटला विरुद्ध पार्टी स्वतःचे म्हणणे मांडते. दोघांचा तोंडी पुरावा, कागदोपत्री पुरावा दाखल झाल्यानंतर यावर अध्यक्ष आपला निर्णय देतात.

जर त्यावर अपील करायचे असेल, तर ते राज्य आयोगाच्या सर्किट बेंचपुढे, नाहीतर राज्य आयोगापुढे होते व या निर्णयानंतरचे अपील दिल्लीला, राष्ट्रीय आयोगापुढे होते.

या निर्णयाच्या अंमलबजावणीची तरतूद जिल्हा ग्राहक मंचाकडे नसल्यामुळे ती दिवाणी न्यायालयाकडून केली जाते.

ग्राहक संरक्षण कायद्यामध्ये सेवा घेणे व त्या बदल्यात मोबदला देणे या संदर्भातील तक्रारीविषयक वाद ग्राहक मंचाकडे दाखल केले जातात. त्यांची काही उदाहरणे :

एकदा पुण्यातील एका प्रवासी कंपनीतर्फे १५ ज्येष्ठ महिलांनी लेह-लडाखची दहा दिवसांची सहल ठरवली. सहलीचा सर्व कार्यक्रम खूप आकर्षक होता. माहितीपत्रकातील सर्व आश्वासने ही, ज्येष्ठ महिलांना सुखरूप सहलीला घेऊन जाणार आणि सुखरूपपणे घरापर्यंत सोडणार, या स्वरूपातील होत्या. ठरलेल्या दिवशी ही सहल निघाली. पहिले दोन दिवस सर्व महिलांना खूप आनंद देणारे सुखाचे गेले. सगळ्यांनी टूर लिडरचे खूप कौतुक केले. सहलीच्या तिसऱ्या दिवसापासून मात्र या कार्यक्रमात फारच बदल घडू लागला. सहलीच्या कार्यक्रमामध्ये दिलेली हॉटेल्स बदलली; त्यातील सर्व व्यवस्था या अतिसामान्य प्रतीच्या होत्या, जेवण बेचव होते, वापरायला पुरेसे पाणी मिळत नव्हते, एका खोलीत दोन व्यक्तींऐवजी चार व्यक्तींना राहावे लागत होते. रूममध्ये झोपण्यासही नीट जागा पुरत नव्हती. तरीही, महिलांनी दोन दिवस सर्व सहन केले. नंतर शांतपणे टूर लिडरच्या कानावर घातले.

प्रवासी कंपनीने मागितले तेवढे पैसे सर्वांनी भरले आहेत, तर मग अशी गैरसोय का होते, अशा थोड्या तक्रारीही केल्या. पण सहल आयोजन करणारे गप्प राहिले. यानंतर मात्र सर्वांनी टूर लिडरला जाब विचारायला सुरुवात केली. त्याने सांगितले, 'हे मला विचारू नका, मला मालक जे सांगतात, ते मी करतो. तुम्ही त्यांना फोन लावा आणि विचारा.' तोही प्रयत्न या महिलांनी केला. सुरुवातीचे फोन मालकांनी घेतले व कबूल केल्याप्रमाणे सर्व व्यवस्था केलेली आहे, एवढेच ते बोलत राहिले.

नंतर या महिलांचे फोनही त्याने घेतले नाहीत.

इतकेच नाही, तर येण्याची व्यवस्थाही त्या कंपनीने नीट केली नाही. शेवटी, त्या महिलांना लडाखला एक दिवस जास्त थांबावे लागले. कारण सहल आयोजकाने त्यांची पुण्याच्या विमानाची तिकिटे काढली नव्हती. मग पुण्यातील नातेवाइकांनी त्यांच्या विमानाची तिकिटे पाठवली व त्या पुण्यात आल्या.

यानंतर सर्व महिलांच्या बाजूने आम्ही ग्राहक मंचाकडे तक्रार-अर्ज केला. या महिलांचे सर्व म्हणणे ऐकून घेऊन दाखल केलेला पुरावा मान्य करून, ट्रीपचे पूर्ण पैसे भरलेले असतानाही झालेली गैरसोय, जास्तीचा करावा लागलेला विमान प्रवासाचा खर्च, आणि सहन करावा लागलेला मानसिक त्रास, या सर्वांचा विचार करून मंचाने प्रत्येक महिलेला नुकसानभरपाईची रक्कम तातडीने देण्याचा हुकूम केला. ही रक्कम मात्र सहलीच्या मालकाने लगेच देऊ केली. त्यासाठी सिव्हिल कोर्टात जाऊन निर्णयाची अंमलबजावणी करण्याची वेळी आली नाही.

एका सुबोध नावाच्या व्यक्तीने फ्लॅट घेण्यासाठी बिल्डरशी करार केला होता. बिल्डरला एका खूप मोठ्या नवीन स्कीमचे काम अचानकपणे मिळाले. त्यामुळे सुबोधचा फ्लॅट असलेल्या स्कीमचे काम खूप मागे पडले. करारात ठरलेल्या मुदतीत बिल्डरने सुबोधला फ्लॅट दिला नाही. फ्लॅट ताब्यात मिळेपर्यंत सुबोध त्याची पत्नी, दोन मुले व आईवडिलांसह पर्यायी दोन खोल्यांच्या जागेत राहत होता. त्याची आई खूप आजारी पडली. मग तर सुबोधला दोन खोल्या फारच अपुऱ्या पडू लागल्या. त्याने बिल्डरला भेटून सर्व वस्तुस्थिती सांगितली. बिल्डरने सर्व नुसते ऐकून घेतले. पुढे तर तो सुबोधला भेटतही नव्हता. त्याचा फोनही घेत नव्हता. मग मात्र त्रासलेल्या सुबोधने ग्राहक मंचापुढे त्याची तक्रार मांडली. न्यायाधिकरणापुढे सुबोधने असेही सांगितले की, इतके सगळे घडूनही तो बिल्डरला कधीही टाकून बोलला नाही. पण सुबोधच्या सरळ स्वभावाचा फायदा घेऊन बिल्डरने त्याच्याकडे दुर्लक्ष केले. याउलट, बिल्डरला सुबोधची स्कीम पूर्ण का करता आली नाही, याबाबत काहीच सयुक्तिक कारण सांगता आले नाही. शिवाय, नवीन स्कीमचे काम जुन्या स्कीमनंतर सुरू करून ते पूर्ण झाल्याचे मंचाच्या लक्षात आले. ग्राहक मंचाने बिल्डरला फार मोठी रक्कम सुबोधला देण्याचा निर्णय दिला. तेही पैसे बिल्डरने मंचाच्या निर्णयाप्रमाणे सुबोधला दिले नाहीत, म्हणून तो आमच्याकडे आला.

ग्राहक मंचाच्या निर्णयाचे जे निकाल (अ‍ॅवार्ड) झाले होते, त्यावर दिवाणी न्यायालयात (सिव्हील कोर्टात) वसुलीसाठी प्रकरण दाखल केले आणि ग्राहक मंचाच्या निर्णयाची अंमलबजावणी करून नुकसानभरपाईची रक्कम व्याजासहीत बिल्डरकडून वसूल केली.

सुशीला नावाची महिला दाढदुखीने खूप बेजार झाली होती. दातांचे निष्णात डॉक्टर मल्हार यांच्याकडे ती उपचार (ट्रिटमेंट) घ्यायला गेली. तिने दाढदुखीबद्दलच्या सर्व त्रासाबाबत डॉक्टरांना सांगितले. त्यांनी त्यांच्या दवाखान्यात नव्याने रुजू झालेल्या शिकाऊ डॉ. विवेकला सुशीलावर उपचार करण्याविषयी सूचना केल्या. विवेकला काहीच अनुभव नव्हता. त्यामुळे सुशीलाला वारंवार

डॉ. विवेककडे उपचारासाठी जावे लागे. उपचारानंतर पुढे दोन दिवस सतत त्रास होत असे. याबाबत तिने डॉ. मल्हारला समजावून सांगितले व त्यांनीच तिच्यावर उपचार करावेत, अशी विनंती केली. पण डॉ. मल्हारने ते ऐकले नाही. पुढे दाढेचा त्रास फारच वाढल्यामुळे सुशीला डॉ. शंतनु या दंतचिकित्सकाकडे गेली. त्यांनी विचारले, 'इतकी चुकीची ट्रिटमेंट तुम्ही का सहन केलीत? आता मला आधी चुकीचे बरोबर केल्यानंतरच त्यावर योग्य ट्रिटमेंट सुरू करता येईल.' डॉ. शंतनुच्या उपचारांमुळे सुशीलाला महिन्याभरात बरे वाटले. यानंतर, एकदा सुशीलाच्या मैत्रिणीने तिला सुचवले की, 'तू ग्राहक मंचाकडे तक्रार दाखल कर. तुझ्यासाठी नाही; तर यापुढे येणाऱ्यांसाठी डॉ. मल्हारला धडा शिकव. तक्रार करायला का नको म्हणतेस? तू दोन महिने नीट पोटभर जेवू शकत नव्हतीस. त्यामुळे तुला अशक्तपणा आला होता. शिवाय, डॉ. मल्हारला चुकीच्या उपचाराचे पैसेही दिलेस. ते दुरुस्त करण्यासाठी डॉ. शंतनुला तुला दुप्पट खर्च द्यावा लागला. या सगळ्यांबद्दल डॉ. मल्हार तुला म्हणायचे ना, 'अहो, दाढ दुखणारच. ती चुकीचे उपचार म्हणून नाही; तुमची सहनशक्ती कमी आहे म्हणून. पण काही उपचार केले की नीट व्हायला कधी-कधी वेळ लागतो.'' सुशीलाने मनात नसतानाही मंचापुढे ही तक्रार दाखल केली. सुनावणी झाली. मंचाने डॉ. मल्हारना निष्काळजीपणावर खडे बोल ऐकवले. शिवाय, चुकीच्या उपचाराचा आणि तो नीट करण्यासाठी आलेला खर्च, असा दोन्ही खर्च नुकसानभरपाईपोटी डॉ. मल्हारने सुशीलाला द्यावा, असा निकाल दिला.

ग्राहक संरक्षण कायदा हा केवळ ग्राहकाने विक्रेत्याविरुद्ध किंवा सेवा देणाऱ्याविरुद्ध ऊठसूट तक्रारी करण्यासाठी नाही. आपल्या तक्रारीची शहानिशा करून घेऊन ठोस पुरावा असल्याशिवाय ग्राहक मंचाकडे प्रकरण करून, दाद मागण्याचा प्रयत्न करू नये. क्षुल्लक, चीड आणणारी (Frivolous or Vexatious) अशी तक्रार दंडास पात्र होऊ शकते. ग्राहक मंच हा ग्राहकांना संरक्षण देण्यासाठी आहे, सेवा देणाऱ्यावर अथवा विक्रेत्यावर नियंत्रण करण्यासाठी नाही.

माहितीचा अधिकार
Right to Information Act

राज्यकारभारात पारदर्शकता असणे हे यशस्वी लोकशाहीसाठी आवश्यक आहे. पारदर्शकतेमुळे लोकशाहीचा कारभार सक्षम होऊन भ्रष्टाचारासही आळा बसेल, असा विश्वास आहे. लोकांचेच राज्य असल्यामुळे सरकारी कारभाराची माहिती असणे हा लोकांचा अधिकार आहे. अशी चळवळ महाराष्ट्रात माननीय अण्णा हजारे यांनी सुरू केली. उपोषण करणे, मोर्चा काढणे अशा अनेकविध प्रयत्नांमुळे, देशात प्रथमच, मुख्यतः महाराष्ट्रात वटहुकूम काढून 'माहितीच्या अधिकाराचा कायदा' २००२मध्ये अस्तित्वात आला. तो २००३मध्ये विधानसभेत मंजूर झाला.

हीच चळवळ पुढे भारतभर मोठी होऊन केंद्र सरकारनेसुद्धा हा 'माहितीचा अधिकार कायदा' (The Right to Information Act) २००५मध्ये अमलात आणला.

अशा प्रकारचा कायदा प्रथमच झाला असल्यामुळे माहितीचा अधिकार म्हणजे काय? असा अधिकार नाकारल्यावर त्यास इलाज काय? कोणती माहिती? इत्यादी सर्व गोष्टींचा विचार या कायद्यात केला आहे. साहजिकच, कायद्याच्या अंमलबजावणीची यंत्रणा या कायद्यामध्ये स्पष्टपणे नमूद केली आहे. ज्या विषयाबाबत माहिती मागितली आहे त्याबाबत, त्या अधिकाऱ्याने माहिती न दिल्यास त्या अधिकाऱ्यावर कारवाई करण्याची तरतूद, त्यावर होणाऱ्या अपिलाची व्यवस्था या कायद्यात दिली आहे.

माहितीच्या अधिकाराच्या कायद्याप्रमाणे सर्व 'पब्लिक ऑथॉरिटीज' आपल्या खात्याची संपूर्ण माहिती संग्रहीत करून ठेवण्याची अपेक्षा आहे. ती ऑनलाईन असण्याचीही अपेक्षा आहे. या 'पब्लिक ऑथॉरिटी' कोणत्या, याची व्याख्या व्यापक स्वरूपात केलेली असून, सरकारी यंत्रणेशिवाय कोणतीही यंत्रणा किंवा संस्था, केंद्र सरकार अथवा राज्य सरकार यांच्यामार्फत तयार झाली असेल, तर अशा संस्था अथवा यंत्रणा यांना पब्लिक ॲथॉरीटी असे समजले जाते. याशिवाय, सरकारी मालकीच्या संस्था अथवा सरकारच्या नियंत्रणाखाली असलेल्या संस्था किंवा सरकारचे अनुदान मिळणाऱ्या संस्था या सर्व यंत्रणा 'पब्लिक ऑथॉरिटी' या सदराखाली येतात. अशा संस्थांकडून किंवा यंत्रणांकडून कोणत्याही माहितीची मागणी केल्यास नियमाप्रमाणे ती माहिती देण्याची जबाबदारी अशा संस्थेवर व यंत्रणेवर आहे.

सामान्य नागरिक आणि सरकारी अधिकारी यांच्यात माहितीच्या देवाणघेवाणीसाठी अशी माहिती देणारे स्वतंत्र अधिकारी (Public Officer) नेमलेले आहेत. महाराष्ट्र सरकारने या कायद्याची अंमलबजावणी करण्यासाठी सक्षम अधिकारी (Competant Officer) म्हणून नेमणुका केलेल्या असून त्या-त्या खात्याच्या वरिष्ठ अधिकाऱ्यास या कायद्यातील सक्षम अधिकाऱ्याचा दर्जा दिलेला आहे. उदाहरणार्थ, को-ऑपरेटिव्ह सोसायटीचे रजिस्ट्रार, धर्मादाय खात्याचे चॅरिटी कमिशनर, कामगार खात्याचे कमिशनर ऑफ लेबर वगैरे अशा सक्षम अधिकाऱ्यांना आपापल्या खात्यात एक किंवा अनेक माहितीच्या अधिकारासंबंधित कारभारासाठी 'माहिती अधिकारी' म्हणून नेमलेले आहे.

माहितीच्या अधिकारात अर्ज केलेल्या व्यक्तीस त्याने जी माहिती मागितली आहे, ती त्याला मिळाली पाहिजे. परंतु, अशी कोणती माहिती दिली जात नाही, याची यादी या कायद्यात दिलेली आहे, आणि त्याची माहिती न देण्याची कारणेही सांगितली आहे.

उदाहरणार्थ, जी माहिती दिल्यास देशाच्या सार्वभौमत्वास बाधा येईल किंवा सरकारच्या हितास व संरक्षणास धोका होईल, परदेशाशी असलेले आपल्या देशाचे संबंध बिघडतील, कोर्टातील एखादी माहिती देण्यास बंदी केली असेल किंवा ज्या माहितीमुळे संसद (पार्लमेंट) अथवा राज्य विधिमंडळाच्या विशेष अधिकारास, हक्कास (privilege) बाधा येऊ शकेल, धंद्याच्या गुप्ततेबाबत, सरकारी नोकराच्या गुप्त अहवालाबाबत माहिती मागवता येत नाही. अशी माहिती न देण्याची काही कारणे सांगता येतील.

माहिती मागवण्यासाठी अर्ज कसा करायचा?

माहितीच्या अधिकाराखाली नियमावली दिलेली आहे. अशा नियमावलीत माहिती मागवण्याच्या अर्जाचा मसुदा, अपिलाचा मसुदा असे मसुदे (forms) दिलेले आहेत. तसेच अर्ज किंवा अपील करताना किती रुपयाचा स्टँप भरावा लागेल याची माहिती दिलेली आहे. माहितीच्या अर्जास १० रुपयाचा स्टँप लावून, स्वतःचे नाव व पत्ता लिहून, संबंधित खात्याच्या नेमलेल्या पब्लिक ऑफिसरकडे अर्ज करता येतो. अशा अर्जात कोणत्या विषयाची माहिती हवी आहे, माहितीचा काळ व आपल्याला नक्की कोणती माहिती हवी आहे, आपल्याला आवश्यकता का आहे, याचे कारण दिलेले असले पाहिजे. माहिती पोस्टाने पाठवायची आहे, की स्वतः घेण्यास येणार आहात, याचा उल्लेख अर्जाखाली केलेला असावा. समजा, माहिती पोस्टाने मागवल्यास त्याबरोबर पोस्टाचा खर्च द्यावा लागतो.

असे माहितीचे अर्ज त्या-त्या विभागाच्या अधिकाऱ्याकडे (Public Information Officer) येतात. त्याच्या नोंदींचे रजिस्टर अधिकाऱ्याने ठेवणे आवश्यक आहे. असे असले तरी दिलेल्या अर्जाची पोहोच अर्जदाराने घेणे केव्हाही हितावह ठरते. माहितीच्या अधिकाराचा अर्ज करताना त्यावर सुरुवातीला 'सदर अर्ज माहितीचा अधिकार या कायद्याखाली देत आहे,' अशी नोंद करावी. म्हणजे त्याची योग्य ती दखल घेतली जाईल.

माहितीचा अर्ज प्राप्त झाल्यानंतर माहिती अधिकाऱ्याने लवकरात लवकर आणि ३० दिवसांच्या आत मागितलेली माहिती देणे आवश्यक आहे. किंवा अशी माहिती देता येत नसेल, तर त्याने तसे अर्जदारास कळवणे आवश्यक आहे. एखाद्या अर्जात मागवलेली माहिती मिळवण्यात किंवा नकला देण्यात ज्यादा खर्च येत असेल, तर अशा खर्चाची मागणी 'माहिती अधिकारी' करू शकतात. तसेच माहिती देण्याचे काम ठरावीक वेळात होऊ शकणार नसेल, तर त्यासाठी ज्यादा वेळ मागू शकतात. मात्र, अशी माहिती विहित मुदतीत न दिल्यास,

त्यासाठी सयुक्तिक कारण न दिल्यास अर्जदार वरिष्ठ अधिकाऱ्याकडे अपील (तक्रार) करू शकतो. याची चौकशी करून त्या तक्रारीत सत्यता आढळल्यास वरिष्ठ अधिकारी, माहिती न देणाऱ्या अधिकाऱ्यास दररोज २५० रुपये दंड आकारू शकतो. याशिवाय, चुकीची माहिती देणाऱ्या अधिकाऱ्यास दोन हजार रुपयांपर्यंत दंड होऊ शकतो. असे दंड त्या अधिकाऱ्याच्या पगारातून वसूल केले जातात. माहिती अधिकाऱ्याच्या कायद्यातील तक्रारीची दिवाणी न्यायालयात दाद मागता येत नाही.

सरकारी कारभारातील प्रत्यक्ष माहिती सर्वसामान्य नागरिकाला माहीत असणे आवश्यक आहे. लोकशाही म्हणजेच लोकांचे राज्य असल्यामुळे अशी माहिती त्यांना मिळणे, हा त्यांचा हक्क आहे. सरकार समाजास जबाबदार असणे हे लोकशाही कारभारात अपेक्षित आहे. त्याचबरोबर सरकारी कारभारामध्ये पारदर्शकता असणे अत्यंत महत्त्वाचे आहे. लोकशाहीत सुजाण नागरिकत्व येण्यासाठी, सरकारातील भ्रष्टाचार कमी होण्यासाठी सरकार आणि त्यातील अधिकाऱ्यांना समाजाप्रति जबाबदारी वाटण्यासाठी सदर कायदा केलेला आहे. माहितीच्या अधिकारात केलेल्या सर्वसामान्यांच्या अर्जावरून, तक्रारीवरून जी माहिती उपलब्ध झाली, त्यायोगे अनेक घोटाळ्यांची माहिती उघडकीस आली. त्यांची चौकशी सुरू झाली आहे. अशा मोठ्या घोटाळ्यांपासून ते अगदी स्वतःच्या कामाची पूर्तता न केल्याबाबत, म्हणजे एखाद्या व्यक्तीने ७/१२चा उतारा मागितला, तो तलाठ्याने कायद्याने दिलेल्या मुदतीत दिला नाही, तर यासाठी त्या व्यक्तीस, तलाठ्यास जाब विचारण्याचा हक्क दिला आहे. अशा तऱ्हेने या कायद्यामुळे सर्वसामान्य व्यक्तींना सुजाण नागरिक होण्याची संधी मिळाली आहे.

या कायद्याने सरकारी कारभारातील अनियमितता, भ्रष्टाचार, दिरंगाई यांची माहिती घेण्याचा हक्क सर्वसामान्य व्यक्तीस दिला आहे. याबाबतची माहिती सर्वसामान्य नागरिकाने करून घेतली पाहिजे. त्याचे ज्ञान त्याला असले पाहिजे या अर्थाने तो (सु-ज्ञान) सुजाण नागरिक झाला पाहिजे. खेड्यापाड्यांत या 'माहितीच्या कायद्या'ची ओळख नीट झालेली नाही. खेड्यांतील शेतकरी त्याला हव्या असलेल्या उताऱ्यांसाठी सरकारी कार्यालयांमध्ये वारंवार हेलपाटे घालतो आहे. नेमलेले अधिकारी ऑफिसमध्ये भेटत नाहीत, या गोष्टी आजही घडत आहेत. म्हणून, नुसता कायदा करून भागणार नाही. त्या गोष्टींची माहिती, कायद्याचे ज्ञान सर्वसामान्यांना मिळणे ही महत्त्वाची बाब आहे. या कायद्याबद्दलच्या वस्तुस्थितीचे ज्ञान (awareness) सर्व समाजास माहिती करून देण्याविषयी काही प्रयत्न होणे आवश्यक आहे. असे घडून आल्यास असा सरकारी कारभार पारदर्शी करण्यासाठी सुजाण समाज मोठा हातभार लावेल, त्यामुळेच हा कायदा करण्यामागचा हेतू सफल होईल.

एक गोष्ट या कायद्याबाबत लक्षात घ्यावी लागेल – सरकारी कारभाराची सर्वच माहिती उघड करून ती नागरिकांना पुरवणे हे गोपनीयतेच्या कारणावरून व संवेदनशील बाबी असण्याच्या कारणावरून नाकारण्याची तरतूद या कायद्यात केली आहे. उदाहरणार्थ, संरक्षण खात्याची माहिती, परराष्ट्र खात्यातील संवेदनशील माहिती वगैरे नाकारण्याची तरतूद या कायद्यात आहे.

आजकाल माहितीचा अधिकार आल्यामुळे अनेक व्यक्ती पूर्ववैमनस्याच्या कारणावरून अथवा काही स्वार्थी हेतू मनात धरून दुसऱ्याचे तथाकथित बेकायदेशीर कृत्य उघड करण्याचा प्रयत्न करतात. या वादातून खूनही होतात. या कायद्याचा मूळ हेतू सरकारी कारभार पारदर्शी, सकारात्मक व नीटपणे व्हावा, हा आहे. हे सर्वांनी लक्षात घ्यायला पाहिजे.

थोडक्यात महत्त्वाचे

आतापर्यंत आपण विविध कायद्यांतील तरतुदींची ओळख करून घेतली; परंतु अनेकदा व्यवहारात किंवा अचानक आलेल्या, निर्माण झालेल्या प्रसंगात कसे वागावे किंवा काय करावे, हे माणसाला सुचत नाही. असे अनेक प्रसंग असतील; पण आपण त्यातील काही प्रसंगांबाबत विचार करू.

अपघात झाल्यास

शहरात वाहनांची खूप गर्दी असते. गर्दीतून वाहनांचे छोटे-मोठे अपघात होत असतात. स्वतः कितीही काळजीपूर्वक वाहन चालवले, तरी दुसऱ्याच्या चुकीनेही अपघात होऊ शकतो. रस्त्यात भांडणे, मारामाऱ्या सुरू होतात. अशा अपघातात समजा नुसता धक्का लागला, वाहनाची मोडतोड झाली नाही व व्यक्तींनाही फारसे लागले नाही, तर चुकीसाठी कटाक्षाने एखाद्याला जबाबदार धरून भांडण वाढवू नये, सामंजस्याने मिटवावे. कधी फार काही घडलेले नसताना भांडणेच मोठे स्वरूप धारण करतात. आपली चूक असेल तर दिलगिरी व्यक्त केल्यास समोरची व्यक्ती शांत होऊ शकते. अपघात हेतुपूर्वक घडवलेले नसतात, हे लक्षात घ्यायला हवे.

१. मोठ्या अपघातात अपघातग्रस्त वाहने शक्यतो जशी आहेत तशीच ठेवून अपघाताची माहिती पोलिसांना लगेच कळवावी. वाहनाची परिस्थिती पाहून अपघात नेमका कशा प्रकारे घडला असेल, त्या स्थितीची माहिती घेणे सोपे जाते. ('ॲक्सिडेंट क्लेम'मध्ये याचा उपयोग होतो.)

२. ज्या व्यक्तीकडे लायसेन्स नाही, त्याला आपले वाहन चालवण्यास देऊ नये. लायसेन्स नसलेल्या व्यक्तीमुळे अपघात झाल्यास गाडीचा इन्शुरन्स असूनही त्याचा उपयोग न होता, अपघातातील व्यक्तीच्या नुकसानभरपाईसाठी मालकाला जबाबदार धरले जाते.

३. गाडीचा विमा (जनरल इन्शुरन्स) नसेल किंवा त्याची मुदत आज रात्री १२ वाजता संपत असेल, तर एक दिवस आधी इन्शुरन्स पॉलिसीचे नूतनीकरण करा. गाडीला इन्शुरन्स नसताना अपघात झाला व नुकसानभरपाईची जबाबदारी त्या गाडीच्या इन्शुरन्स कंपनीची किंवा मालकाची आहे, असा कोर्टाचा

निकाल झाल्यास इन्शुरन्स नसल्यामुळे सर्व नुकसानीची रक्कम गाडीच्या मालकाला द्यावी लागते.

४. मोटरवाहनास मागून धडक बसल्यास ९९ टक्के दोष मागून धडक देणाऱ्याचा असतो. प्रकरण लगेच आपसात न मिटल्यास पोलिसात खबर (FIR) देऊन अपघात घडलेल्या जागेचा, वाहनाचा पंचनामा करून घेणे आवश्यक असते.

कुटुंबाशी / घराशी संबंधित काही बाबी

१. घरात चोरी झाल्यास कोठेही हात न लावता घरातील परिस्थिती तशीच ठेवून प्रथम पोलिसांना कळवावे.

२. घरातील व्यक्ती अपेक्षित वेळेपेक्षा जास्त काळ घरी आली नाही, तर पोलिसात खबर द्यावी. पोलीस यंत्रणा विस्तृत असल्याने हरवलेल्या व्यक्तीचा ते लवकर शोध घेऊ शकतात. व्यक्ती केव्हापासून हरवली आहे, याचा पुरावाही राहतो. पोलिसात केलेल्या तक्रारीची पोहोच घ्यावी.

३. रस्त्यावरून जाताना मंगळसूत्र, गळ्यातील दागिना चोराने हिसकावल्यास न घाबरता आरडाओरडा करावा. कदाचित आजूबाजूची माणसे लगेच चोराला पकडू शकतील. जवळच्या पोलीसचौकीत खबर द्यावी. खूप चोऱ्या करणारा चोर असेल, तर तो कधीतरी सापडतो. त्या वेळी त्याच्याकडील चोरीच्या वस्तूत आपलेही दागिने मिळू शकतात.

४. लग्न झालेल्या स्त्रीस, सासरच्या लोकांकडून त्रास झाला; आणि अशी परिस्थिती असह्य झाल्यास कौटुंबिक हिंसाचारविरोधी कायद्याच्या अंतर्गत पोलिसात तक्रार करता येते.

५. घरकाम करणाऱ्या कामवाल्या स्त्रीला कामाच्या ठिकाणी कोणी त्रास देण्यास आले, तर तिचे संरक्षण त्या घरातील माणसे करू शकतात. सदर प्रकरणाबाबत पोलिसांना फोन करून कळवावे.

६. एखाद्या कुटुंबात सून आक्रस्ताळी असेल व तिने काही अतिप्रसंग केल्यास त्याबाबत पोलिसांना खबर द्यावी; कारण, वारंवार असे प्रसंग घडल्यास पोलिसांना तिच्या वागणुकीची कल्पना येते. पोलिसांकडे कौटुंबिक वाद सामंजस्याने मिटवण्याबाबत यंत्रणा आहे, त्याचाही उपयोग करून पाहावा.

७. जन्म-मृत्यूची नोंद करण्याच्या कामी अनेक जण दुर्लक्ष करतात. आजच्या जगात शिक्षणासाठी, स्पर्धात्मक परीक्षांसाठी, नोकरीसाठी व इतर अनेक कारणांसाठी वयाची अट असतेच. त्यामुळे जन्माची नोंद करणे आवश्यक असते. वारसाची नोंद करण्यासाठी संबंधितांची (आई, वडील वगैरे) मृत्यूची नोंद करणे आवश्यक असते.

स्थावर मिळकतीशी संबंधित

१. स्थावर मिळकतीचा किंवा मोठ्या रकमेचा व्यवहार असल्यास वकिलांच्या सल्ल्यानेच करावा. त्यामुळे कायद्याच्या तरतुदी माहीत नसल्यामुळे होणारे अनर्थ टळू शकतील. अर्थातच, स्वतःला कायद्याची माहिती नसताना असा व्यवहार केला, तर आर्थिक, शारीरिक, मानसिक नुकसान सहन करावे लागते. चुकीच्या व्यवहाराची फार मोठी शिक्षा सहन करावी लागते.

२. मिळकत विकसनास द्यायची असेल, तर विकसन करण्याचा निश्चित काळ ठरलेला असावा. म्हणजे नकाशा मंजूर झाल्यावर किंवा एन.ए. झाल्यावर किंवा अनिश्चित गोष्ट घडल्यानंतर, असा विकसनाचा काळ ठरवू नये. त्यामुळे मिळकत बिल्डरच्या हातात जाते. त्या काळात इतर मोठी कामे त्याच्याकडे आली, तर हे काम बाजूला ठेवून दुसरी जास्त पैसेवाली कामे बिल्डर उरकू लागतात. म्हणून करार केलेल्या तारखेनंतर दोन्हीही पार्टींच्या संमतीने दोघांना सोयीचा असा काळ ठरवावा व करारावर आजची

तारीख अमुकअमुक ते इथून पुढे दोन वर्षे, या प्रमाणे ती तारीख घालावी; म्हणजे काळ निश्चिती झाल्यावर बिल्डरवर उशिरा काम करण्याबद्दल कारवाई करता येते.

आर्थिक व्यवहारांशी संबंधित

१. मुदतीबाहेरची येणे रक्कम असल्यास, घेणारी व्यक्ती रक्कम देण्याचे कबूल करत असल्यास त्याच्याकडून तसे लिहून घ्यावे व त्यावर त्याची सही घ्यावी. यामुळे कबूल केलेल्या दिवसांपासून रक्कम मागण्यासाठी पुन्हा मुदत सुरू होते आणि ती रक्कम मिळाली नाही, तर त्या रकमेच्या मागणीचा दावा करता येतो.

२. अनेक ठिकाणी म्हणजे बँक खाती, फिक्सड् डिपॉझिट, कर्जरोखे, शेअर्स कंपन्यांमधील येणे, कोऑपरेटिव्ह सोसायटीतील सभासदत्व वगैरे ठिकाणी वारस (नॉमिनेशन) करण्याची सोय असते. असे केल्यास आपल्या पश्चात नॉमिनीला विनासायास सर्व रकमा व हक्क मिळतात. असे न केल्यास मात्र न्यायालयातून सक्सेशन सर्टिफिकेट, वारसा दाखला (Heirship Certificate) अशा कागदपत्राची मागणी होते. कोर्टात सक्सेशन व वारसा दाखला मिळवण्यासाठी प्रकरण दाखल करावे लागते. यासाठी वकील नेमणे, कोर्ट फी, स्टँप भरणे व इतर पूर्तता कराव्या लागतात. आपलेच पैसे मिळण्यासाठी आपल्याला खर्च करावा लागतो.

३. खरेदी खत अथवा हस्तांतराचा दस्त झाल्यास त्याची त्वरीत नोंद हक्कपत्रकात करून घ्यावी. तसे न केल्यास त्यात अनेक अडचणी येऊ शकतात.

अशा प्रकारे काळजी घेण्याच्या अनेक गोष्टी आहेत. त्यापैकी काही उदाहरणादाखल दिल्या आहेत.

सगळ्यात महत्त्वाचे म्हणजे, एखादा दावा करण्यासाठी किंवा दाव्याला उत्तर देण्यासाठी (कैफियत), वकिलाकडे गेल्यास त्यांना सर्व सत्य माहिती सांगावी. चुका केलेल्या असल्यास त्याही सांगाव्यात. असे न केल्यास, नंतर चुकीची माहिती पुढे आल्यास दाव्यावर मोठा परिणाम होऊ शकतो.

ॲडव्होकेट सौ. रेणू सुरेश देव

बंगला क्र. ५३, मित्रमंडळ कॉलनी, पर्वती, पुणे - ४११००९

फोन : ०२०-२४४२१०७५, २४४२१३३२

- एम.ए. मराठी (विशेष प्रावीण्यासह), एलएल.बी. (फर्स्ट क्लास गोल्ड मेडल)
- स. प. महाविद्यालयात मराठीच्या व्याख्यात्या
- पुणे कोर्टात वकील म्हणून कार्यरत
- 'दैनिक सकाळ'मध्ये विविध विषयांवर लेखन
- दिवाणी कायद्याशी संबंधित, स्वतःच्या अनुभवांतील केसेसवरील *देवाशपथ खरं सांगेन* या पुस्तकाच्या पाच आवृत्त्या प्रकाशित
- आकाशवाणीवर कायदेविषयक मुलाखती, श्रुतिकांचे लेखन
- महाराष्ट्रात अनेक ठिकाणी दिवाणी कायद्यांविषयक मार्गदर्शक व्याख्याने

9789386204868

FCW - #0286 - 061026 - C0 - 246/170/8 - PB - 9789386204868 - Matt Lamination